சிவாலய ஓட்டம்

சிவாலய ஓட்டம்

அ.கா. பெருமாள் (பி. 1947)

நாட்டார் வழக்காற்றியல் ஆய்வாளர். கிராமங்களில் சிதறிக் கிடக்கும் பன்முகத்தன்மை கொண்ட பண்பாட்டைச் சேகரித்து ஆராய்வது இவரது பணி. இவர் பதிப்பித்ததும் எழுதியதுமான நூல்கள் எண்பத்தி மூன்று. தமிழக அரசின் சிறந்த நூலாசிரியர் விருதை 'தென்னிந்தியத் தோல்பாவைக் கூத்து' (2003), 'தென்குமரியின் கதை' (2004) நூல்களுக்காக இருமுறை பெற்றிருக்கிறார்.

இவரது முக்கியமான நூல்கள், 'நாட்டார் நிகழ்த்துக் கலைக்களஞ்சியம்' (2001), 'தெய்வங்கள் முளைக்கும் நிலம்' (2003), 'ஆதிகேசவப் பெருமாள் ஆலயம்' (2006), 'தாணுமாலயன் ஆலயம்' (2008), 'இராமன் எத்தனை ராமனடி' (2010), 'வயல்காட்டு இசக்கி' (2013), 'முதலியார் ஓலைகள்' (2016), 'சீதையின் துக்கம் தமயந்தியின் ஆவேசம்' (2018) 'தமிழறிஞர்கள்' (2018), 'தமிழர் பண்பாடு' (2018), 'பூதமடம் நம்பூதிரி' (2019), 'அடிமை ஆவணங்கள்' (2021) ஆகியன.

முகவரி	:	471 – 53B2, 'ரம்யா', தெ.தி. இந்துக் கல்லூரி தெற்கு, நாகர்கோவில் 629 002
தொடர்புக்கு	:	9442077029
மின்னஞ்சல்	:	perumalfolk@yahoo.com

ஆசிரியரின் பிற நூல்கள்
(காலச்சுவடு வெளியீடு)

நாட்டுப்புறவியல்

- சடங்கில் கரைந்த கலைகள் (2009)
- இராமன் எத்தனை இராமனடி (2010)
- அர்ச்சுனனின் தமிழ்க் காதலிகள் (2012)
- வயக்காட்டு இசக்கி (2015)
- முதலியார் ஓலைகள் (2016)
- சீதையின் துக்கம் தமயந்தியின் ஆவேசம் (2018)
- தமிழறிஞர்கள் (2018)
- பூதமடம் நம்பூதிரி (2019)
- அடிமை ஆவணங்கள் (2021)

பதிப்பு

- நாஞ்சில் நாட்டு மருமக்கள்வழி மான்மியம்–குறுங்காவியம் (கவிமணி), (2008)
- அய்யா வைகுண்டசாமி அருளிய அகிலத்திரட்டு அம்மானை – ஆன்மீகம் (சகாதேவன் சீடர் இரா. அரிகோபாலன்), (2009)

அ.கா. பெருமாள்

சிவாலய ஓட்டம்

காலச்சுவடு பதிப்பகம்

சிவாலய ஓட்டம் ♦ ஒரு பாதயாத்திரையின் ஆன்மீக வரலாறு ♦ ஆசிரியர் : அ.கா. பெருமாள் ♦ © அ.கா. பெருமாள் ♦ முதல் பதிப்பு : நவம்பர் 2011 ♦ மூன்றாம் (குறும்) பதிப்பு: ஜூலை 2022 ♦ வெளியீடு : காலச்சுவடு பப்ளிகேஷன்ஸ் (பி) லிட்., 669 கே. பி.சாலை, நாகர்கோவில் 629 001.

sivaalaya ooTTam ♦ History of a Pilgrimage on foot ♦ Author : A.K. Perumal ♦ © A.K. Perumal ♦ Language : Tamil ♦ First Edition : November 2011 ♦ Third (Short) Edition : July 2022 ♦ Size : Demy 1 x 8 ♦ Paper : 18.6 kg maplitho ♦ Pages : 248

Published by Kalachuvadu Publications Pvt. Ltd., 669 K.P. Road, Nagercoil 629 001, India ♦ Phone : 91 - 4652 - 278525 ♦ e-mail : publications@kalachuvadu.com ♦ Printed at Clicto Print, Jaleel Towers, 42 KB Dasan Road, Teynampet Chennai 600018

ISBN : 978-93-80240-64-0

07/2022/S.No. 409, kcp 3679, 18.6 (3) 1k

ப.ர. பத்மகீதா (ஷாலினி) க்கு

பொருளடக்கம்

முகவுரை	11
1. முஞ்சிறை திருமலைக் கோவில்	23
2. திக்குறிச்சிக் கோவில்	36
3. திற்பரப்புக் கோவில்	47
4. திருநந்திக்கரை கோவில்	58
5. பொன்மனைக் கோவில்	75
6. திருப்பன்னிப்பாகம் கோவில்	96
7. கல்குளம் கோவில்	107
8. மேலாங்கோடு கோவில்	123
9. திருவிடைக்கோடு கோவில்	130
10. திருவிதாங்கோடு கோவில்	145
11. திருப்பன்றிக்கோடு கோவில்	163
12. நட்டாலம் கோவில்	168
பின்னிணைப்பு	177

முகவுரை

இந்தியச் சமயங்களின் உட்பிரிவுகளுக்குள் முரண்பாடும் மாறுபாடும் ஏற்பட்டதன் காரணமாக நிகழ்ந்த எதிர்விளைவுகள் முழுதுமாக வரலாற்றில் பதிவுசெய்யப்படவில்லை. என்றாலும் தமிழகத்தில் சைவ, வைணவ உட்பிரிவுகளின் முரண்பாடு குறித்த செய்திகள் பல்லவர் காலத்திலிருந்தே காணக்கிடைக்கின்றன.

சைவ சமயத்தின் உட்பிரிவுகளான காஷ்மீரம், காபாலிகம், வீரசைவம், பாசுபதம், காளமுகம் ஆகிய பிரிவுகளும் வைணவத்தின் உட்பிரிவுகளான தென்கலை, வடகலை போன்றவையும் தங்களுக்குள் கொண்ட முரண்பாடுகளும் பிணக்குகளும் வரலாற்றில் பதிவுசெய்யப்பட்டுள்ளன.

திருமூலர், தன் காலச் சைவ சமய உட்பிரிவுகளை விமர்சித்திருக்கிறார். சோழர் காலத்தில் நிகழ்ந்த மதக் கலவரங்கள் பற்றிய தகவல்கள் கல்வெட்டுகளில் குறிப்பிடப்பட்டுள்ளன. சைவ சமயத்தின் உட்பிரிவுகளுக்குள்ளான ஒரு கலவரத்தைக் குகையிடிக் கலகம் எனச் சோழர்காலக் கல்வெட்டொன்று குறிப்பிடுகிறது. காஞ்சிபுரம் கோவில் யானைக்குத் தென்கலை நாமமிட வேண்டுமா வடகலை நாமமிட வேண்டுமா என்று நடந்த வழக்குப் பிரசித்தமானது.

மதங்களின் உட்பிரிவுகளுக்கிடையிலான முரண்பாடுகளுக்கும் அவற்றால் நிகழ்ந்த கலவரங்களுக்கும் பொதுவான காரணங்கள்; வழிபாடு மற்றும் தத்துவார்த்த விளக்கங்கள் ஆகியவைதாம். ஆகையால் உட்பிரிவுகளுக்குள் ஒருமைப்பாட்டை உருவாக்கும் முயற்சியும் ஒருபக்கத்தில் நடந்துகொண்டிருந்தது. இதன் விளை

வாகப் புராணக் கதைகளும் வழிபாட்டு முறைகளும் செம்மையாயின. இச்சூழ்நிலை பிற்காலச் சோழர் காலத்தில் உருவாகிவிட்டது.

உட்பிரிவுகளுக்குள்ளான ஒற்றுமையை முன்னிறுத்தும் முயற்சிகள் குறித்த செய்திகள் நாட்டார் வழக்காற்று வகைகளிலும் காணப்படுகின்றன. நிறுவன சமயங்களின் முரண்பாடு தொடர்பான நாட்டார் வழக்காற்றுச் செய்திகள் வரலாற்றாசிரியர்களாலும் சமூகவியல் ஆய்வாளர்களாலும் முழுதுமாய்ச் சேகரிக்கப்படவில்லை.

'அரியும் சிவனும் ஒண்ணு அறியாதான் வாயில மண்ணு' என்பன போன்ற சைவ, வைணவ இணைப்புப் பழமொழிகளும் அர்த்தநாரீசுவரர் பற்றிய பார்வையும் சமணரைச் சம்பந்தர் கழுவேற்றியதற்கெதிரான சில கதைகளும் நாட்டார் வழக்காற்றில் பதிவுசெய்யப்பட்டுள்ளன.

ராவணனைக் கொன்ற பின்னர், ராமன் பாவம் தீர சிவனை வழிபட்டான்; அதைப் பரிகசித்த அனுமனை ராமன் எச்சரித்தான் என்பன போன்ற நாட்டார் வழக்காற்றுக் கதை சேகரிக்கப்பட்டுள்ளது. இராமன் அனுமனிடம் சிவனின் பெருமை பற்றிச் சொல்வது பாடல் வடிவாகத் தொகுக்கப்பட்டுள்ளது. இதைப் போல சைவ, வைணவ இணைப்பிற்காக முன்னெடுத்த முயற்சிகள் பற்றிய வாய்மொழி மரபுகள் தொகுக்கப்படவில்லை.

இந்திய நிறுவன சமயமான இந்து மதத்திற்கான பெயரைச் சூட்டியவன் வெளிநாட்டுக்காரன். அதன் பிறகே இங்குள்ள சமயங்களில் ஒருமைப்பாடு ஏற்பட்டது என்ற பரவலான கருத்து சரியல்ல. இதைக் கூறத் தடையான காரணங்கள் பல உள்ளன. இந்து என்னும் சொல்தான் சநாதன தர்மத்துக்கு உட்பட்ட மொத்த உட்பிரிவுகளின் இணைப்பிற்குக் காரணமானது. இக்கருத்தும் வட்டாரரீதியான நாட்டார் வழக்காற்றுச் சான்றுகளைக் கணக்கில் எடுக்காமல் சொல்லப்பட்டதே.

சநாதன தர்மத்தின் உட்பிரிவுகளில் தத்துவார்த்தமாக உருவான ஒருமைப்பாடு, நாட்டார் வழிபாட்டின் வேறுபாடற்ற தன்மையிலிருந்தும் தெய்வக் கருத்தாக்கங்களிலிருந்தும்தாம் செய்திகளை எடுத்துக்கொண்டுள்ளது. 'ஒன்றே குலம் ஒருவனே தேவன்' என்னும் முழக்கமும் நாட்டார் மரபிலிருந்து சென்றதாகச் சொல்லலாம்.

சித்தர் பாடல்களில் உள்ள மதம் தாண்டிய ஒருமைப் பாடு நாட்டார் வழக்காற்றிலிருந்து எடுக்கப்பட்டது என்பதை ஆய்வாளர்கள் ஒப்புக்கொள்கிறார்கள். தமிழகத்தில் வட்டார ரீதியான செய்திகள் சேகரிப்பதன் மூலம் உட்சமய ஒருமைப் பாடு முயற்சிக்கும் நாட்டார் வழக்காற்றுச் சமய ஒருமைப் பாட்டு முயற்சிக்கும் உள்ள தொடர்பைக் காண முடியும்.

பன்னிரு சிவாலயங்கள் தொடர்பான செய்திகளும் சிவாலய ஓட்ட நிகழ்வும் சைவ, வைணவ இணைப்பிற்கான முயற்சி என்னும் நோக்கில் தீவிரமாய் ஆராயப்படவில்லை.

கன்னியாகுமரி மாவட்டத்திற்கும் சைவ சமயத்திற்கும் உள்ள தொடர்பு குறித்த செய்திகள் குறைவாகவே கிடைத் துள்ளன. தேவார மூவர்கள் யாரும் இந்த மண்ணுக்கு வர வில்லை. பிற்கால அருணகிரிநாதர்கூட வரவில்லை. வேணாடு, திருவிதாங்கூர் அரசுகளின் ஆட்சிக்கு உட்பட்ட பகுதி என்ப தால் ஏற்பட்ட புறக்கணிப்பா என்பதைத் தெளிவாகச் சொல்ல முடியவில்லை.

என்றாலும் நாஞ்சில் நாட்டுக்கும் சைவ மடங்களுக்கும் தொடர்பு உண்டு. திருவாவடுதுறை ஆதீன மடங்களின் தொடர்பு இப்பகுதிக்கு கி.பி. 16ஆம் நூற்றாண்டில் ஏற்பட்டு விட்டது. இதற்குக் காரணம் இங்கே உருவான மதமாற்றம் தான். முத்துவீரப்ப நாயக்கரின் (1609 – 1623) ஒன்றுவிட்ட சகோதரரான செவ்வந்தியப்ப நாயக்கர், ஈசான தம்புரானுக் காக எட்டு மடங்களைத் தென் பகுதிகளில் ஏற்படுத்தினார். இக்காலகட்டத்தில் இன்றைய கன்னியாகுமரி மாவட்டத்தில் சுசீந்திரம், பறக்கை, தாழக்குடி, தேரூர், ஆரல்வாய்மொழி ஆகிய நான்கு இடங்களிலும் சைவ மடங்கள் நிறுவப்பட்டன. இந்த மடங்களில் இருந்த தம்புரான்கள் அப்பகுதி மக்களுக்குச் சைவத் திருமுறைகளை அறிமுகப்படுத்தினர்.

நாஞ்சில் நாட்டுச் சைவ மடங்களுக்கும் வேணாட்டு, திருவிதாங்கூர் அரசர்களுக்கும் சுமுகமான உறவு இருந்திருக் கிறது. திருவிதாங்கூர் அரசரான தர்மராஜா (1759 – 1799) ராமேஸ்வரம் யாத்திரை சென்றபோது அவரது பரிவாரங் களுக்குச் சைவ மடங்கள் பெருமளவில் உதவியிருக்கின்றன.

குமரி மாவட்ட நாட்டுப்புறத் தெய்வங்களில் பெரும்பா லானவை சைவச் சார்புடையவை. இந்த மாவட்டத்தில் குறிப் பிடத்தகுந்த அறுபத்து நான்கு சிவன் கோயில்கள் உள்ளன. வைணவச் சார்புடைய வேணாட்டு அரசர்களும் திருவிதாங்கூர் அரசர்களும் காலங்காலமாக ஆண்ட தென்குமரியில் சைவ

மடங்களும் சிவன் கோவில்களும் பெருமளவில் ஆக்கிரமித் திருப்பது முரண்பாடான விஷயம்தான்.

குமரி மாவட்டத்தோடு தொடர்புடையவராக இரு ஆழ்வார்கள் உள்ளனர். ஒருவர் நம்மாழ்வார்; இன்னொருவர் குலசேகர ஆழ்வார். இந்த மாவட்டத்தில் உள்ள பழமையான வைணவக் கோவில் திருவட்டாறில் உள்ளது. இங்கு வைணவம் தொடர்பான வாய்மொழிக் கதைகள் கிடைத்துள்ளன.

தென்குமரியில் சைவ, வைணவ முரண்பாட்டால் கலவரம் நிகழ்ந்ததற்கு ஆதாரபூர்வமான சான்றுகள் கிடைக்கவில்லை. ஆனால் நெல்லைப்பகுதியின் சில கிராமங்களிலிருந்து மக்கள் சிலர் நாஞ்சில் நாட்டிற்குக் குடிபெயர்ந்ததற்குச் சைவ, வைணவ மாறுபாடு ஒரு காரணமாகச் சொல்லப்படுகிறது.

தென்திருவிதாங்கூர் என வழங்கப்பட்ட கன்னியாகுமரி மாவட்டத்தில் சைவ, வைணவ இணைப்பிற்காக மேற்கொண்ட முயற்சிகளில் சிவாலய ஓட்டம், அய்யா வைகுண்டர் வழிபாடு ஆகிய இரண்டையும் முக்கியமாகக் கொள்ளலாம்.

கன்னியாகுமரி மாவட்டம் கல்குளம், விளவங்கோடு வட்டங்களில் உள்ள பன்னிரு சிவாலயங்களுக்கும் மகா சிவராத்திரியில் நடந்தோ ஓடியோ செல்லும் வழக்கத்தைச் சிவாலய ஓட்டம் என்று குறிப்பிடுகிறார்கள். இந்த மாவட்டத் தில் சிவன் கோவில்களின் பொதுவான விழாக்களான பிரதோசம் (பி.இ. எண்: 1) மகா சிவராத்திரி (பி.இ.எண் : 2) ஆகிய இரண்டிலிருந்தும் இந்தச் சிவாலய ஓட்டம் வேறுபட்டது.

மகா சிவராத்திரியில் 12 கோவில்களுக்கும் பக்தர்கள் ஓடிச் சென்று தரிசிக்கும் நிகழ்ச்சி பற்றிக் கல்வெட்டுகளிலோ அற நிலைய ஆவணங்களிலோ ஆதாரபூர்வமான எழுத்துச் சான்று கள் இல்லை. ஆனால் பன்னிரு சிவாலயங்களில் முதல் கோவி லான முஞ்சிறைத் திருமலைக் கோவிலில் மகா சிவராத்திரி விழாவில் சிறுதாரை நடத்தப்பட்டதையும் பிராமணருக்கு அன்னதானம் அளிக்கப்பட்டதையும் முதலியார் ஆவணம் கூறு கிறது. இதன் காலம் கி.பி. 1726. இந்த நிகழ்வுக்குக் காய்கறி கள், தயிர் போன்றவற்றை நாஞ்சில் நாட்டார் கொண்டுசெல்ல வேண்டும் என்று அரசு உத்தரவிட்டிருக்கிறது(பி.இ.எண். 3). இதனால் இச்சிவாலயங்களில் மகா சிவராத்திரி விழா 18ஆம் நூற்றாண்டில் சிறப்பாக நிகழ்ந்திருக்கிறது என்பது தெரிய வருகிறது.

கல்குளம், விளவங்கோடு வட்டங்களில் உள்ள முஞ்சிறை, திக்குறிச்சி, திற்பரப்பு, திருநந்திக்கரை, பொன்மனை, திருப்

பன்னிப்பாகம், பத்மநாபபுரம் (கல்குளம்), மேலாங்கோடு, திருவிடைக்கோடு, திருவிதாங்கோடு, திருப்பன்றிக்கோடு, நட்டாலம் ஆகிய ஊர்களில் உள்ள சிவன் கோவில்களே சிவாலய ஓட்டத்துக்குரிய பன்னிரு சிவாலயங்கள். இந்த வரிசைப்படிதான் சிவாலய ஓட்டமும் நடத்தப்படுகிறது.

முஞ்சிறைத் திருமலைக் கோவில் தொடங்கி வரிசை முறைப்படி ஒவ்வொரு கோவிலையும் தரிசித்த பின் பன்னிரண் டாம் கோவிலிருக்கும் நட்டாலம் ஊருக்குச் செல்ல வேண்டும். முதல் கோவிலிலிருந்து இறுதிக் கோவில்வரை உள்ள தூரம் *102* கி.மீ. (பி.இ.எண்: 4). குறுக்குவழிப் பாதையில் செல்பவர் கள் *80* கி.மீ. தொலைவு நடந்தால் போதும் என்கிறார்கள்.

சிவாலய ஓட்டக்காரர்கள் 'கோவிந்தா கோபாலா' என்றும் 'அப்பனே சிவனே வல்லபா' என்றும் சொல்லிக்கொண்டு ஓடுகின்றனர். சிவாலய ஓட்டம் என்பது பொதுவான வழக்காறு. ஆனாலும் வேகமாக நடப்பதுதான் பழக்கத்தில் இருக்கிறது.

முந்தைய காலங்களில் மாசி மாத மகாசிவராத்திரி அன்று மாலை நேரத்தில் முதல் கோவிலான முஞ்சிறைத் திருமலைக் கோவிலுக்குச் சென்று அங்கே நீராடிவிட்டு சிவாலய ஓட்டத் தைத் தொடங்குவது நடைமுறையாக இருந்தது. அதைத் தொடர்ந்து பத்துக் கோவில்களுக்கும் சென்றுவிட்டு அடுத்த நாள் அதிகாலையில் நட்டாலம் சங்கரநாராயணர் கோவிலுக் குச் செல்வார்கள்.

நட்டாலம் கோவிலுடன் பயணத்தை முடித்துவிட்டு வீட் டிற்குச் செல்வது என்பது பொது வழக்கமாக இருந்தது. திருவட்டாறு ஆதிகேசவப் பெருமாள் கோவிலுக்கோ சுசீந்திரம் தாணுமாலயன் கோவிலுக்கோ சென்று விரதத்தை முடிக்கும் வழக்கத்தையும் சிலர் வைத்திருந்தனர் (பி.இ.எண்: 5).

சிவாலய ஓட்டம் பற்றிய தகவல்களைச் சேகரித்தபோது, அறுபதுகளில்கூடச் சிவாலய ஓட்டக்காரர்களின் எண்ணிக்கை குறைவாக இருந்தது என்று தகவலளித்த பெரும்பாலானவர்கள் கூறினார்கள். எழுபதுகளில் சிவாலய ஓட்டக்காரர்களுக்குக் கிறிஸ்தவ அமைப்பைச் சார்ந்த சிலரால் இடையூறு ஏற்பட்டது. இந்து முன்னணியினரின் தீவிர முயற்சியால் அது முறியடிக்கப் பட்டது. அண்மையில் இந்த மாவட்டத்தில் ஏற்பட்ட இந்து விழிப்புணர்வுதான் சிவாலய ஓட்ட எண்ணிக்கை அதிகமான தற்குக் காரணம் எனலாம்.

சபரிமலை அய்யப்பன் கோவிலுக்குப் போகும் முன்பு பின்பற்றப்படும் விரதமுறைகளைச் சிவாலய ஓட்டத்திற்கும்

பின்பற்ற வேண்டும் என்ற நம்பிக்கை முன்பு ஆழமாக இருந்தது. சிவாலய ஓட்டக்காரர்கள் கையில் விசிறி ஒன்றை வைத்திருப்பர். இவர்களின் இடுப்புக் கச்சையில் சிறு துணிப்பை தொங்கும். சிவாலயங்களுக்குக் காணிக்கை இடுவதற்குரிய பணம் அதில் இருக்கும்.

காவி அல்லது மஞ்சள் வேட்டி கட்டுவதைச் சிறப்பாகக் கொள்கிறார்கள். மேலாடை அணியாமல் துண்டுடன் பயணிப்பது என்னும் நடைமுறை இப்போதும் பின்பற்றப்படுகிறது.

சிவாலய ஓட்டக்காரர்கள் விசிறியை வைத்திருப்பதற்குச் சில காரணங்களைக் கூறுகின்றனர். விசிறியால் கருவறைச் சிவனைப் பார்த்து வீசுவது என்ற நடைமுறை இப்போதும் உண்டு. இந்தச் செய்கை சமண சமயத்துடன் இணைத்துப் பேசப்படுகிறது. திருநந்திக்கரைக் குகைக் கோவிலின் சமணத் தொடர்பு, திற்பரப்பு அருவியை அடுத்த குகை, திருமலைப் பாறையில் உள்ள பாதம் ஆகியவற்றுடன் சமணர்கள் விசிறி வைத்திருப்பதையும் இணைத்து இந்தக் கருத்து உருவாக்கப்பட்டுள்ளது.

தமிழகத்தில் சிவராத்திரி விழா நடந்தது தொடர்பாகக் கல்வெட்டு ஆதாரங்கள் இருப்பதுபோல சிவராத்திரி உருவானது குறித்த புராணக் கதைகளும் வாய்மொழிக் கதைகளும் உள்ளன (பி.இ.எண்: 6). இதுபோல சிவாலய ஓட்டத்திற்கும் வாய்மொழிக் கதை ஒன்று உள்ளது (பி.இ.எண்: 7).

சிவாலய ஓட்டக் கதை மகாபாரதம் தொடர்பானது. சிவாலயங்கள் இருக்கும் கிராம மக்களும் சிவாலய ஓட்டப் பக்தர்களும் இந்தக் கதையைத் தெரிந்துவைத்திருக்கிறார்கள். சிவாலய ஓட்டம் தொடர்பான கதையில் வரும் வியாக்கிர பாதரின் (புருஷா மிருகம்) சிற்பம் கல்குளம் வட்டக்கோவில்களில் பரவலாகக் காணப்படுகிறது.

வியாக்கிரபாதரின் அருகே பீமன் கதாயுதத்துடன் நிற்கும் சிற்பம் திக்குறிச்சிக் கோவில் முன்மண்டபத்தில் உள்ளது. சுசீந்திரம் தாணுமாலயர் கோவிலின் சித்திர சபையில் இது போன்ற ஆளுயரச் சிற்பம் உண்டு. திருநெல்வேலி மாவட்டம் கிருஷ்ணாபுரம் திருவேங்கடநாதன் கோவிலிலும் இந்தச் சிற்பம் உண்டு.

முந்தைய காலங்களில் சிவாலய ஓட்டத்தில் ஆண்கள் மட்டுமே பங்குகொண்டனர். முப்பது ஆண்டுகளுக்கு முன்பு மிகக் குறைவான எண்ணிக்கையுடைய இளைஞர்களே சென்றனர். கிருஷ்ண வகை, நாயர் ஆகிய இரு சாதியினரே

பெருமளவில் அக்காலத்தில் பங்குகொண்டனர். குமரி மாவட்டத்தில் ஒரு பகுதியினரான நாஞ்சில் நாட்டுக்காரர்களுக்குச் சிவாலய ஓட்டம் பற்றிய தகவலே தெரியாது.

இன்றைய நிலையில் (2011) சிவாலய ஓட்டம் பரபரப்பான விழாவாகக் கன்னியாகுமரி மாவட்டத்தில் பேசப்படுகிறது. 2006, 2007, 2008ஆம் ஆண்டுகளில் கன்னியாகுமரி மாவட்ட தேவசம் போர்டு தலைவர் ஸ்ரீதர், கல்வெட்டியல் – சிற்பவியல் அறிஞர் செந்தீ நடராசன், தேவசம் போர்டு பொறியாளர் ராஜ்குமார், ஆதிகேசவ அய்யர் ஆகியோருடன் பயணித்த போது இதை முழுதுமாக என்னால் உணர முடிந்தது. இன்று இது குழந்தைகள், சிறுவர்கள், பெண்கள், முதியவர்கள் என எல்லோரும் பயணிக்கும் பெரும் விழாவாக மாறிவிட்டது.

இருசக்கர வாகனங்களிலும், கார், வேன் போன்ற வாகனங்களிலும் பக்தர்கள் பயணிப்பது சகஜமாகிவிட்டது. கோவில் வாசலின் முன் வாகனங்களை நிறுத்த முடியாத அளவுக்குக் கூட்டம் பெருக ஆரம்பித்துவிட்டது. இதனால் கோவில் வாசலிலிருந்து 3 கி.மீ. தொலைவில் வாகனங்களை நிறுத்த வேண்டும் எனக் காவல்துறையினர் வேண்டுகோள் விடுக்கிறார்கள். எனவே வாகனத்தில் சென்றாலும் பன்னிரு சிவாலயங்களைத் தரிசிப்பதற்கு 15 முதல் 20 கி.மீ. தொலைவு நடக்க வேண்டிய சூழ்நிலை இப்போது வந்துவிட்டது.

தமிழகத்தின் தென்மாவட்டங்களில் உள்ள சிவ பக்தர்களும் பன்னிரு சிவாலயங்களுக்குப் பயணம் செய்வதை கடந்த மூன்று ஆண்டுகளில் (2006, 07, 08) நேரடியாகக் கண்டிருக்கிறேன். திருச்சூர், கொடுங்கல்லூர், பத்தனம்திட்டா, எர்ணாகுளம், மாவேலிக்கரை, வெங்கானூர், பாலராமபுரம், கொல்லம், கொச்சி, ஆலப்புழை போன்ற கேரள மாநில ஊர்களிலிருந்தும் ஆயிரக்கணக்கான பக்தர்கள் சிவாலய ஓட்டத்தில் பங்குகொண்டதையும் நேரில் பார்க்க முடிந்தது.

திருவிடைக்கோடு கோவிலில் மாலைகட்டும் பணியை 65 ஆண்டுகளாகச் செய்துவரும் 90 வயதான பிரம்மநாயக தேசிகருடன் செந்தீ நடராசனும் நானும் நீண்ட நேரம் உரையாடியபோது அவர் சிவாலய ஓட்டம் குறித்து நிறையத் தகவல்களைச் சொன்னார். தேசிகர் பொன்மனையில் இலவசமாகக் கொடுத்த தினைக் கஞ்சியையும் சக்கா (பலா) எரிசேரிக் கறியையும் நல்ல மிளகு நீரையும் நினைவுகூர்ந்தார். “நாற்பதுகளில் இந்த இலவசக் கஞ்சியைக் குடிக்கும் கூட்டம் 100 – 150 அளவில் இருந்ததால் உபசாரம் தீவிரமாய் இருந்தது. அப்போது இளையவர்களின் எண்ணிக்கைதான் அதிகம்.

பன்னிரு சிவாலயங்களுக்கும் குறுக்குப் பாதைகள் வழி நடந்து செல்வது என்பது வழக்கம். அப்போது 60 – 65 கி.மீ. தூரம் தான் நடக்க வேண்டியிருக்கும். இந்த வழிகளில்கூட சம்பாரம் (மோர்), சுக்குநீர், எலுமிச்சம்பழச்சாறு என வைத்திருப்பார்கள். சம்பாரத்துக்குக் கூட்டாக வைத்திருக்கும் மாங்காய் ஊறுகாயைத் தின்றே வயிற்றை நிரப்புபவர்கள் உண்டு" என்றார் தேசிகர்.

தமிழகத் தென்மாவட்டங்களிலிருந்து, பன்னிரு சிவாலயங்களுக்குப் பயணித்த பக்தர்களை நான் சந்தித்தபோது, இந்தச் சிவாலயங்கள் தமிழகத்தின் ஒரு பகுதியில் இருப்பவை என்ற எண்ணம் இன்றியே உரையாடியதைக் கேட்க முடிந்தது. அதற்கு முக்கியமான காரணம் மகா சிவராத்திரி விழாவில் ஒலிபெருக்கி வேண்டுகோள்கள், அறிவுறுத்தல்கள், வழிகாட்டுதல்கள், கோவில் விளம்பரத் தட்டிகள் ஆகிய அனைத்தும் மலையாளத்திலேயே இருந்தன.

முந்தைய காலங்களில், இரவில் தென்னம்பாளையைச் சிறிதாகக் கீறி ஒன்றாகக் கட்டிய 'சூட்டு' என்னும் சிறிய பந்தத்தைக் கொண்டு சென்றனர். இப்போது சிவாலய ஓட்டக்காரர்கள் செல்லும் வழிகளில் மின்விளக்கு வசதி செய்து கொடுக்க வேண்டும் என்பதில் அரசும் பஞ்சாயத்து அமைப்புகளும் கவனம் செலுத்துகின்றன.

சிவாலய ஓட்ட பக்தர்கள் 'கோவிந்தா கோபாலா', 'அப்பனே சிவனே வல்லபா' என்னும் பழைய கோஷத்தை மட்டுமல்லாமல்,

    ஆரைக் காணாம் சாமியைக் காணாம்
    சாமியைக் கண்டால் மோட்சம் கிட்டும்

என்றும்

    ஓடினார் ஓடினார்
    அய்யனாரும் ஓடினார்
    ஓடினார் ஓடினார்
    எம்பெருமானும் ஓடினார்
    சிவாலயங்கள் ஓடினார்

என்னும் புதிய கோஷத்தையும் சொல்லிக்கொண்டே செல்கின்றனர்.

சிவாலய ஓட்டக்காரர்கள் செல்லும் வழிகளில் மோர், பானகம், சுக்குநீர், அவித்த மரச்சீனிக்கிழங்கு, கஞ்சி, வாழைப்பழம் போன்றவற்றை இலவசமாகக் கொடுக்கும் வழக்கம்

இப்போது அதிகரித்து வருகிறது. கல்குளம் கோவிலில் ஓட்டக் காரர்களுக்குச் சுவையான குழம்புக் கறிகளுடன் வயிறு நிரம்பச் சாப்பாடு போடுகின்றனர்.

ஓட்டக்காரர்கள் இடுப்பில் கட்டும் வேட்டிகூட மஞ்சள், குங்குமம், ஊதா எனப் பல வண்ணங்களில் மாறிவருகிறது. தோளில் சிறிய ஜோல்னா பை தொங்குவது சாதாரணக் காட்சி யாகிவிட்டது. முதல் கோவிலான திருமலைக்கு முன்பகுதியில் விசிறி, ஜோல்னா பைகள் விற்கும் கடைகளும் வர ஆரம்பித்து விட்டன.

சிவாலயங்களின் முன்பகுதிகளில் சந்தை உருவாகும் நடைமுறை முன்பு இருந்தாலும் இப்போது அது கட்டாயமாகி விட்டது. நட்டாலம் ஊரைச் சுற்றிய பகுதிகளில் மாசிமாதம் அறுவடை செய்வதற்கென்றே செங்கீரையும் நாட்டுக் காய்கறி களையும் பயிரிட்டுவருகின்றனர்.

நட்டாலம் கோவில் பன்னிரு சிவாலயங்களில் இறுதியாக இருப்பது. அதனால் அங்கே ஓட்டக்காரர்கள் காய்கறிகளை வாங்கிச் செல்ல வசதியான பெரிய சந்தை உருவாகிவிட்டது. 3 கி.மீ. நீளச் சாலையின் இரண்டு பக்கங்களிலும் செங்கீரை விற்பனை அமோகமாக நடக்கிறது.

OOO

முப்பத்தைந்து ஆண்டுகளுக்கு முன்பு (1974) நாகர்கோவிலி லிருந்து வெளிவந்த கைவிளக்கு என்னும் மாதப் பத்திரிகை யில் சிவாலய ஓட்டம் குறித்து ஒரு கட்டுரை எழுதியிருந்தேன். அந்தக் கட்டுரை அப்போது மகா சிவராத்திரியில் பயணித்த ஒருவரின் தகவலின் அடிப்படையிலும், பன்னிரு சிவாலயங் களுக்கும் சென்ற என் சொந்த அனுபவத்தின் அடிப்படை யிலும் எழுதப் பட்டது.

அந்தக் கட்டுரையைப் படித்துவிட்டு நாஞ்சில் நாட்டில் வாழ்ந்த சிவபக்தர்கள் சிலர் நம் மாவட்டத்தில் இப்படி ஒரு நிகழ்ச்சியா என்று வியப்புடன் கேட்டார்கள். அவர்களும் இப் போது சிவாலய ஓட்ட பக்தர்கள் ஆகிவிட்டனர். மிக அண்மைக் காலமாக வெகுசன பத்திரிகைகள் இந்த நிகழ்ச்சியை ஒரு பக்கச் செய்தியாக வெளியிடுகின்றன. மாவட்டத் தொலைக் காட்சி அலைவரிசையில் இந்த நிகழ்ச்சி பெரிதுபடுத்திக் காட்டப் படுகிறது.

2008ஆம் ஆண்டு மகா சிவராத்திரி சிவாலய ஓட்டத்தைப் பார்க்க வேண்டும் என்று காலச்சுவடு கண்ணனும் நெய்தல்

கிருஷ்ணனும் விரும்பியதற்கு நானும் ஒரு காரணம் என்று நினைக்கிறேன். அவர்கள் பகல் முழுக்க இருசக்கர வாகனத்தில் பன்னிரு சிவாலயங்களையும் சுற்றிவந்த பிறகு ஏற்பட்ட அனுபவத்தை என்னிடம் சொன்னார்கள். அப்போது கண்ணன் சிவாலய ஓட்டக் கோவில்கள் பற்றி ஒரு புத்தகம் எழுதும்படி என்னிடம் சொன்னார்.

இந்தச் சமயத்தில் கன்னியாகுமரி மாவட்ட அறநிலையத் துறைக் கோவில்களின் அறங்காவலர் குழுத் தலைவர் ஸ்ரீதர் பன்னிரு சிவாலயங்களுக்கு மாத சிவராத்திரியிலும் செல்ல வேண்டும் என்னும் திட்டத்தை அறிமுகப்படுத்தினார். இது இன்றுவரை தொடர்ந்து நடைபெறுகிறது. பன்னிரு சிவன் கோவில்கள் பற்றிய செய்திகளைச் சேகரிப்பதற்காக தேவசம் போர்டு பொறியாளர் ராஜ்குமார், செம்பவளம் ஆய்வுத்தளம் தலைவர் செந்தீ நடராசன் ஆகியோருடன் சாதாரண நாட்களில் சென்றபோதும் மாத சிவராத்திரியில் பக்தர்களுடன் சென்றபோதும் நிறையத் தகவல்கள் கிடைத்தன.

பன்னிரு சிவாலயங்கள் பற்றிய செய்திகள் பெரும்பாலும் இதற்கு முன் சேகரிக்கப்படவில்லை என்பதுதான் என் சேகரிப்பின்போது தெரியவந்தது. இந்தச் சிவாலயங்களில் திருப்பன்னிப்பாகம், திக்குறிச்சி போன்ற சில கோவில்கள் சிவராத்திரி அன்று மட்டும்தான் கவனிப்புக்கு உள்ளாயின. இந்தக் கோவில்கள் இருக்கும் ஊரில் உள்ள பக்தர்களின் முயற்சியாலும் உழைப்பாலும்தான் இவை பொலிவுடன் திகழ்கின்றன என்பதை அறிந்துகொண்டேன்.

நான் ஏற்கெனவே வெளியிட்ட சுசீந்திரம் தாணுமாலயன் ஆலயம், திருவட்டாறு ஆதிகேசவப் பெருமாள் ஆலயம், பறக்கை மதுசூதனப்பெருமாள் ஆலயம் ஆகிய மூன்று நூற்களையும் எழுதுவதற்கு எடுத்துக்கொண்ட உழைப்பு இந்த நூலை எழுத எனக்கு வசதியாக இருந்தது. என் முந்தைய நூற்களை எழுத மானசீகமான ஆதரவையும் உழைப்பையும் அறிவுறுத்தல்களையும் நல்கிய செந்தீ நடராசன் அதே ஆதரவை இதற்கும் நல்கினார். கோவில் சிற்பங்களைப் படம் எடுத்துத் தந்தும் உதவினார். செய்தி சேகரிப்பின்போது அவர் தன் சொந்த வேலைகளையும் ஒதுக்கிவிட்டு என்னுடன் சிரத்தையுடன் வந்தார்.

தேவசம் பொறியாளரான இரா. ராஜ்குமார் பன்னிரு சிவாலயங்களுக்கும் தன் காரில் பல முறை என்னை அழைத்துச் சென்றார். பன்னிரு கோவில் பணியாளர்களும் பெருமளவில் உதவினர்.

ஒரு மகா சிவராத்திரி விழாவிற்கு இருசக்கர வாகனத்தில் நெய்தல் கிருஷ்ணனுடன் பயணித்து சில புகைப்படங்கள் எடுத்த புதுவை இளவேனில், சிவராத்திரிக்கு முன்பு சிற்பங்களைக் காணவந்த காவல்துறைக் கண்காணிப்பாளர் சின்ன சாமி, திற்பரப்புக் கோவில் பற்றிய பல தகவல்களைத் தந்த தொழிலதிபர் ஜீ. அனில்குமார், கோவில் ஆகமங்களை விளக்கிய மாத்தூர் மடம் நம்பூதிரி சுப்பிரமணியரு, ஆதிகேசவ அய்யர், அரிய நூற்களைப் பெற உதவிய தெ.தி. இந்துக் கல்லூரிப் பேராசிரியர் முனைவர் தெ.வே. ஜெகதீசன், இக் கல்லூரி நூலகர் பேராசிரியர் டாக்டர் சி. மாணிக்கவாசகம், கவிஞர் சுகுமாரன், இந்நூலைப் படித்து மொழிநடையைச் செப்பம் செய்த கே. முரளிதரன், கணிப்பொறியில் வடிவமைத்த மஞ்சு, சுபா, சுதா, மெய்ப்புத் திருத்திய பாலு, ஷாலினி, எல்லா வற்றிற்கும் மேலாக நூலைச் சிறப்பாக வெளியிடும் *காலச் சுவடு கண்ணன்* ஆகிய அனைவருக்கும் என் நன்றியைத் தெரிவித்துக்கொள்கிறேன்.

நாகர்கோவில், அ.கா. பெருமாள்
செப்டம்பர், 2011.

1

முஞ்சிறை திருமலைக் கோவில்

பன்னிரண்டு சிவாலயங்களில் முதல் கோவில் முஞ்சிறை என்ற ஊரில் உள்ள திருமலை மகாதேவர் கோவில். இந்தக் கோவிலில் இருந்து 7 கி.மீ. தொலைவில் இருக்கும் திக்குறிச்சியில் இரண்டாம் சிவாலயம் உள்ளது.

முஞ்சிறையில் விளவங்கோடு வட்டத்தில் முஞ்சிறை கிராமப் பஞ்சாயத்தின் கீழ் வருகிறது. நாகர்கோவில் திருவனந்தபுரம் சாலையில் உள்ள மார்த்தாண்டத்தில் இருந்து தேங்காய்ப்பட்டணம் செல்லும் சாலையில் 7 கி.மீ. தொலைவில் இருக்கிறது முஞ்சிறை. இந்த ஊரில்

உள்ள மேல்நிலைப்பள்ளியின் எதிரே தரைமட்டத்திலிருந்து தாழ்ந்து செல்லும் சாலைவழி அரை கி.மீ. தூரம் நடந்தால் திருமலைக் கோயிலை அடையலாம்.

செழிப்பான இயற்கையழகுடைய இந்த ஊரில் நாயர், நாடார் சாதியினர் அதிக அளவில் வாழ்கின்றனர். இந்த ஊரிலிருந்து அரை கிலோமீட்டர் தூரத்தில் தாமிரபரணி (கோதையாறு) ஆறு ஓடுகிறது.

மார்த்தாண்டம் – தேங்காய்ப்பட்டணம் சாலையில் உள்ள உதிச்சிக்கோட்டை என்ற ஊருக்கும் முஞ்சிறை ஊருக்கும் உள்ள தொடர்பு பற்றிய வாய்மொழிக்கதைகள் இன்றும் நிலவுகின்றன. மதுரை நாயக்க அரசர்களில் தலைசிறந்தவரான திருமலை நாயக்கரின் (1623 – 1659) தாயான உதிச்சி, குழந்தைப்பேறு வேண்டி முஞ்சிறை சிவன் கோவிலுக்கு வந்தார். அப்போது அவர் தங்குவதற்காகக் கட்டப்பட்ட அரண்மனையே உதிச்சிக் கோட்டை எனப்பட்டது.

உதிச்சிக்கு, முஞ்சிறை மகாதேவர் அருளால் ஆண் குழந்தை பிறந்தது. அவள் வேண்டியபடியே அந்தக் குழந்தைக்குக் கோவிலின் பெயரான திருமலை என்னும் பெயரைச் சூட்டினாளாம். திருமலை நாயக்கரின் தாயாரான உதிச்சியின் பெயரால் கட்டப்பட்ட கோட்டையின் அடையாளம் சுமார் 100 ஆண்டுகளுக்கு முன்புவரை இருந்தது.

திருவிதாங்கூரின் திவானாக இருந்தவரும் திருவிதாங்கூர் ஸ்டேட் மேனுவலை எழுதியவருமான நாகம் அய்யா இந்தக் கோட்டையின் இடிபாடுகளைப் பார்த்திருக்கிறார் (1902). ஐந்து ஏக்கர் பரப்பில் இருந்த அரண்மனையின் கோட்டைச் சுவரின் இடிந்த பகுதிகள் 2001 இல்கூடப் பார்க்கும்படியாக இருந்தன. நாயக்க மன்னர் யாரோ ஒருவர் கட்டிய இந்தக் கோட்டையுடன் திருமலை நாயக்கரின் தாயையும் சேர்த்து சொல்லப்பட்ட கதைகள் பிற்காலத்தில் புனையப்பட்டிருக்கலாம்.

திருமலை நாயக்கர் முஞ்சிறை திருமலைக் கோவில் மகாதேவருக்குப் பல நிபந்தங்களைக் கொடுத்துள்ளார். இவற்றில் 96 தோலா எடையுள்ள தங்கக் கவசமும் அணிகலன்களும் அடங்கும். இந்த நிபந்தங்களும் முந்தய கதைகளுக்குக் காரணமாய் இருந்திருக்கலாம்.

முஞ்சிறையும் இதைச் சுற்றிய பகுதிகளும் வரலாற்றுப் பாரம்பரியம் மிக்கவை. புராணச் சார்பு உடையவை. முஞ்சிறை ஊரை அடுத்து இருக்கும் குன்னத்தூர் கிராமத்தில்தான்

திருவிதாங்கூரின் புகழ்பெற்ற திவானான ராஜாகேசவதாஸ் (1788 – 1798) பிறந்தார். முஞ்சிறையின் தென்பகுதியில் உள்ள பார்த்திவசேகரபுரம் என்னும் ஊரும் இங்குள்ள கோவிலும் வரலாற்றுப் பின்னணி உடையது.

பன்னிரு சிவாலயங்கள் இருக்கும் ஊர்கள் எல்லாமே செழிப்புடையவை. முஞ்சிறை சற்று ஒருபடி மேல். இந்தக் கிராமத்தில் நுழையும்போதே நம்மை வரவேற்பது தென்ன மரச் சோலைகளும் பலவகையான மரங்களும்தான். ஊரே குளிர்சாதனப் பெட்டிக்குள் இருப்பது போன்ற உணர்வு வரும். இந்த ஊருக்கும் ராமாயணக் காவியத்துக்கும் உள்ள தொடர்பு வாய்மொழிக் கதைகளாக உள்ளது.

ராவணன் சீதையைப் புஷ்பக விமானத்தில் கவர்ந்துசென்ற போது அது பழுதடைந்து தரையில் இறங்கிவிட்டது. அந்த இடத்தில் ஒரு சிறையைக் கட்டிச் சீதையை இருத்தினான் ராவணன். விமானம் பழுது நீக்கப்பட்ட பின்பு சீதையை விமானத்தில் ஏற்றிச்சென்று அசோகவனத்தில் சிறைவைத்தான். சீதையை முதலில் சிறைவைத்த இடம் முஞ்சிறை ஆயிற்று. இப்படி ஒரு கதை இங்கே வழங்குகிறது. இந்தக் கதையுடன் தொடர்பான இடங்கள் இக்கோவிலைச் சுற்றி இருக்கின்றன என்று சொல்கின்றனர்.

அ.கா. பெருமாள்

முதல் சிறையில் இருந்தபோது சீதை முகம்பதித்து அழு தாளாம். அதன் அடையாளமாக அவள் இருந்த கல்பாறையில் இரண்டு நீண்ட குழிகள் உண்டாயின. இந்தக் குழிகளில் எப்போதும் தண்ணீர் இருக்கும். இந்தக் குழிகளைச் சீதையின் கண்கள் என்கின்றனர். இந்தப் பாறை முஞ்சிறை கோவிலின் தென்புறச் சிறுமலையில் உள்ளது.

சீதையின் நயனக் குழிகளில் தண்ணீர் எப்போதும் வற்றாது; வறட்சி காலத்திலும் இதில் தண்ணீர் இருக்கும் என்று சொல்கின்றனர். இதே பாறையில் வண்டித் தடம் போன்ற அடையாளம் உள்ளது. இதை இராவணனின் தேர்த் தடம் என்கின்றனர். இந்தப் பாறையை அடுத்துச் சிறிய குளம் இருக்கிறது. இது சீதை குளித்த சிறு குளம் என்பது வழக்காறு.

இராமனும் இலக்குவனும் தங்கள் குடிலில் சீதையைக் காணாமல் தவித்து நின்றபோது முஞ்சிறை மகாதேவன் கோவிலுக்கு வருகின்றனர். மகாதேவரிடம் வேண்டிவிட்டுச் சீதையைத் தேடத் தொடங்குகின்றனர். இப்படி ஒரு கதையும் இங்கு வழங்குகிறது.

முஞ்சிறையை அடுத்து இருக்கும் கைசூண்டி என்ற குக்கிராமத்துடனும் இராமாயணக் கதையைச் சேர்த்துக் கூறுகின்றனர். சீதையைப் பிரிந்த ராமன் இலக்குவனுடன் காட்டுவழி வருகிறான். அப்போது அந்நியன் ஒருவன் இராவண

னின் கால்தடத்தைக் கையால் தூண்டிக் காட்டினான். (தூண்டி – சூண்டி) அவன் அப்படிக் காட்டிய இடம் கைசூண்டி எனப்பட்டதாம்.

முஞ்சிறையை அடுத்து இருக்கும் சடயங்குழி என்னும் கிராமத்துடன் தொடர்புள்ள ராமாயணக் கதையும் உண்டு. ராவணன் சீதையைக் கவர்ந்து சென்ற போது ஜடாயு தடுத்தான்; ராவணன் அவன் சிறகை வெட்டி ஒரு குழியில் தள்ளினான். அந்த இடம் சடயங்குழி என்று வழங்கப்பட்டதாம்.

முஞ்சிறை சிவன் கோவிலை அடுத்த பாறைப் பகுதிகளிலும் சிறுகுன்றுகளிலும் பலவகையான மூலிகைகள் உள்ளன. இதனால் இங்கே சித்தர்கள் வந்து தங்கினர் என்னும் செய்தி உண்டு. இங்கே ஒரு சித்த மருத்துவக் கல்லூரியும் இருக்கிறது.

சீதை சிறையிருந்த இடம் எனச் சொல்லப்படும் பாறைக்குச் சித்தா கல்லூரி வழியாகச் செல்லலாம். இங்குள்ள சுனையின் அருகே நின்று பார்த்தால் முஞ்சிறையின் மொத்த ஊரும் தெரிகிறது. இந்தப் பாறையின் கீழ்ப்பகுதியில் சிறு நீராழி உள்ளது. இதன் கீழ் முனிவாழ் தோட்டம் இருக்கிறது.

இச்சிறு குன்றின் அடிவாரத்தில் உள்ள ஒரு குகைவழியே கோவிலுக்குச் செல்ல வழி உண்டு என்னும் கர்ணபரம்பரைக் கதையும் வழங்குகிறது. முஞ்சிறையை அடுத்த பார்த்திவசேகர புரம், புதுக்கடை என்னும் இரு ஊர்களும் பழமையானவை. அண்மையில், புதுக்கடை ஊரில் கிடைத்த தங்க நாணயங்களை ஆராய்ந்தவர்கள் இதன் பழமை பிற்காலச் சோழர் காலம்வரை செல்கின்றது என்று கூறியுள்ளனர்.

முஞ்சிறை திருமலைக் கோவில், தேவசம் வகையில் அடங்குவது. இதன்கீழ் கோனார் கோவிலும் கமுகம் தோட்டம் கோவிலும் வருகின்றன. கோனார் கோவிலில் சிவன், விஷ்ணு சிற்பங்கள் உள்ளன. கமுகம் தோட்டம் கோவிலைச் சாஸ்தா கோவில் என்று கூறுகின்றனர். இங்கு வேட்டைக்கு ஒரு மகன், துர்க்கை, யட்சி ஆகியோருக்கு வழிபாடு உண்டு.

முஞ்சிறை திருமலைக் கோவில் பெரிய பாறைமேல் இருக்கிறது. கிழக்கு நோக்கிய இக்கோவிலின் வடபுறத்தில் வாகனம் செல்வதற்கு வசதியான பாதையும் தென்புறத்தில் சிறு பாறையும் குன்றும் உள்ளன. தரைமட்டத்திலிருந்து பார்ப்பவருக்கு 40 அடி உயரப்பாறையில் இருக்கும் இக்கோவிலின் முகப்பும் கம்பீரமும் வியப்பை அளிக்கும்.

தரைமட்டத்திலிருந்து 38 படிகள் ஏறிச் சென்றால் கோவிலை அடையலாம். கோவிலின் முன் அரங்கு 5 தூண்கள்

கொண்ட ஓட்டுக்கூரையால் ஆனது. இங்கு செம்புக் கொடிமரமும் பலிபீடமும் ஐந்தடுக்கு பித்தளை விளக்கும் உள்ளன. இந்த ஓட்டுக் கட்டடத்தின் வடபுறம் செடியும் கொடியும் நிறைந்த சிறு தோட்டம் காணப்படுகிறது. இதன் வழி சென்று வெளிப்பிராகாரத்திற்குச் செல்லலாம். வடக்கு பிராகாரத்திலிருந்து வடபுறம் பார்ப்பது நல்ல அனுபவம். கண்கள் பார்க்குமிடமெல்லாம் பச்சைப் பசேலென்ற காட்சி.

வடமேற்கு வெளிப்பிராகாரத்தில் அய்யப்பன் பரிவார தெய்வமாக உள்ளார். கூடவே சிறிய நாகர் சிற்பங்களும் உள்ளன. மேற்கு வெளிப்பிராகாரத்திலிருந்து வெளியே செல்ல வாசல் உண்டு. இந்த வாசல் வழிச் சென்று படிகளில் இறங்கி ஊரின் மேற்குப் பகுதிக்குச் செல்லலாம். மேற்கு வெளிப்பிராகார வாசலை ஒட்டிச் சிறிய குளம் உண்டு. இது பூசகர்கள் மட்டும் குளிப்பதற்குரியது.

தென்மேற்கில் நாகர் பரிவார தெய்வம் உள்ளது. இதனருகே 20 அடி உயரமுடைய சிறிய பாறை உண்டு.

தெற்குப் பிராகாரத்தின் மேற்குப் பகுதியை ஒட்டிச் சிறிய குளம் இருக்கிறது. இந்தக் குளம் எல்லா பக்தர்களும் குளிப்பதற்கு உரியது. இந்தக் குளத்திற்கு ஊரின் தென்பகுதியிலிருந்து வரலாம். இங்கே படித்துறை உண்டு. குளத்திற்கு நீர் வருவதற்கு வழி உண்டு. சிவாலய ஓட்டப் பக்தர்கள் இந்தக் குளத்தில் குளித்துவிட்டு ஓட்டத்தைத் தொடங்குகின்றனர். அதனால் மகாசிவராத்திரி தொடங்கும் முன்பு சில தினங்களில் இந்தக் குளத்தில் தண்ணீரைப் பெருக்கிவிடுவர். இது பஞ்சாயத்தாரின் உபயம்.

தெற்கு வெளிப்பிராகாரத்திலிருந்து வெளியே செல்ல வாசலுண்டு. இந்தப் பிராகாரத்தில் கோவில் அலுவலகம் உள்ளது. தென்கிழக்கில் 5 அடி உயரப்பாறை உண்டு. இந்தப் பாறையில் ஏறி வெளிவாசல் வழி இறங்கி கிழக்குப் பகுதி மைதானத்தை அடைய முடியும்.

ஏறத்தாழ ஒரு ஏக்கர் பரப்புள்ள இடத்தில் இருக்கும் இக்கோவிலைச் சுற்றி மதில் உண்டு. இந்த வளாகத்தின் நடுவே தான் சிவன், விஷ்ணு இருவரின் கோவில்களும் உள்ளன.

கோவிலின் முக்கியமான கிழக்கு வாசல் சிவன் கோவிலின் நேர் எதிரே உள்ளது. இவ்வாசல் வழியாக வந்து முன்பகுதி ஓட்டுக் கட்டடத்தைக் கடந்ததும் 4 தூண்கள் கொண்ட சிறு கல்மண்டபத்தை அடையலாம். இந்த மண்டபத்தை அடுத்து தெற்கு வடக்காக நீண்டு கிடக்கும் பெரிய கல்மண்டபம்

உள்ளது. இந்த மண்டபம் தரைமட்டத்திலிருந்து 90 செ.மீ. உயரமுடையது. கிழக்கு முன்வாசலிலிருந்து கோவிலுக்குச் செல்ல இந்த மண்டபத்தில் நீண்ட பாதை உண்டு.

இந்த மண்டபத்தின் இரண்டு பக்கங்களிலும் 22 தூண்கள் உள்ளன. இந்த மண்டபத்தில் சிவன் கோவிலுக்கு எதிரே இருப்பதுபோல் விஷ்ணு கோவிலுக்கு எதிரேயும் பாதை உண்டு.

இந்த மண்டபத் தூண்களில் குறைவான அளவிலேயே சிற்பங்கள் காணப்படுகின்றன. அர்ஜுனன் தபஷ், மேகத்தில் முனிவர், நிர்வாணமாக நின்றுகொண்டு மூக்கில் விரலை வைக்கும் பெண் ஆகியோரின் சிற்பங்கள் உள்ளன. இரண்டு மல்லர்கள் உக்கிரமாய்ச் சண்டை செய்யும் சிற்பம் வடக்கு ஓரத் தூணில் உள்ளது. ஒரு முனிவர் நின்றகோலத்தில் தன்

இரு கால்களையும் அகலமாய் விரித்துக்கொண்டு குனிந்தபடி நிற்கிறார். இதே பகுதியில் இன்னொரு சிற்பமும் உள்ளது. ஒருவர் தன் கால்களுக்கு இடையே உள்ள சிவலிங்கத்தின் மேல் இரண்டு கைகளையும் வைத்து அழுத்துகிறார். இச் சிற்பத்தின் தாத்பரியம் அறிய முடியவில்லை.

இந்த மண்டபத்தின் தூண்களில் அமைந்த பாவை விளக்கு கள் அழகியல் தன்மை இல்லாதவை. மகாதேவர் கோவிலின் முன்பகுதியில் உள்ள சோபனவாசல் இரண்டு தூண்களால் ஆனது. முன்புற இரு தூண்களும் சிங்க முகப்புடையது. இந்தத் தூண்களின் அமைப்பு இக்கோவிலின் பழமையைக் காட்டு கிறது.

மகாதேவரின் ஸ்ரீகோவில், கருவறை அர்த்தமண்டபம், நந்திமண்டபம் என்னும் மூன்று பகுப்பை உடையது. நான்கு தூண்களைக் கொண்ட நந்தி மண்டபத்தின் மேல்கூரையில் வேலைப்பாடுள்ள சிற்பங்கள் உள்ளன. இந்த மண்டபத்தில் இருக்கும் நந்தி, வடபுறம் ஒதுங்கி இருக்கிறது. கோவிலின் சோபன படியிலோ தரைமட்டத்திலோ நின்று வழிபடும் பக்தர்களுக்கு நந்தி வழிமறைக்காது. நந்தி வடபுறம் ஒதுங்கி இருப்பதற்குச் சொல்லப்படும் காரணம் எளிய பக்தர்களின் வேண்டுகோள் என்பதுதான். இந்தக் கதையும் சிதம்பரம் நந்தனார் கதை நிகழ்ச்சியிலிருந்து உருப்பெற்றிருக்கலாம்.

கருவறைச் சிவலிங்கம் ஆவுடையின்மேல் பிரதிஷ்டை செய்யப்பட்டது. சிவனுக்கு வெள்ளிக் கவசம் உண்டு. இக் கோவில் மூலவரின் பெயர் சூலபாணி. முதல் ராஜேந்திர சோழரின் கல்வெட்டு திருமலை என்னும் பெயரைக் குறிப்பிடு கிறது. கி.பி. 1435ஆம் ஆண்டுக் கல்வெட்டும் திருமலை மூலவரை மகாதேவர் என்றே கூறுகிறது. சூலபாணி என்ற பெயர் பிற் காலக் கல்வெட்டுகளில் காணப்படவில்லை. சூலத்தைக் கையில் ஏந்திய சிவன் என்னும் பொருளில் இந்த மூலவர் சூலபாணி என அழைக்கப்படுகிறார். இவர் இங்கே லிங்கவடிவில் உள்ளார்.

பிரணவத்தின் பொருள் தெரியாததால் படைப்புக் கடவு ளான பிரம்மனை முருகன் சிறைப்பிடித்து வைத்தான். இந்த இடம் (திருமலை) முஞ்சிறை ஆயிற்று. அப்போது பிரம்மனின் முன்தோன்றிய வடிவமே சூலபாணி ஆனது என்னும் தல புராணக் கதையும் இங்கே வழங்குகிறது. இதுவும் பிற்காலத்தில் உருப்பெற்றிருக்கலாம்.

கிழக்கு வாசலில் உள்ள சிவன் கோவில் கொடிமர மண்டபத்திலிருந்து தெற்குப் பக்கமாகச் சென்றால் விஷ்ணு கோவிலைப் பார்க்கலாம். இதன் முன்பகுதியில் செம்புத்தகடு

வேய்ந்த கொடிமரம் உண்டு. இக்கொடிமரத்தின் உச்சியில் கருடனின் உருவமும் சிவன் கோவிலின் எதிரே உள்ள செம்புக் கொடிமரத்தின் உச்சியில் நந்தியின் உருவமும் உள்ளன.

விஷ்ணு கோவிலின் முகப்பு மண்டபத்தின் மேல் மகா விஷ்ணுவின் உருவமும் இருபுறமும் பூதேவியும் ஸ்ரீதேவியும் உள்ளனர். இந்த முகப்பு மண்டபத் தூண்களில் வேலைப் பாடில்லாத சிற்பங்கள் உள்ளன.

முகப்பு மண்டபத்தை அடுத்து இருக்கும் கல்மண்டபத் திற்கு நடுவழிப்பாதை செல்கிறது. இந்த வழிச் சென்றால் விஷ்ணு கோவிலின் எதிரே உள்ள நமஸ்கார மண்டபத்தைப் பார்க்கலாம். நான்கு தூண்கள் கொண்ட இந்த ஓட்டுக்கூரை மண்டபத்தில் கல்லால் ஆன நின்றகோலக் கருடன் உள்ளார். இந்த மண்டபத்தின் மேற்கூரை கேரள பாணியில் அமைந் துள்ளது.

விஷ்ணு கோவில், கருவறை, அர்த்தமண்டபம் என்னும் இரண்டு பகுதிகளை உடையது. மூலவரான விஷ்ணுவின் கல் விக்கிரகம் 75 செ.மீ உயரமுடையது. சதுர்புஜம் கொண்டது. வலதுமேல் கையில் சக்கரமும் இடதுமேல் கையில் சங்கும் உள்ளன. வலது கீழ்கை அபய முத்திரை காட்டுகிறது. இடது கீழ்கை கதையைப் பிடித்தபடி உள்ளது.

விஷ்ணு கோவிலின் வடபுறச் சுவரைத்தொட்டு சிறிய விநாயகர் கோவில் உள்ளது. இது பிற்காலத்தில் கட்டப்பட்டது. விஷ்ணு கோவிலுக்கும் சிவன் கோவிலுக்கும் நடுவே 14 தூண்களைக் கொண்ட, ஓட்டுக்கூரை அமைந்த நீண்ட அரங்கு உள்ளது. இது தரைமட்டத்திலிருந்து 10 செ.மீ. உயரமுடையது. இதில் கலச பூசையும் பிற பூசைகளும் நடக்கின்றன. பிராமணர் களின் 'நமஸ்கார ஊட்டுக்குரிய' (பிராமணர்கள் உணவு உண்ணும் இடம்) இடமாகவும் இது இருந்திருக்கிறது.

சிவன் கோவில், விஷ்ணு கோவில் இரண்டையும் சுற்றி, திறந்தவெளி உள்பிராகாரம் உண்டு. இந்தப் பிராகாரத்தைச் சுற்றிலும் வடக்கு, மேற்கு, தெற்கு பகுதிகளில் திருச்சுற்று மண்டபம் உண்டு.

வடக்குப் பகுதித் திருச்சுற்று மண்டபத்தில் மடப்பள்ளி இருக்கிறது. மேற்குப் பகுதிச் சுற்று மண்டபத்திலிருந்து மேற்கு வெளிப்பிராகாரம் செல்ல வாசல் உண்டு. இதே பகுதியில் வடமேற்கில் உக்கிராண அறையும் உண்டு. தெற்குப் பகுதித் திருச்சுற்று மண்டபம் பத்துத் தூண்களைக் கொண்டது. இங்கும் வெளிப்பகுதிக்குச் செல்ல வாசல் உண்டு.

அ.கா. பெருமாள்

திருச்சுற்று மண்டபத்தில் வடக்குப் பகுதித் தூணில் ஆளுயர அரசர் சிற்பம் ஒன்று காணப்படுகிறது. இது நின்ற கோலமாய் அஞ்சலி ஹஸ்கத்துடன் கூடியது. இதற்கு மீசை இருக்கிறது. பொதுவாகத் திருவிதாங்கூர் அரசர்களின் சிற்பங்களில் மீசை இருப்பது கிடையாது. தொந்தியும் வடிந்த காதும் நிறைய ஆபரணங்களும் உடைய இந்தச் சிற்பம் நாயக்க அரசர்களில் ஒருவராக இருக்கலாம்.

இக்கோவிலைச் சுற்றி யானைக் குளம், வடக்கே குளம், பற்றுக் குளம், தீர்த்தக் குளம் என நான்கு குளங்கள் உள்ளன.

இக்கோவிலின் தோற்றம், கட்டுமானம் பற்றிய சில செய்திகள், கோவிலில் காணப்படும் கல்வெட்டுக்களில் உள்ளன (பி.இ.எண் : 8).

இக்கோவிலின் மிகப் பழைய கல்வெட்டு கி.பி. 9ஆம் நூற்றாண்டைச் சேர்ந்தது. இது பிராகாரப் பாறையில் உள்ளது. இப்பாறை ஸ்ரீகோவிலை ஒட்டியிருக்கிறது. இதனால் கோவி

லின் கருவறைப் பகுதி கி.பி. 9ஆம் நூற்றாண்டிற்கு முற்பட்டது என்று கருதலாம். இக்கல்வெட்டு, இக்கோவில் பெரிய அம்பலமாக இருந்ததாகக் குறிப்பிடுகிறது. இதனால் கி.பி.9ஆம் நூற்றாண்டுக்கு முற்பட்டு இக்கோவில் வழிபாட்டுக்கு உரியதாக இருந்திருக்கலாம். கி.பி. 8, 9ஆம் நூற்றாண்டுகளில் இன்றைய கல்குளம் வட்டத்தைச் சேர்ந்த ஊர்களை ஆட்சி செய்த ஆய் மன்னர்கள் பழைய கோவில்களைப் புதுப்பித்துள்ளனர். புதிய கட்டுமானங்களையும் செய்துள்ளனர். முஞ்சிறை ஊரை அடுத்து இருக்கும் பார்த்திவசேகரபுரம் ஊர் ஆய் மன்னனான கோக்கருநந்தடக்கனுடன் தொடர்புடையது. இதனால் ஆய் மன்னர்களின் கட்டுப்பாட்டில் இக்கோவில் இருந்திருக்க வேண்டும் என்று ஊகிக்கலாம்.

கி.பி. 11ஆம் நூற்றாண்டில், தென்திருவிதாங்கூர் பகுதிகள் பிற்காலச் சோழர் ஆட்சிக்குட்பட்டு இருந்தபோது சிவன் கோவில்கள் பணிசெய்யப்பட்டன. முதல் ராஜேந்திரனின் கல்வெட்டுகள் பல சிவன் கோவில்களில் கிடைத்துள்ளன. இவற்றில் இக்கோவிலும் அடங்கும். இதே காலத்து வட்டெழுத்துக் கல்வெட்டு, இக்கோவிலில் ஒரு சபை இருந்ததைக் குறிப்பிடுகிறது. இச்சபை பற்றி கி.பி. 9ஆம் நூற்றாண்டுக் கல்வெட்டில் குறிப்பு இல்லை. இதனால் சோழர் காலத்தில் இக்கோவில் பெருங்கோவிலுக்குரிய அந்தஸ்தைப் பெற்று விட்டதாகக் கொள்ளலாம்.

இக்கோவிலில் காணப்படும் கி.பி. 11ஆம் நூற்றாண்டுக்குப் பிற்பட்ட கல்வெட்டுகளில், நம்பூதிரி பிராமணர்களின் செல்வாக்கு இக்கோவிலில் ஏற்பட்டது குறித்த செய்திகள் உள்ளன. வடதிருவிதாங்கூரைச் சேர்ந்த ஊர்களிலிருந்தும் இக்கோவிலுக்கு நிபந்தம் கொடுத்த செய்தி கல்வெட்டுக்களில் உள்ளது.

இக்கோவிலின் பெரும்பாலான கல்வெட்டுக்கள் திருச்சுற்று மண்டபங்களிலும் முன்மண்டபத்திலும் காணப்படுகின்றன. இப்போதைய கொடிமரம் பிற்காலத்தில் நிறுவப்பட்டது. ஆரம்ப காலத்தில் கோவிலின் உள்பிராகாரத்திலேயே கொடிமரம் நடப்பட்டிருந்தது. இந்த மண்டபத்தைக் கட்ட நிபந்தம் அளித்தவர்களின் பெயர்கள் கல்வெட்டுக்களில் உள்ளன.

இதனால் கி.பி. 9ஆம் நூற்றாண்டுக்கும் கி.பி. 11ஆம் நூற்றாண்டுக்கும் இடைப்பட்ட காலங்களில் மகாதேவர், விஷ்ணு கோவில், ஸ்ரீகோவில் பகுதிகளும் கி.பி. 16ஆம் நூற்றாண்டில் திருச்சுற்று மண்டபமும் 19ஆம் நூற்றாண்டில் முன்மண்டபமும் கட்டப்பட்டிருக்க வேண்டும் என்று கருதலாம்.

அ.கா. பெருமாள்

இக்கோவிலில் மாசி மாதம் கும்பாஷ்டமி, கார்த்திகை மாதம் விருட்சிகாஷ்டமி, பிரதோசம் போன்ற விழாக்களும், திருவாதிரை, ஆயில்யம் நட்சத்திரங்களில் பூஜைகளும் கிரிதாரையும் (பி.இ.எண் : 9) நடக்கின்றன. பங்குனி மாதம் பூரட்டாதி நட்சத்திரத்தில் மகாதேவர் கோவிலிலும் விஷ்ணு கோவிலிலும் கொடியேற்று விழா நடக்கும்.

ஒன்பதாம் நாள் விழாவில் வேட்டையும் பத்தாம் நாள் விழாவில் ஆராட்டு நிகழ்ச்சியும் நடக்கும். ஆறாட்டு நிகழ்ச்சி கோனார் கோவிலில் நடக்கிறது. ஏழாம் திருவிழாவின் மண்டகப் படி முஞ்சிறை மடத்திலும் எட்டாம் நாள் மண்டகப்படி கமுகம் தோட்டம் கோவிலிலும் நடக்கிறது.

பிற சிவாலயங்களின் வேட்டை நிகழ்ச்சியிலிருந்து வேறு பட்டது இக்கோவில் நிகழ்ச்சி. வேட்டை நிகழ்ச்சியில் வேட்டைக்

குப் பொருளாக கோழிக்குஞ்சு, கருக்கு (இளநீர்) இரண்டையும் வைக்கின்றனர். பெட்டையா சேவலா என்று கண்டுபிடிக்க முடியாத பருவத்தில் உள்ள குஞ்சையே வேட்டையில் பயன் படுத்துகின்றனர்.

இந்தக் குஞ்சை இலந்தி, வில்வமர இலைகளின் நடுவே வைத்து வேட்டை நடக்கும் இடத்தில் வைப்பர். வேட்டை நிகழ்ச்சியை நடத்தும் குருப்பு கோழிக்குஞ்சின் மேல் மெதுவாக அம்பை வைப்பர். கருக்கின் மேல் அம்பைக் குத்துவார். வேட்டை நிகழ்ச்சி முடிந்ததும் உயிரோடு இருக்கும் இந்தக் குஞ்சை வளர்ப்பதற்குக் கொண்டுசென்று விடுவர். இதை வளர்ப்பது நல்லது என்ற நம்பிக்கை உள்ளது.

இந்த வேட்டைக்கு என்று உரிமை உடைய நான்கு வேட்டைக் குருப்புக் குடும்பங்கள் உள்ளன. முந்தைய காலங ்களில், கோவில் விழாவில் வாகனம் எடுப்பதுண்டு. இப்போது யானை ஸ்ரீபலியே நடக்கிறது. யானையில் வலம் வரும் விழாப் படிமம் ஐம்பொன்னால் ஆனது. சிவன், விஷ்ணு இருவருக்கும் விழாப் படிமங்கள் உண்டு.

அ.கா. பெருமாள்

2

திக்குறிச்சிக் கோவில்

பன்னிரு சிவாலயங்களில் இது இரண்டாவது கோவில். முதல் கோவிலான முஞ்சிறை திருமலைக் கோவிலிலிருந்து மார்த்தாண்டம் வழியாக 17 கி.மீ. தொலைவு சென்று திக்குறிச்சியை அடையலாம். பன்னிரு சிவாலயங்களில் தமிழக இந்து அறநிலைய ஆட்சித் துறையின் நேரடி ஆளுகைக்கு உட்பட்ட கோவில் இது ஒன்றுதான். இக்கோவில் நம்பூதிரி ஒருவருக்குச் சொந்தமான கோவிலாக இருந்தது. அவரது குடும்பத்தினர் கோவிலைப் பராமரிக்க முடியாத நிலையில் அரசிடம் ஒப்படைத்தனர்.

திக்குறிச்சி ஊர் விளவங்கோடு வட்டத்தில் பாகோடு பஞ்சாயத்தின் கீழ் வருகிறது. கிழக்கிலிருந்து மேற்காக ஓடும் தாமிரபரணி ஆற்றங்கரையை ஒட்டியிருக்கும்

ஊர் இது. நாகர்கோவிலிலிருந்து 36 கி.மீ. தூரத்தில் இருக்கிறது. மலையாளத்தின் பிரபல நடிகர் சுகுமாரன் நாயர் பிறந்த ஊர்.

பிற சிவாலயங்கள் இருக்கும் ஊர்களைப் போலவே இந்த ஊரும் மரங்களும் செடிகளும் நிறைந்து செழிப்புடன் இருக்கிறது. தாமிரபரணி ஆறு இந்த ஊரில் நீண்டு கிடப்பதால் கிடைத்த வளம் இயற்கையில் தெரிகிறது. ஆற்றின் கரையை ஒட்டி இருக்கின்ற இக்கோவில் கிழக்குப் பார்த்தது.

அ.கா. பெருமாள்

என்றாலும் கோவிலின் வடக்கு வாசலையே மக்கள் பொது வாகப் பயன்படுத்துகின்றனர்.

வடக்கு வாசலின் வெளியே இருந்த பழைய கோவில் அலுவலகமும் நம்பூதிரி குடியிருப்பும் இப்போது பாழடைந்து விட்டன. இந்தக் கோவில் பெரிய அளவில் பராமரிக்கப் படவில்லை என்பது வடக்கு வாசலின் தென்கிழக்கில் உள்ள பழைய இடிபாடுடைய கட்டடங்களிலிருந்து தெரிகிறது.

வடக்கு வாசலில் சிறுமண்டபம் உண்டு. இந்த முகப்பு மண்டபத்தில் வேலைப்பாடில்லாத தூண்கள் உள்ளன. இதில் உள்ள விளக்குப் பாவைகளின் மேல் வெண்ணிற சுதை பூசப் பட்டதால் இதன் இயல்பான தோற்றம் தெரியவில்லை.

கோவிலைச் சுற்றிய வெளிப்பிராகாரத் தரை கருங்கல் பாவப்பட்டது. கிழக்குப் பிராகாரத்தின் வடகிழக்கில் சாஸ்தா கோவிலும் அருகே காலபைரவர் கோவிலும் உள்ளன. கால பைரவர் திறந்தவெளியில் நிற்கிறார்.

மூலவருக்கு எதிரே உள்ள கிழக்குப் பிராகார வெளிவாச லில் சிறுமண்டபம் உள்ளது. இதில் இருபுறத்திலும் கல் பாவப் பட்ட சிறு திண்ணைகள் உள்ளன. இந்த வாசல் வழி படிகளில் இறங்கி தாமிரபரணி ஆற்றிற்குச் செல்லலாம். கோவிலின் கிழக்கு வாசல் திண்ணையிலிருந்து 7 மீட்டர் ஆழத்தில் ஓடும் தாமிரபரணி ஆற்றைப் பார்ப்பதே ஆனந்தம்தான்.

தெற்கு வெளிப்பிராகார வெளிமதில் உயர்ந்திருக்கிறது. கோவிலின் தென்மேற்கு நோக்கி ஓடும் பெரிய ஆற்றிலிருந்து

கோவிலைப் பாதுகாக்க இந்த ஏற்பாடு. இந்தக் கல் கட்டு மானம் மிகப்பழையது.

தென்மேற்கில் விநாயகர் கோவில் உள்ளது. இது பிற்காலத் தில் கட்டப்பட்டது. மேற்கு வெளிப் பிராகாரத்திலும் பெரிய மதில் உண்டு. கோவிலின் மேற்கே பெரிய தோட்டம் பரந்து கிடக்கிறது. மேற்கு வெளிப் பிராகாரத்திலிருந்து கோவிலினுள் செல்ல வாசல் உண்டு. இதில் சிறு மண்டபமும் உண்டு. வடமேற்கு வாயு மூலையில் ஆகாச யட்சி பிரதிஷ்டை செய்யப்பட்டிருக்கிறாள். வெட்ட வெளியில் மேடையில் உள்ள கல்பட்டையில் சூலம் வரையப்பட்டுள்ளது. இதுவே யட்சி. இதற்குத் தின வழிபாடு இல்லை.

ஸ்ரீகோவிலைச் சுற்றி மூன்று புறமும் கல்தொங்கு கூரை உண்டு. 90 செ.மீ. நீளமுள்ள இக்கல் கூரையைத் தாங்கும் தூண்களும் சுற்றி உள்ளன. இந்தக் கட்டுமான அமைப்பு பிற சிவன் கோவில்களில் காணப்படாதது.

அ.கா. பெருமாள்

கிழக்குப் பிராகாரத்தில் ஸ்ரீகோவிலின் எதிரே ஒரு சிறு முன்மண்டபம் உள்ளது. இருபக்கங்களிலும் 8 தூண்கள் கொண்ட இந்த மண்டபத்தின் தெற்கிலும் வடக்கிலும் சுவர்கள் இருந்தாலும் இது திறந்தவெளி மண்டபமாகவே காணப்படு கிறது.

இந்த மண்டபத்தில் வாடாவிளக்கும் பலிபீடமும் உள்ளன. பலிபீடத்தின் கல் பழமையானது. இந்த மண்டபத்தின் தூண் களில் சிற்பங்கள் உள்ளன. இவற்றில் சில அபூர்வமானவை.

நாகக்குடையின் கீழ் அஞ்சலி ஹஸ்த முனிவர், வில், அம்பு தாங்கிய முனிவர், ஆயுதத்துடன் வீரன், அனுமன் போன்றோரின் சிற்பங்கள் உள்ளன. இந்த மண்டபத்தின் வடபுறத்தூண் ஒன்றின் கீழ்ப்பகுதியில் பீமனும் வியாக்கிர பாதரும் நின்றகோலத்தில் உள்ளனர். பீமன் கையில் கதை இருக்கிறது. முனிவர் அவனைச் சபிக்கத் தயாராவது போல் கையை உயர்த்தி நிற்கிறார். இந்தச் சிற்பம் பன்னிரு சிவாலயங்கள் தொடர்பான கதையைப் பின்னணியாகக் கொண்டது. இத்தகு சிற்பம் பிற சிவாலயங்களில் இல்லை.

இதே தூணில் அனுமன் கணையாழியைச் சீதையிடம் கொடுக்கும் காட்சிச் சிற்பம் உள்ளது. சீதை அமர்ந்திருக்கிறாள். அனுமன் பவ்யமாக அவள் முன்னே நின்றுகொண்டிருக்கிறான்.

இந்தச் சிற்பத்தின் மேல் பகுதியில் அரக்கியின் வாய்வழி நுழைந்து காதுவழி வெளிப்படும் அனுமனின் சிற்பம் உள்ளது. இது இராமாயண யுத்த காண்ட நிகழ்ச்சி. சீதையைத் தேடிக் கடல்வழிச் சென்ற அனுமனைத் தடுத்த சுரசை என்னும் நாகமாதாவின் சிற்பம் இது. பொன்மனையில் இக்காட்சி மரச்சிற்பமாக உள்ளது.

மண்டபத்தின் முன்பகுதித் தூணில் மான், மழு ஏந்திய அஞ்சலி ஹஸ்த அதிகார நந்திச் சிற்பம் உள்ளது. இதுவும் அபூர்வமானது, இந்த மண்டபத்தின் கட்டுமானத்தின் அடிப் படையில், இது 17 அல்லது 18ஆம் நூற்றாண்டில் கட்டப்பட்ட தாகக் கணிக்க முடிகிறது. இந்த மண்டபத்தின் தூணில் உள்ள பன்னிரு சிவாலயம் தொடர்பான சிற்பம் அமைக்கப்பட்ட தைக் கொண்டு இக்கதையும் இக்காலத்தில் வழக்கில் இருந்த தாகக் கொள்ளலாம்.

மண்டபத்தை அடுத்து தெற்கு வடக்காக நீண்டு கிடக்கும் கல்மண்டபம் கிழக்குத் திருச்சுற்று மண்டபம் எனப்படும். இதன் நடுவே வழிப்பாதையும் தெற்கிலும் வடக்கிலும் தரை மட்டத்திற்கு ஒரு மீட்டர் உயரமுள்ள திண்ணையும் உண்டு.

இந்த மண்டபத்தின் தெற்கிலும் வடக்கிலும் வெளிப்பிரா காரம் செல்ல வாசல் உண்டு. இந்த மண்டபத்தில் உள்ள ஆறு தூண்களிலும் சிற்பங்கள் இல்லை. மண்டபத்துக்கும் ஸ்ரீகோவிலுக்கும் நடுவே தரைமட்ட அளவில் கல்மண்டபம் உள்ளது. இதில் நின்றுதான் பக்தர்கள் கருவறை தெய்வத்தைத் தரிசிக்க முடியும்.

ஸ்ரீகோவிலின் தென்புறம் மடப்பள்ளி உள்ளது. கருவறை யைச் சுற்றி 13 தூண்கள் கொண்ட திருச்சுற்று மண்டபமும் மண்டபத்திற்கும் கருவறைக்கும் இடைப்பட்ட இடத்தில் கல் பலகணிக் கூரையுடைய சிறு பிராகாரமும் உண்டு. இது உள்பிரகாரத்துக்குக் காற்றும் வெளிச்சமும் வருவதற்குரிய பிற்கால ஏற்பாடாக இருக்கலாம்.

மூன்று பிராகாரங்களிலும் பக்தர்கள் சுற்றிவர வழியும் தரைமட்டத்திற்கு மேல் உயர்ந்த திண்ணையும் உண்டு.

மேற்கு உள்பிராகாரத் திண்ணை பெரியது. முந்தைய காலங் களில் இத்திண்ணையில் அமர்ந்து வேதபாராயணம் செய்யும் வழக்கம் இருந்திருக்கிறது. மேற்கு உள் திருச்சுற்று மண்டபத் திலிருந்து வெளிப்பிராகாரத்திற்குச் செல்ல வாசல் உண்டு.

இந்த மண்டபத்தின் தூண்களின் அமைப்பு, கட்டுமானம் ஆகியவற்றின் அடிப்படையில் இதை கி.பி. 17 அல்லது 18ஆம் நூற்றாண்டில் கட்டப்பட்டதாகக் கொள்ளலாம். முதலில் கருவறையும் அடுத்து கருவறையின் தரைமட்ட மண்டபமும் பின் திருச்சுற்று மண்டபமும் கட்டப்பட்டிருக்கலாம்.

ஸ்ரீகோவில் கருவறை, அர்த்த மண்டபம் என்னும் இரண்டு பகுதிகளை உடையது. மூலவரான மகாதேவர் 30 செ.மீ. உயர லிங்க வடிவினர். கருவறையின் கட்டுமான அமைப்பு பிற்காலச் சோழர் காலத்தைச் சேர்ந்தது. கருவறை அதிஸ்தானச் சுவரின் மேற்கே விஷ்ணு, தட்சணாமூர்த்தி, வடக்கே பிரம்மா ஆகி யோரின் சிற்பங்கள் உள்ளன. இவை சிறிய சிற்பங்கள். ஆனால்

அ.கா. பெருமாள்

நுட்பமானவை. பொதுவாகக் கருவறையின் மேற்கே நரசிம்மர் இருப்பது வழக்கம். இதற்கு மாறாக இங்கே விஷ்ணு இருக்கிறார்.

இந்த மண்டபத்தின் கீர்த்தி முகக்கூடு வேலைப்பாடுடையது. இது விஜயநகரப் பாணிக்கு முற்பட்ட பாணியை நினைவு படுத்துகிறது. கருவறையின் வடக்குச் சுவரில் கஜலட்சுமி, மயில்மேல் சுப்பிரமணியன், வாலி – சுக்கிரீவன் சண்டைச் சிற்பங்கள் உள்ளன. தெற்குக் கருவறைச் சுவரில் விநாயகன், பிரபையுடன் கூடிய தேவி, இருவரின் சிற்பங்கள் சிறிய அளவில் உள்ளன. நுட்பமும் வேலைப்பாடும் உடைய இவை கருவறைக் கட்டுமானத்தின் பழமைக்குச் சான்று.

பன்னிரு சிவாலயங்களிலேயே நந்தி இல்லாத கோவில் திக்குறிச்சிக் கோவில் ஒன்றுதான். இதற்குக் காரணமாக ஒரு கதையைக் கூறுகின்றனர்.

திக்குறிச்சி ஊருக்கு ஒருமுறை காளை ஒன்று வந்தது. ஊருக்கு மிகுந்த தொல்லை கொடுத்தது. ஊர் மக்கள் கல்லை எறிந்து அதை விரட்டிப் பார்த்தனர். அது மிரண்டு எதிர்த்தது. கம்பாலும் ஆயுதங்களாலும் அடித்தனர். காளையின் உடம் பெல்லாம் ரத்தம்; அது தாமிரபரணிக் கரையில் சென்று படுத்தது. ஊர் மக்கள், நந்தியை விரட்டும் படி தரணநல்லூர் தந்திரியை வேண்டிக் கொண்டார்கள். அவர் மந்திரத்தால் ஆற்றின் கசத்தில் நந்தி முழுகும்படி செய்தார். இந்தச் சமயத் தில் கோவிலில் இருந்த நந்தி மாயமாகிவிட்டது.

இந்தக் கதைச் செய்தியின்படி இக்கோவிலில் நந்தி சிற்பம் இருந்திருக்கிறது. இது ஏதோ காரணத்தால் அகற்றப்பட்டிருக் கிறது. இதன்பின் இந்தக் கதை உருவாகியிருக்கலாம்.

இக்கோவிலில் நிலையான கொடிமரம் இல்லை. திரு விழாக் காலங்களில் கமுகு மரத்தை வெட்டி கொடிமரமாக நடுகின்றனர். இக்கோவிலின் திருவிழா மார்கழி மாதம் சதய நட்சத்திரத்தில் ஆரம்பமாகிறது. திருவாதிரை நட்சத்திரத்தில் ஆறாட்டு வரும்படி உள்ள நாளில் முடிகிறது.

ஆறாட்டு தாமிரபரணி ஆற்றின் கரையிலும் வேட்டை நிகழ்ச்சி திக்குறிச்சி ஊரில் உள்ள சாஸ்தா கோவிலிலும் நடக்கிறது. முந்தைய காலங்களில் பத்து நாள் நிகழ்ச்சியிலும் யானை ஸ்ரீபலி உண்டு. இப்போது வேட்டை நிகழ்ச்சியில் மட்டும் யானை ஸ்ரீபலி நடக்கிறது.

3

திற்பரப்புக் கோவில்

பன்னிரு சிவாலயங்களில் மூன்றாவதாக வருவது திற்பரப்பு மகாதேவர் ஆலயம். இரண்டாவது திருத்தலம் இருக்கும் இடமான திக்குறிச்சி ஊரிலிருந்து கிழக்கே உள்ள அருமனை வழியாக வந்து 14 கி.மீ. தூரம் ஓடி திற்பரப்புக் கோவிலை அடையலாம். இது மார்த்தாண்டத் திலிருந்து 18 கி.மீ. வடக்கிலும் நாகர்கோவிலிலிருந்து 41 கி.மீ. தொலைவிலும் இருக்கிறது. திருவட்டாறு – களியல் சாலையில் அமைந்த செழிப்பான ஊர் இது.

இந்த ஊரைச் சுற்றிக் கிலாத்தூர், குச்சாலவிளை, களியல், சடையாலமூடு, கோதையாறு, குலசேகரம் போன்ற சிறு ஊர்கள் உள்ளன. திற்பரப்பு என்னும் சொல் ஸ்ரீவிசாலம் என்ற சமஸ்கிருதச் சொல்லிலிருந்து வந்ததாகக் கூறுகின்றனர். ஸ்ரீ = திரு; விசாலம் = பரப்பு. சிறப்பாக அமைந்த பரந்த இடம் என்பது இதன் பொருள். ஸ்ரீவிசாலபுரம் என்பதற்கு மனத்திற்கு ரம்மியத்தைத் தரும் இடம் என்பது பொருள். இதுவே திற்பரப்பு ஆனது. மலையாள இலக்கிய ஆசிரியர்கள் கொடுக்கும் இந்த விளக்கம் கற்பனையாக இருந்தாலும் பொருத்த மாக இருக்கிறது.

இந்த ஊரின் இயற்கையான பொலிவு இப்போதும் பார்க்கும்படியாகத்தான் இருக்கிறது. வெப்பம் நிறைந்த தமிழ்நாட்டு ஊர்களிலிருந்து இந்த ஊருக்கு வரும் சுற்றுலாப் பயணிகள் வாயைப் பிளந்தபடி நிற்கும் காட்சியை இன்றும் பார்க்க முடியும்.

திற்பரப்பு ஊர் கோதையாற்றின் கரையில் இருக் கிறது. பேச்சிப்பாறை அணையிலிருந்து 13 கி.மீ. தூரம் ஓடி வரும் இந்த ஆறு, இவ்வூரில் நேர் வடக்காகப் பாய்ந்து மேற்கில் வளைந்து சென்று தென்புறம்

அ.கா. பெருமாள்

அருவியாக விழுகிறது. இந்த ஊரில் கோதையாற்றின் அகலம் 90 மீ. இந்த ஆறு 15 மீ. உயரத்திலிருந்து அருவியாக விழுகிறது. வருஷத்தில் ஏழு மாதம் நீர் நிரம்பியிருக்கும். இந்த ஆறு குழித்துறை ஆறு எனப்படும்.

கோவிலின் மேற்கே ஓடும் கோதை ஆற்றின் நடுவே தடுப்பணை கட்டப்பட்டிருக்கிறது. இது சித்திரைத் திருநாள் மன்னரால் விவசாயிகளின் நன்மைக்காக 1948இல் கட்டப் பட்டது. ஆற்றின் இடதுபுறமும் வலதுபுறமும் கால்வாய்கள் உண்டு.

கோவிலின் மேற்கே ஓடும் ஆற்றின் கரையில் நிற்கும் புளியமரத்தின் கீழ் இசக்கியம்மன் கோவில் உள்ளது. வட மேற்கில் கோவில் அலுவலகம்; இதை அடுத்து திருவிதாங்கூர் அரசர்கள் தங்குவதற்குப் பயன்பட்ட கொட்டாரம் (சிறு அரண்மனை). நாலு கட்டு அமைப்புள்ள இந்தக் கட்டடம் பிற்காலத்தில் தந்திரிகள் தங்குவதற்குரிய இடமாக மாறியது. இப்போது பாழடைந்து உள்ளது. இதன் அருகே கோவில் கிணறு இருக்கிறது.

கோவிலின் மேற்கே உள்ள பாறையில் குகை போன்ற அமைப்புடைய இயல்பாக அமைந்த சிறு மாடங்கள் உள்ளன. இவற்றில் சித்தர்கள் தங்கினர் என்பது நம்பிக்கை. இங்கிருந்த பல குகைகள் ஆற்றுப்பெருக்கில் அழிந்துவிட்டன. இப்பாறை யின் அருகே 2 மீ. உயரமுடைய கல் விளக்குத் தூண் உள்ளது.

கோவிலின் மேற்கு வாசலின் எதிரே ஓடும் கோதையாற்றின் கரையில் உள்ள இரண்டு கல் மண்டபங்களும் திருவிதாங்கூர் அரசரான விசாகம் திருநாள் காலத்தில் (1880 – 1885) கட்டப் பட்டவை. அருவியின் அருகே உள்ள மண்டபம் 1881இல் கட்டப்பட்டது என்பதற்குக் கல்வெட்டுச் சான்று உண்டு.

பன்னிரு சிவாலயங்களுக்கிடையே எப்படியும் ஒரு விஷ்ணு கோவில் இருக்கும் என்ற நம்பிக்கை சிவாலய ஓட்டக் காரர்கள் சிலரிடம் உள்ளது. இந்த நம்பிக்கை பிற கோவில் களுக்குப் பொருத்தமில்லா விட்டாலும் இந்த ஊருக்குப் பொருந்திவருகிறது. திற்பரப்பு – திக்குறிச்சி சிவாலயங்களுக்கு இடையே உள்ள மானசேகரம் என்னும் ஊரில் ஒரு விஷ்ணு கோவில் இருக்கிறது. இது சில காலத்திற்கு முன்பு வரை இடிந்த நிலையில் இருந்த இக்கோவில், அண்மையில் புதுப் பிக்கப்பட்டுள்ளது. இது போலவே திற்பரப்பு மற்றும் திருநந்திக்கரை ஊர்களுக்கிடையிலும் ஒரு கிருஷ்ணன் கோவில் இருந்தது. இது இப்போது முழுக்கவும் பாழடைந்த நிலையில் உள்ளது.

திற்பரப்புக் கோவிலின் மூலவரான சிவன், வீரபத்திரர் என அழைக்கப்படுகிறார். வீரபத்திரரும் காளியும் தட்சனை வதை செய்த பிறகு தியானம் செய்வதற்காகத் திற்பரப்பு

ஊரில் மேற்கு நோக்கி அமர்ந்தனர் என்பது இக்கோவில் தலபுராணம். இது கதை என்றாலும் பரந்து நிறைந்து ஓடும் கோதையாற்றைப் பார்ப்பதற்காக மூலவர் மேற்கு நோக்கி இருக்கிறார் என்றும் சொல்லலாம். மூலவரின் எதிரே இருக்கும் நந்தி சற்று ஒதுங்கி இருக்கிறது.

திற்பரப்பு சிவன் கோவில் இரண்டு ஏக்கர் பரப்பில் அமைந்த வளாகத்தில் உள்ளது. இக்கோவிலின் தெற்கே அருவி பாய்கிறது. வடக்கில் வழிப் பாதை; கிழக்கே திருவரம்பு ஊர் செல்வதற்குரிய சாலை; மேற்கே ஆறு என்னும் எல்லைக் குட்பட்டது இக்கோவில். இதன் தெற்கு, மேற்குப் பகுதிகளில் நிரம்பி வழியும் நீரும், வடக்கிலும் கிழக்கிலும் நெருங்கி நிற்கும் மரக்கூட்டங்களும் இந்தக் கோவிலுக்கு அழகைக் கொடுக்கின்றன.

கோவில் நான்குபுறமும் 4.50 மீ. உயரமுடைய கருங்கல் மதில்களால் சூழப்பட்டுள்ளது. நான்குபுறமும் வாசல்களும் உண்டு. என்றாலும் பக்தர்கள் வடக்கு வாசலையே பொது வாகப் பயன்படுத்துகின்றனர். அருவியைத் தொட்ட மேற்கு வாசலில் மணி மண்டபம் உள்ளது. இந்த மண்டபத்தின் இரண்டு புறமும் சிறிய திண்ணைகளும் உள்ளன.

மேற்கு வாசலைக் கடந்ததும் பரந்துவிரிந்த பிராகாரத் தைப் பார்க்கலாம். இக்கோவிலின் நான்கு வெளிப்பிராகாரங் களிலும் தென்னை, பலா போன்ற மரங்கள் செறிந்து காணப் படுகின்றன. தெற்குப் பிராகாரத்தில் வன்னி சபரை என்னும் அபூர்வ மரம் நிற்கிறது.

மேற்குப் பிராகாரத்தில் நிற்கும் 16 மீ. உயரமுடைய செப்புக் கொடிமரம் 1995இல் நிறுவப்பட்டது. இந்தப் பிராகாரததின் தென்மேற்கில் பூரண புஷ்கலையுடன் தர்ம சாஸ்தா சுகாசனத் தில் இருக்கிறார். அருகில் யானை, குதிரைச் சிற்பங்கள். சாஸ்தாவின் கோவில் மிகச் சிறியது.

இப்பிராகாரத்தின் திறந்தவெளியில் நாகர் சிற்பங்கள் உள்ளன. இவை வழிபாட்டுக்குரியவை. இதே பிராகாரத்தில் கிழக்குப் பார்த்த நிலையில் சிறிய கோபுரத்தை உடைய கிருஷ்ணன் கோவில் உள்ளது. இக்கோவிலின் மூலவர் நின்ற கோலமாய், கையில் வெண்ணெயுடன் உள்ளார்.

கிருஷ்ணன் கோவிலின் எதிரே மேற்குப் பார்த்து, புதிதாக கட்டப்பட்ட முருகன் கோயில் இருக்கிறது. இதனருகே திருமண மேடை உண்டு.

கிழக்கு வெளிப் பிராகாரத்தின் வெளியே செல்ல வாசல் உண்டு. இந்த வாசலில் 8 தூண்களைக் கொண்ட மண்டபம் உண்டு. இந்த வாசல் வழியாக கோவிலின் கிழக்குச் சாலைக் குச் செல்ல முடியும். இது பாதுகாப்பு கருதி நிரந்தரமாக அடைக்கப்பட்டுள்ளது.

தெற்குப் பிராகாரத்தில் ஆஞ்சநேயர் பெயரில் ஒரு பரிவாரக் கோவில் இருக்கிறது. கல்லால் ஆன இக்கோவிலின் அமைப்பு இதன் பழைமையைக் காட்டுகிறது. இக்கோவில் பொதிகையின் கட்டுமானத்தின் படி இது 16ஆம் நூற்றாண் டில் கட்டப்பட்டது என்று ஊகிக்க முடிகிறது. இக்கோவிலின் கருவறையைச் சுற்றிலும் சிறு உட்பிராகார மண்டபம் உண்டு. கருவறைச் சுவரில் கல் ஜன்னல்கள் உள்ளன. உட்பிராகாரச் சுற்று மண்டபம் 12 தூண்களைக் கொண்டது. இம்மண்டபத் தின் முன்வாசலின் மேல் சிறிய சிவலிங்கச் சிற்பம் உண்டு. இக்கோவிலின் ஆஞ்சநேயர் வடிவம் அற்றவர். இது பெரும்பா லும் சிவனாக இருக்கலாம். ஆஞ்சநேயர் பெயர் பிற்காலத்தில் சூட்டப்பட்டிருக்கலாம்.

தெற்குப் பிராகாரத்தில் புதிதாகக் கட்டப்பட்ட (1999) பத்திரகாளி கோவில் இருக்கிறது. திற்பரப்பைச் சேர்ந்த சி.ஜீ. அனில்குமார் என்பவரின் நன்கொடையால் கட்டப் பட்டது.

மகாதேவர் கோவிலில் கும்பாபிஷேகம் நடத்துவதற்காகத் தேவப்பிரச்னம் பார்த்தபோது அருவிப் பாறையின் அடியி லுள்ள குகைக் கோவில் பத்திரகாளியைக் கோவில் வளாகத் தில் பிரதிஷ்டை செய்ய வேண்டுமெனச் சொல்லப்பட்டது (பி.இ.எண்: 10). ஆனால் கும்பாபிஷேகம் 09.07.1995இல் நடந்தபோது பத்திரகாளி பிரதிஷ்டை நடக்கவில்லை. பின்னர் நான்கு ஆண்டுகள் கழித்து இக்கோவில் இங்கே கட்டப் பட்டது.

தெற்குப் பிராகாரத்தில் ஊட்டுப்புரை, ஒடுக்குப்புரை, பெரிய அளவிலான சமையலறை ஆகியன உள்ளன. ஒரு காலத்தில் மார்கழித் திருவிழாவில் பத்து நாட்களிலும் பிரதோஷம் போன்ற பிற விஷேச நாட்களிலும் பிராமணர்கள் சாப்பிடும் இடமாக இது இருந்திருக்கிறது.

திருவிதாங்கூர் அரசரான விசாகம் திருநாள் மார்கழித் திருவாதிரை சிறப்பு விழா நடக்கும் நாளில் இக்கோவிலின் நைவேத்தியத்திற்காகக் காத்திருப்பார். திற்பரப்பிலிருந்து பிரசாதத்தைச் சுமந்து செல்லும் குதிரை திருவனந்தபுரம்

அரண்மனைக்குச் சென்ற பிறகுதான் அரசர் சாப்பிட உட்காருவாராம். இது பற்றிய வழக்காற்றுக் கதைகள் இன்றும் நிலவுகின்றன.

மேற்கு வெளிப்பிராகாரத்தில் உயர்ந்து நிற்கும் கொடி மரத்தை அடுத்து நீண்ட வராண்டாவும் அதை அடுத்து முன்மண்டபமும் உள்ளன. நீண்ட வராண்டாவின் இடது புறம் ஜுரதேவர் கோவில் உள்ளது. இது கிழக்கு நோக்கி இருக்கிறது. முன்மண்டபத்தின் நடுவில் அகலமான பாதையும் இருபுறமும் பெரிய திண்ணைகளும் உண்டு.

முன்மண்டபத்தின் வழிப்பாதையில் பலிபீடமும் 12 நாக்குகள் கொண்ட வெண்கல வாடாவிளக்கும் உள்ளன. இந்த மண்டபத்தின் தென்புறத் திண்ணையில் கிழக்கு நோக்கிச் சிறிய அளவிலான பார்வதி கோவில் உள்ளது. இது பிற் காலத்தைச் சேர்ந்தது. முன்மண்டபம் வடபுறத் திண்ணையில் விநாயகர் கோவில் இருக்கிறது. இத்திண்ணையின் வடக்கு ஓரத்திலிருந்து விளக்கு மண்டபம் செல்ல சிறிய திட்டிவாசல் உண்டு.

முன்மண்டபத்தின் முன்பகுதியிலும், தெற்கு, வடக்கு பகுதிகளில் உள்ள திண்ணைகளிலும் 20 தூண்கள் உள்ளன. இந்தத் தூண்களில் காணப்படும் சிற்பங்கள் மிகச் சாதாரண மானவை.

இம்மண்டபத்தின் வடபகுதித் திண்ணைத் தூணில் இராவணன் அவையில் வால் ஆசனத்தில் அமர்ந்திருக்கும் அனுமனின் சிற்பம் உள்ளது. இங்கு இராவணன் பத்துத் தலைகளை உடையவனாகக் காட்டப்பட்டிருக்கிறான். இதே தூணின் பின்புறம் வாலியும் சுக்கிரீவனும் சண்டையிடும் சிற்பம் உள்ளது.

முன்மண்டபத்தை அடுத்தது வாத்திய மண்டபம். இந்த மண்டபத்தின் நடுவில் பாதையும், இரண்டு பக்கங்களிலும் 11 தூண்கள் கொண்ட சிறு மண்டபங்களும் உள்ளன. இந்த மண்டபத்தில் இப்போது மிர்திஞ்ஞ ஹோமம் போன்ற சடங்கு கள் நடக்கின்றன.

இந்த மண்டபத்தின் தூண்களில் துவாரபாலகர் சிற்பங் கள் உள்ளன. சைவ மரபை ஒட்டிய இவை வேலைப்பாடில்லா தவை. வாத்திய மண்டபத் தூண்களில் கிருஷ்ணன், ஆஞ்சநேயர், விநாயகர், நின்றகோலத் தேவிச் சிற்பங்கள் உள்ளன. இவையும் வேலைப்பாடில்லாதவை.

இந்த மண்டபத்தை அடுத்த பெரிய வளாகத்தில் பூஜா மண்டபமும் அதன் எதிரே ஸ்ரீகோவிலும் உள்ளன. பூஜா மண்டபம் ஓட்டுப் பணியால் ஆனது. 16 கல் தூண்கள் கொண்ட இம்மண்டபக் கூரை 36 கோல் அளவுடையது. கருவறையும் இதே அளவை உடையது. ஆக 72 கோல் அளவும் 72 இசைக் குறிப்பைக் காட்டுவதாக ஐதீகம். இந்தக் கூரையில் உத்திரத்தின் குறுக்குச் சட்டமும் பொருத்தப்பட்ட முறையும் கேரள பாணியில் அமைந்துள்ளது.

பூஜா மண்டபத்தில் நம்பூதிரிகள் நடத்தும் கலச பூஜை மட்டுமே நடக்கிறது. இதில் பக்தர்கள் ஏறி நிற்கக் கூடா தென்பது நடைமுறை. இந்த மண்டப மேல்கூரையில் மரத்தால் ஆன நவக்கிரக உருவங்கள் உள்ளன.

பூஜா மண்டபத்தையும் இதன் எதிரே உள்ள கருவறையை யும் சுற்றித் திருச்சுற்று மண்டபம் உள்ளது. திருச்சுற்று மண்டபத் திற்கும் ஸ்ரீகோவில் இருக்கும் இடத்திற்கும் இடையிலுள்ள பகுதிகள் வெட்டவெளியானவை.

திருச்சுற்று மண்டபம் 23 தூண்களைக் கொண்டது. இம்மண்டபத்தின் தெற்கு, கிழக்கு, வடக்குப் பகுதிகளில் கோவிலின் பயன்பாட்டிற்குரிய மடப்பள்ளி, பாத்திரச் சேகரிப்பு அறை எனச் சிறிய அறைகள் உள்ளன. இவை அண்மையில் கட்டப்பட்டவை. திருச்சுற்று மண்டபத்தின் தென்பகுதியிலிருந்து வடக்கு வெளிப்பிரகாரத்திற்குச் செல்ல சிறிய திட்டிவாசல் உண்டு.

வடக்குத் திருச்சுற்று மண்டபத்திற்கும் பூஜா மண்டபத்திற்கும் இடைப்பட்ட வெட்டவெளியில் நந்தி அமர்ந்திருக்கிறது. நந்தி வடிவமற்ற கல்லால் ஆனது. இது தரைமட்ட அளவில் அமைந்திருக்கிறது. இதன் கோவிலும் மிகச் சிறியது.

நந்தியானது மூலவரின் எதிரே இல்லாமல், ஒதுக்கமாக இருப்பதற்குத் தலபுராணம் தொடர்பான ஒரு கதையைக் கூறுகின்றனர். வீரபத்திரரும் காளியும் தக்கனை வதைசெய்த பிறகு திற்பரப்புக் காட்டில் அமர்ந்து மேற்குத் திசை நோக்கித் தவம் செய்தனர். அப்போது எதிரே நின்ற நந்தி அவர்களின் தியானத்துக்குக் குறுக்கே நிற்கக்கூடாது என வழிவிட்டு வடபுறம் ஒதுங்கி நின்றதாம். அதனால்தான் இக்கோவில் கருவறையின் எதிரே நந்தி இல்லை.

திருச்சுற்று மண்டபத்தின் தென்மேற்கில் உள்ள ஒரு அறையில், அருவியின் அருகே உள்ள குகைக்குச் செல்லும் வழி உள்ளது.

ஸ்ரீகோவில் வட்டவடிவில் அமைந்தது. செம்புத் தகடு போர்த்தப்பட்ட கூம்பு வடிவ விமானம் உடையது. ஸ்ரீகோவிலின் வெளிப்புற அமைப்பு கூம்பு வடிவில் இருந்தாலும் உள்பகுதி செவ்வக வடிவில் உள்ளது. கூம்பு வடிவக் கூரையில் மூன்று கும்பங்கள் உள்ளன. இதன் மேல்பகுதியிலும் கீழ்ப் பகுதியிலுமாக 13 நாகர் சிற்பங்கள் காணப்படுகின்றன.

மூலவர் மேற்குப் பார்த்து இருப்பதால், தீபாதாரனைத் தட்டை இடப்புறம் வழியே சுற்றிப் பூஜை செய்கின்றனர். மூலவர் வீரபத்திரர் ஜடாதரர் எனப்படுகிறார். இது லிங்க வடிவானது.

திற்பரப்பு சிவன் கோவிலுக்கென்று தனியான தலபுராணம் எழுத்து வடிவில் இல்லை. வாய்மொழியாக உள்ள கதையும் சிவபுராணம் தொடர்பானதாக உள்ளது. பார்வதி, சிவனின் பேச்சை மதிக்காமல் தட்சனின் யாகத்திற்குச் சென்று விடுகிறாள். அவளால் தந்தையின் யாகத்திற்குச் செல்லாமல் இருக்கமுடியாது. தட்சனின் ஆணவத்தை அழிக்க சிவன் தன் அம்சமான வீரபத்திரனை அனுப்புகிறான். அவன் தட்சனின் யாகத்தை அழித்து விடுகிறான். அந்த நிலையில் அவன் கோபமுற்றான். ஆவேசப்பட்டான். அப்போது அமைதியாக இருந்து தியானம் செய்ய ஒரு இடம் அவனுக்குத் தேவைப்பட்டது.

வீரபத்திரன் அமைதியான மலைக் குன்றுகள் நிறைந்த நதிபாயும் ஒரு இடத்தைத் தேர்ந்தெடுக்கிறான். வீரபத்திர

னுடன் காளியும் தவம் செய்ய வந்துவிடுகிறாள். அவர்கள் ஆவேசமாக தவம் செய்கின்றனர். வீரபத்திரன் தியானம் செய்த இடமே பின் கோவிலானது.

கன்னிப்பெண்கள் நல்ல கணவன் கிடைக்க வேண்டும் என்பதற்காக இந்தத் தலத்தில் வழிபடுவது என்னும் நடை முறை உண்டு. இந்தக் கோவிலின் மூலவர் இருக்கும் இடத்தின் முன்பகுதிக் கல்லில் ஒரு பாதத்தின் சுவடு தோன்றியது என்னும் பரபரப்புச் செய்தி பரவிய பின்பு (2001 மார்கழி 11ஆம் நாள்) இக்கோவிலுக்குப் பக்தர்கள் கூட்டம் அலை மோதியது. அப்போது பத்திரிகைகளிலும் இச்செய்தி வந்தது.

இக்கோவிலின் கட்டுமானம் பற்றிய செய்திகளை அறிய ஆதாரபூர்வமான சான்றுகள் கிடைக்கவில்லை. என்றாலும் இக்கோவில் தொடர்பாகக் கிடைத்த செப்பேடும் நான்கு கல்வெட்டுகளும் சில செய்திகளை முன்வைக்கின்றன (பி.இ.எண் : 11).

இக்கோவிலில் கிடைத்த கி.பி. 9ஆம் நூற்றாண்டுச் செப்பேடு, இக்கோவில் சிவனைப் பாராட்டிச் செல்கிறது. இதனால் கி.பி. 9ஆம் நூற்றாண்டில் இங்கே மகாதேவர் வழிபடு தெய்வமாக இருந்திருக்கலாம் இக்கோவிலில் உள்ள கி.பி. 15ஆம் நூற்றாண்டுக் கல்வெட்டில் திற்பரப்பு என்னும் பெயர் முதலில் வருகிறது.

கோவிலின் மண்டபங்கள் சிற்பங்கள் ஆகியவற்றின் அடிப் படையில் பார்த்தால் இக்கோவிலின் கட்டுமானம் கி.பி. 15ஆம் நூற்றாண்டுக்குப் பிற்பட்டது என்று ஊகிக்கலாம்.

பிற பன்னிரு சிவாலயங்களைப் போலவே இக்கோவிலி லும் நிர்மால்ய தரிசனம், உஷா பூஜை, உச்சிக்காலப் பூஜை, சாயரட்சை, அத்தாழப் பூஜை போன்றவை நடக்கின்றன.

இக்கோவிலின் சிறப்புப் பூஜையும் பிற கோவில்களில் நிகழ்வதைப் போன்றதே. மார்கழி திருவாதிரை, மாத பிரதோஷங்கள், ருத்திர பூஜை, ருத்திர கலச பூஜை, மிருத்யுஞ்ஞ ஹோமம், சோமவாரம் போன்ற பூஜைகளும் சிறப்புச் சடங்கு களும் இங்கே நடக்கின்றன.

இக்கோவிலின் திருவிழா பத்து நாட்கள் நடக்கிறது. பங்குனி மாதம் பூரட்டாதி நட்சத்திரத்தில் கொடி ஏற்றுவிழா ஆரம்பமாகும். திருவாதிரையில் ஆராட்டு விழா நடக்கும். மூன்றாம் திருவிழாவில் கலச பூஜையும் முளையடி பூஜையும் நிகழும். மண்சட்டியிலே நவதானியங்களை வைத்துச் செய்யப் படும் இந்த வழக்கம் முளைப்பாரி என்றும் கூறப்படும்.

ஆறாம் திருவிழாவில் வட்டதீபம் நிகழ்ச்சி நடக்கிறது. இவ்விழாவின் இரவில் கதகளி நிகழ்ச்சியும் நடக்கும். எட்டாம் நாளில் தாரை பூஜையும் ஒன்பதாம் நாள் இரவில் பன்றி வேட்டையும் நிகழும். இந்த நாட்களில் முகபடாம் போர்த்திய யானை, நாதஸ்வரம், தவில் போன்ற இசைக் கருவிகள் இசைக்க, ஊர்மக்கள் புடைசூழ ஊர்வலம் வரும்.

இளநீரைப் பன்றியாகப் பாவனை செய்து மரக்கம்பால் அதைக் குத்தி வேட்டை முடிந்ததாகப் பாவனை காட்டுவார் பூசகர். இதோடு வேட்டை நிகழ்ச்சி முடியும்.

பூசகர் இதன் பின்னர் கோவிலை மூன்று முறை சுற்றி வருவார். பின்னர் முளைப்பாலிகைகளைப் பூஜா மண்டபத் தில் பரப்பி அதன்மேல் சிவன், பார்வதி விக்கிரகங்களைச் சயனம்கொள்ள வைப்பார். ஒன்பது வகைப் பச்சிலை மாலை களைச் சார்த்துவார். அடுத்த நாள் பசுவையும் கன்றையும் கோவிலினுள் கொண்டு சென்று நிறுத்தி, வெளியே அழைத்து வருவார்.

பத்தாம் நாள் ஆறாட்டு நிகழ்ச்சி ஆறாட்டுக் கடவில் நடக்கும். இந்த விழாவில் அரவங்காடு (அரசநாடு) காணிக் காரர்களுக்கும் மலையர்களுக்கும் பங்கு உண்டு. கன்னியா குமரி மாவட்டம் விளவங்கோடு வட்டம் களியல் பஞ்சாயத் தில் இருக்கின்ற கிராமம் அரவங்காடு. இந்த ஊரில் எல்லாச் சாதிக்காரர்களுக்கும் உரிமை உள்ள சாஸ்தா கோவில் இருக் கிறது. இந்த சாஸ்தா நாட்டுப்புறத் தெய்வமாக வழிபடப் படுகிறார்.

சாஸ்தா கோவில் ஊர்க்கோவிலாக இருந்தாலும் பூஜை, பிற சடங்குகளைப் போன்றவற்றைச் செய்யும் உரிமை காணிக் காரர், மலையர் சாதியினருக்கு மட்டுமே உரியது. ஒரு மாதத்தில் 15 நாட்கள் பூஜையைக் காணிக்காரர்களும் 15 நாட்கள் பூஜையை மலையர்களும் செய்கின்றனர். இந்த சாஸ்தாவுக்கு விஷேச நாள் சனிக்கிழமை. இந்த நாளில் சேவல் பலி உண்டு; சாமியாட்டம் உண்டு.

திற்பரப்பு மகாதேவர் கோவிலின் ஆறாட்டு விழாவின் முக்கிய நிகழ்ச்சி அரவங்காடு காணிக்காரர்கள் வருகைதான். ஆறாட்டு விழா அன்று காணிக்காரர்களும் மலையர்களும் காலையிலேயே திற்பரப்பிற்கு வர ஆரம்பிப்பர். இதைப் புனித யாத்திரையாகவே அவர்கள் கருதுகின்றனர். இந்த யாத்திரை யில் கோவில் பூசகர், தர்மசாஸ்தாவின் அமர்ந்தகோலச் செம்பு விக்கிரகத்தைத் தலையில் சுமந்துவருவார். யாத்திரை

பக்தர்களுக்குத் திற்பரப்பு ஊர்மக்கள் இளநீர் கொடுத்து உபசரிப்பர். இந்த உபசரிப்பில் ஒருவகை அச்ச உணர்வு இருக்கும்.

தர்மசாஸ்தாவின் ஊர்வலம், கோதையாற்றின் அக்கரைக் குப் பகல் 12 மணியளவில் வந்துவிடும். அங்கு தற்காலிகமாகக் கட்டப்பட்டிருக்கும் ஓலைக் குடிலில் ஊர்வலக்காரர்கள் இருப்பார்கள். உத்தேசமாய் ஒரு மணியானதும் தலைமைப் பூசகர் சாஸ்தாவைத் தலையில் தூக்குவார். உடனே அவருக்கு ஆவேசம் வரும். இதன் அடையாளமாக அவர் ஆட ஆரம்பிப் பார். அக்கரையிலிருந்து இக்கரைக்கு வருவார்.

மகாதேவர் கோவிலின் எதிரே, மேற்குப் பக்கம் உள்ள இசக்கி கோவிலுக்கு வந்ததும் அவர் நின்று விடுவார். சாஸ்தா வுக்கு மகாதேவர் கோவிலில் நுழைய உரிமை இல்லை. சாஸ்தா ஒடுக்கப்பட்ட சாதிக்காரர் ஒருவரின் தோட்டத்தில் இளநீர் குடித்துவிட்டார் என்பதால் அவருக்குக் கோவிலின் உள் பகுதியில் நுழைய அனுமதி கிடையாது.

சாஸ்தாவைச் சுமந்து நிற்கும் சாமியாடி இசக்கி கோவிலின் அருகே உள்ள கல்விளக்கை ஒருமுறை வேகமாய்ச் சுற்றிவருவார். அவருக்கு மூச்சுவாங்கும். அவர் மறுபடியும் அக்கரை நோக்கி ஓட ஆரம்பிப்பார். ஊர்வலக்காரர்களும் அவர் பின்னே ஓடுவர்.

சாமியாடி அக்கரையில் இருக்கும் ஓலைப் பந்தலில் போய் அமர்வார். கொஞ்ச நேரம் அதில் இருப்பார். மறுபடி யும் அவருக்கு அருள்வரும். சாஸ்தாவைத் தரையில் வைத்து விட்டு வேகமாய் ஆற்றில் குதிப்பார். அவருடன் இருப்பவர்கள் ஆற்றில் சாடி அவரை வலுக்கட்டாயமாகப் பிடித்துவருவர். மகாதேவர் கோவில் சார்பாக அவருக்கு அரிசி, தேங்காய் சூடம், சாம்பிராணி, வெற்றிலை போன்றவற்றை ஒரு தட்டில் வைத்துக் கொடுப்பர். இதோடு சாமியாடிக்கு அருள் நீங்கும்.

மதுரை அழகர் கோவிலில் நுழைவதற்கு மறுக்கப்பட்ட தர்மசாஸ்தா அரவங்காடு ஊருக்குக் குடிபெயர்ந்தார் என்னும் வாய்மொழிச் செய்தியும் உண்டு.

அ.கா. பெருமாள்

4

திருநந்திக்கரை கோவில்

பன்னிரு சிவாலயங்களில் நான்காவதாகக் கூறப் படுவது திருநந்திக்கரை. மூன்றாவது கோவிலான திற்பரப்பு கோவிலிலிருந்து கிழக்கு தெற்காக குலசேகரம் சந்திப்பு வழி 8 கி.மீ. சென்று திருநந்திக்கரையை அடைய லாம். நாகர்கோவில் திருவனந்தபுரம் சாலையில் மார்த்தாண்டம் சிறு நகரத்திலிருந்து பேச்சிப்பாறை செல்லும் சாலையில் இருக்கிறது. மார்த்தாண்டத்தி லிருந்து வடகிழக்காக 14 கி.மீ. தூரத்தில் இந்தக் கிராமம் இருக்கிறது.

கல்குளம் வட்டம், திருவட்டாறு பஞ்சாயத்து யூனியனில் உள்ள திருநந்திக்கரை ஊர் பன்னிரு சிவா லயங்கள் இருக்கும் ஊர்களிலேயே இயற்கை எழில் மிகுந்தது. ரப்பர் தோட்டங்களும் தென்னை, மா, பலா, வாழைத் தோட்டங்களும் நிறைந்தது. வெயில் அறியாத பூமி. ஊரே குளிர்சாதன வசதி செய்தது போன்று இருக்கும்.

இந்த ஊரில் உள்ள, முகளியடி மலையைத் தூரத்தி லிருந்து பார்ப்பதற்குச் சிவலிங்கம் போல் காட்சியளிக் கிறது. இந்த மலையிலிருந்து ஒழுகிவரும் ஆறு நந்தியாறு என்ற பெயருடன் அழைக்கப்படுகிறது. இப்போது இது ஆறு அல்ல; சிறிய ஓடை. இருபதாம் நூற்றாண்டின் ஆரம்பத்தில் திருவிதாங்கூர் தொல்லியலார், திருநந்திக் கரைக் குடைவரைக் கோவிலைப் பற்றிய ஆய்வை மேற்கொண்டபோது கூட (பி.இ.எண் : 12) இந்த ஓடை திருநந்தி ஆறாகத்தான் இருந்திருக்கிறது. இந்த ஆற்றில் இறங்கி மெல்ல நடந்து குடைவரைக் கோவிலுக்குச் சென்ற நிகழ்ச்சியைத் திருவிதாங்கூர் தொல்லியல் துறை அதிகாரி T.A. கோபிநாதராவ் திருவிதாங்கூர் தொல்

பொருள் அறிக்கையில் குறிப்பிடுகிறார். இந்த ஆற்றின் குறுக்கே கட்டப்பட்டிருந்த கல்பாலம்கூட அப்போது பழுதடைந்து இருந்திருக்கிறது.

இப்போது இந்த நந்தி ஓடையை ஐம்பதைக் கடந்தவர்கள் கூட ஒரேயடியாய் தாண்டிப்போய் விடலாம். இந்த ஓடை சிவன் கோவிலின் தெற்கு எல்லையாய் ஓடுகிறது. தெற்கு, கிழக்கு, மேற்குப் பககங்களில் மரங்கள் அடர்ந்த தோட்டங் களின் ஜில்லென்ற குளிர்ச்சியான சூழலின் நடுவே மகாதேவர் அமர்ந்திருக்கிறார். இந்தச் சூழல் கோவிலின்மேல் விசாலமான பார்வையை உருவாக்குகிறது.

மதுரையின் நடுவே அமர்ந்திருக்கும் சுந்தரேஸ்வரரின் கோவிலை இக்கோவிலுடன் ஒப்பிடும்போது இனம்புரியாத பரவசம் தோன்றும். செவிப்பறையைத் துளைக்கும் வாகனங் களின் சப்தம்; கரும்புகை கக்கும் கனரக வாகனங்கள்; திமுதிமுவென நூற்றுக்கணக்கில் நுழையும் பயணிகளின் கூட்டம்; வியாபாரிகளால் பெரும் இடங்களைப் பிடித்துக் கொண்ட மண்டபங்கள்; இவற்றின் நடுவில் குடிகொண்ட சிவன்; இந்தச் சூழலைப் பார்த்தவர்களுக்குத் திருநந்திக்கரை யின் அருமை தெரியும். பக்தியை உருவாக்க, சூழலும், குளிர்ந்த பருவமும் போதும் என்பதை இங்கே ஒரு நாள் தரிசித்தவர் அறிந்துகொள்வார்.

நந்தி என்னும் சமணத்துறவியின் பெயரால் வழங்கப்
படுவது இந்த ஊர் என்பது பண்டைய திருவிதாங்கூர் வரலாற்
றாசிரியர்களின் கருத்து. இது ஒருகாலத்தில் தென்திருவிதாங்
கூரின் சமணத் தலங்களில் ஒன்றாக இருந்தது. பிற்காலத்தில்
இது சிவனின் வாகனமான நந்தியுடன் இணைக்கப்பட்டது.
இது தொடர்பான தலபுராணக்கதையை இந்த ஊரின் பெய
ருடன் சார்த்திக் கூறுவது வழக்கமாகிவிட்டது என்பதும்
பழைய கருத்து.

கிழக்கிலிருந்து மேற்காக ஓடும் நந்தியோடையின் குறுக்கே
உள்ள பாலத்தைக் கடந்ததும் சிவன் கோவில் வளாகத்தை
அடையலாம். நந்தியோடையின் கிழக்குப் பக்கம் பெரிய
பாறையில் குடைவரைக் கோவில் உள்ளது (பி.இ.எண்: 12).

இக்கோவிலின் மூலவர் நந்திகேஸ்வரர் எனப்படுகிறார்.
பன்னிரு சிவாலயங்களில் ஒன்றான இக்கோவிலையும் இதன்
பின் சிறுபாறையில் உள்ள குடைவரைக் கோவிலில் உறைந்த
சிவனையும் ஒன்றாக நினைத்து எழுதியுள்ளனர் ஆரம்பகால
ஆராய்ச்சியாளர்கள். இரண்டும் வேறுவேறு கோவில்கள்.
சிவாலய ஓட்டக்காரர்கள் வழிபடும் சிவன் நந்திகேஸ்வரரே.

இக்கோவில் பழமையானது என்பதற்கு ஆதார பூர்வமான
சான்று உண்டு (பி.இ.எண்: 12). இக்கோவில் தொடர்பான
கல்வெட்டு ஒன்று குடைவரைக் கோவிலில் காணப்படுகிறது.
இதில் குலசேகரதேவன் என்பவனின் மகள் விஜயராகவ

தேவியான கிழான் அடிகள் என்பவள் சிவனுக்குத் திருநந்தா விளக்கு எரிக்க முப்பது கழஞ்சு பொன் நிபந்தமாகக் கொடுத்த செய்தி உள்ளது. இந்தப் பொன்னை நந்திகேஸ்வரர் கோவில் கணக்கனும் தளியாழ்வார் என்னும் கோவில் அதிகாரியும் ஒன்றாகக் கூடிப் பெற்றுக்கொண்டனர்.

முதல் பராந்தகச் சோழனின் திருவெற்றியூர் கல்வெட்டு ஒன்று கேரள அரசன் ஒருவனின் மகள் விஜயராகவதேவி கொடுத்த நிபந்தம் பற்றிக் கூறும். இந்தக் கேரள அரசன் இந்துகோத வர்மனாக இருக்கலாம். சோழனின் இக்கல்வெட்டு கி.பி. 936ஆம் ஆண்டைச் சேர்ந்தது. இங்கு குறிப்பிடப்படும் விஜயராகவ தேவியும் திருநந்திக்கரைக் கல்வெட்டு குறிப்பிடும் விஜயராகவதேவியும் ஒருவரே என்பது திருவிதாங்கூர் தொல்லியலார் முடிவு. இதனால் திருநந்திக்கரைக் குடவரைக் கல்வெட்டு கி.பி. 10ஆம் நூற்றாண்டைச் சேர்ந்தது எனக் கொள்ளலாம்.

இக்கல்வெட்டில் திருநந்திக்கரைக் கோவில் அதிகாரிகளும் பிற உறுப்பினர்களும் மாடக்கோவிலில் கூடியதாகக் குறிப்பு உள்ளது. இந்த மாடக்கோவில் குடைவரைக் கோவிலிலிருந்து வேறுபட்டது. இதனால் நந்திகேஸ்வரர் கோவில் கி.பி. 10ஆம் நூற்றாண்டில் மாடக்கோவிலாக இருந்தது என்று எடுத்துக் கொள்ளலாம். செங்கல் கட்டுமான அமைப்பான மாடக் கோவில் பிற்காலத்தில் மாற்றப்பட்டிருக்கலாம்.

அ.கா. பெருமாள்

இந்த இடத்தில் இக்கோவில் பற்றிய வாய்மொழித் தல புராணம் ஒன்றை இதனுடன் பொருத்திப் பார்க்க வேண்டியிருக்கிறது.

இக்கோவில் உருவாவதற்கு முன்பு இந்த இடம் சிறிய ஏரியாக இருந்திருக்கிறது. இந்த ஏரியும் சுற்றிய காட்டுப் பிரதேசங்களும் ஊரிலிருந்து அந்நியப்பட்டு இருந்தன. அப்போது இங்கே குடைவரைக் கோவில் இருந்தது. பக்தர்கள் பெரும் சிரமத்துடன் இங்கே வந்து சென்றார்கள். குடைவரைக் கோவிலுக்குச் செல்லும் பாதை ஏரிக்கரையாக இருந்தது.

நந்திக்கரை ஊரின் தலைவர் ஒருமுறை உளுத்துப்பாறையின் அடிவார ஏரியின் நடுவில், குடைவரைக் கோவில் சிவலிங்கம் மிதப்பது போலக் கனவு கண்டார். இது நடந்த அடுத்த நாள் குடைவரைக் கோவில் சிவனுக்குப் பூசை செய்ய வந்த பூசகர், ஏரியின் நடுவில் சுயம்புவாக ஒரு சிவலிங்கம் முளைத்திருப்பதைக் கண்டார். அந்த விவரம் ஊர்மக்களுக்குத் தெரிந்தது. பின்னர் அரசரின் உதவியால் கோவில் கட்டப் பட்டது. இக்கோவிலில் உள்ள சிவன் சுயம்பாகத் தோன்றியவன் எனத் தலபுராணம் கூறினாலும் சிவலிங்கம் ஆவுடையாரில் தான் பிரதிஷ்டை செய்யப்பட்டுள்ளது.

கருவறைக்கு எதிரில் உள்ள நமஸ்கார மண்டபத்தின் நடுவில் இருக்கும் நந்தி, 45 செ.மீ. ஆழமுள்ள குழியில் இருக்கிறது. இதற்குக் காரணமாக ஒரு கதை வழங்குகிறது.

மகாதேவர் கோவில் உருவான காலத்தில் எங்கிருந்தோ வந்த எல்லா லட்சணமும் பொருந்திய ரிஷபம் ஒன்று திரு நந்திக்கரைக்கு வந்தது. அந்த ரிஷபம் ஊருக்குள் யாரும் நிம்மதியாய்ச் செல்ல முடியாத அளவுக்குப் பயமுறுத்தியது. ஹுங்காரம் செய்து சப்தமிட்டது. ஊர்மக்கள் ஒன்றாய்க் கூடி மகாதேவர் கோவிலுக்குள் சென்று நந்தியை அடக்க வேண்டிக்கொண்டனர். சிவன் அந்த நந்தியைச் சாதுவாக்கித் தன் கோவிலில் அமர்த்திக்கொண்டார்.

நமஸ்கார மண்டபத்திலிருந்த அந்தப் பெரிய நந்தி பக்தர் கள் சிவனைத் தரிசனம் செய்ய இடையூறாக இருந்தது. இதனால் நந்தியை ஒரு குழிக்குள் பிரதிஷ்டை செய்யுமாறு பூசகரின் கனவில் வந்து சொன்னார் சிவன். நந்தியும் அப் படியே பிரதிஷ்டை செய்யப்பட்டது.

ஊருக்குள் இடையூறு செய்த அந்த நந்தியைப் பிடிக்கச் சுற்றி நின்று கயிறு வீசினார்கள். அந்தக் கயிறு நந்தியின் மேல் படவில்லை; உளுத்துப் பாறையின் மேல் விழுந்தது. அதன் அடையாளம் இப்போதும் பாறையில் நீண்ட வரி யாகத் தெரிகிறது என்ற நம்பிக்கை சார்ந்த கதை மரபும் இப்போது வழக்கிழந்துவருகிறது.

கோவிலைச் சுற்றி உயர்ந்த கோட்டை மதில் சுவர் உண்டு. வெளிச்சுற்றுப் பிராகாரத்தில் தென்னையும் வேறு

அ.கா. பெருமாள்

மரங்களும் நெருக்கமாய் வளர்ந்துள்ளன. கோவிலின் கிழக்குப் பிராகாரத்தில் சாஸ்தா கோவில், நம்பூதிரி மடம் கிருஷ்ணன் கோவில் ஆகியன உள்ளன. சாஸ்தா கோவில் அண்மையில் கட்டப்பட்டது. இந்தக் கோவில் கட்டப்படும் முன்பு சாஸ்தாவின் விக்கிரகம் வெளிப்புறத்தில் இருந்தது. இதற்கென்று தனிக் கோவில் இல்லை. ஒருமுறை பெரும் மழை பெய்த போது மரத்தின் கிளை சாஸ்தாவின் மேல் விழுந்து, கை சேதமானது. புதிய கோவிலில் இருந்த உடைந்த சிற்பத்தைப் பிரதிஷ்டை செய்ய யோசித்தபோது தேவப்பிரசனத்தில் அப்படியே அமைக்கக் கேட்டுக்கொள்ளப்பட்டதாம். இக் கோவிலில் சாஸ்தா உடைந்த கையுடன் இருக்கிறார்.

கோவில் பூசகரான நம்பூதிரி தங்குவதற்குரிய மடம் இப்போது பாழடைந்து கிடக்கிறது. இதை அடுத்து கல்லால் ஆன கிருஷ்ணன் கோவில் உள்ளது. தரைமட்டத்திலிருந்து 90 செ.மீ. உயரமுள்ள சிறிய மேடை மேல் இது இருக்கிறது. இது தென்புறம் சோபனப் படியும் இரண்டு தூண்கள் கொண்ட சிறு முகமண்டபமும் கருவறையும் கொண்டது.

இந்தக் கருவறை கிருஷ்ணன் இரண்டு கைகள் கொண்டவன். நின்றகோலமுடையவன். இவனது ஒருகையில் வெண்ணெய் உள்ளது. இன்னொரு கை கடிஹஸ்தம் காட்டுகிறது. இக்கோவிலின் அமைப்பின் படி பார்த்தால் இது கி.பி. 17 – 18ஆம் நூற்றாண்டில் கட்டப்பட்டிருக்கலாம் என்று தெரிகிறது.

கோவிலின் வெளி வளாகத்தின் கிழக்கில் உள்ள அரச மரத்தின் கீழ் மேடையில் மேற்கே பார்த்து நாகர், சிவன், கணபதி, சாஸ்தா ஆகியோரின் சிற்பங்கள் உள்ளன. இவற்றில் சாஸ்தாவின் சிற்பத்தைப் பரசுராமராக நினைத்து வணங்குகின்றனர். பரசுராமன் தாயைக் கொன்ற பாவம் தீர இந்த சிவசேத்திரத்தில் வந்து தங்கினான். இங்குள்ள நீரும் காற்றும் இயற்கையும் அவனுக்கு அமைதியளித்தன. இங்கே தவம் செய்து பாவம் போக்கினான் என்று ஒரு கதை வழங்குகிறது.

ராமாயணக் கதை நிகழ்ச்சிகளைத் தங்கள் ஊருடன் இணைப்பது என்னும் பொதுவான நிலைதான் இங்கும். கேரளத்தில் பரசுராமர் வரலாற்றுடன் ஊர்க் கோவிலை இணைப்பது வழக்கமாய் உள்ளது.

கோவிலின் வெளியே வடகிழக்கு மூலையில் சிறிய சுனை இருக்கிறது. இது ஆழம் குறைந்த சுனை. ஆனால் நீர் எப்போதும் வற்றாது. இச்சுனை நீரைக் கோவில் அபிஷேகத்திற்கும் பிற பயன்பாட்டிற்கும் மட்டுமே பயன்படுத்துகின்றனர். இந்தச் சுனைக்கும் உளுத்துப்பாறையில் உள்ள சிறு சுனைக்கும் தொடர்புண்டு என்ற நம்பிக்கை உள்ளது.

கோவிலின் வெளியே பலிபீடம் உண்டு. இக்கோவிலுக்கு நிரந்தரக் கொடிமரம் இல்லை. விழாக் காலங்களில் கமுகு மரத்தை நட்டுக் கொடி ஏற்றுவர்.

அ.கா. பெருமாள்

கோவிலின் முன்னே உள்ள நீண்ட ஓட்டுப் பணியால் ஆன அரங்கு எட்டு கல் தூண்களைக் கொண்டது. இதில் பலிபீடமும் வாடாவிளக்கும் உள்ளன. இந்த அரங்கின் தெற்கிலும் வடக்கிலும் வாசலும் வேலைப்பாடுள்ள மரத்தாலான பலகணிகளும் உள்ளன. இது பத்மநாபபுரம் அரண்மனை அந்தப்புரத்தின் பலகணியைப் போன்றது. இயல்பாக இதில் காற்று வரும். ஆனால் உள்ளே இருப்பவரை வெளியிலிருப்பவர் பார்க்க முடியாது. காற்றில் நந்தாவிளக்கும் அணையாது.

இந்தச் சிறு ஓட்டுக் கட்டடத்தைக் கடந்ததும் பரந்து கிடக்கும் கிழக்குச் சுற்று மண்டபத்தைப் பார்க்கலாம். இதன் நடுவே நடைபாதை உண்டு. இதன் இரண்டு புறமும் தரைமட்டத்திலிருந்து 75 செ.மீ. உயரமுடைய மேடை உள்ளது.

எட்டு கல் தூண்கள் கொண்ட இந்த அரங்கு ஓட்டுப் பணியால் ஆனது. இதன் தென்புறம் கோவிலுக்கு வெளியே செல்ல வாசல் உண்டு. இதன் வடபுறம், ஈசானிய மூலையில் மேற்குப் பார்த்து ஸ்ரீதிருமலையப்பன் கோவில் உள்ளது. இது அண்மையில் கட்டப்பட்டது. இக்கோவிலைச் சுற்றி வரும்படி வசதி உள்ளது.

ஸ்ரீமலையப்பன் என்னும் பெயருள்ள இந்தத் தெய்வம் நின்றகோலமாய் உள்ளார். சுமார் 80 செ.மீ. உயரமுடைய இந்தக் கருங்கல் சிற்பம் 4 கைகளை உடையது. வலது மேல் கையில் சங்கும் இடது மேல் கையில் சக்கரமும் உள்ளன. வலது கீழ் கை வரத முத்திரை காட்டுகிறது. இடது கீழ்கை ஊருகஸ்தமாய் அமைந்தது.

பெரிய இந்த மண்டபத்தைத் தாங்கும் கல்தூண்களில் சிற்பங்கள் உள்ளன. இந்தத் தூண்களில் விளக்கேந்திய பாவை, அஞ்சலி ஹஸ்த அடியவர் உள்ளனர். ஒரு சிற்பம் குறுவாளுடன் உள்ளது. இது இந்த மண்டபத்தைக் கட்டிய வேணாட்டு அரசனாக இருக்கலாம்.

இந்தத் தூண்களின் தெற்கு, வடக்கு, கிழக்குப் பார்த்த பகுதிகளில் சிறிய அளவிலான சிற்பங்கள் உள்ளன. வேலால் புலியைக் குத்திப் போர் செய்யும் வீரன், பன்றியுடன் போரிடும் வீரன், குதிரைபோல் பாய்ந்து செல்லும் வீரன் ஆகிய சிற்பங ்கள் உள்ளன. அர்ஜுனன் தபஸ், யோகப் பட்டத்துடன் கூடிய சாஸ்தா, விநாயகர் ஆகியோரும் உள்ளனர். ரிஷபத்தின் மேல் மான் மழு, பார்வதியுடன் காட்சி தரும் ரிஷபாந்தகன் இருக்கிறார். குதிரைமேல் இருந்தபடி நீண்ட ஆயுதத்தால்

அ.கா. பெருமாள்

தரையில் நிற்பவரிடம் போர் செய்யும் வீரனின் சிற்பமும் இதே தூணில் உள்ளது.

இந்த மண்டபத்தில் முந்தைய காலங்களில் புராணப் பாராயணமும் சிறு கலை நிகழ்ச்சிகளும் நடந்திருக்கின்றன. இந்த ஆலயத்தில் சாக்கயர் கூத்து நடந்திருக்கிறது. அப்போது இசைக்கப்பட்ட மிழாவு இசைக்கருவி சில ஆண்டுகளுக்கு முன்புவரை இங்கே இருந்தது.

இந்தப் பெரிய அரங்கிற்கும் கருவறைக்கும் நடுவே நமஸ்கார மண்டபம் உள்ளது. இங்கு ரிஷபம் இருப்பதால் இதை ரிஷப மண்டபம் என்கின்றனர். இது தரைமட்டத்திலிருந்து 100 செ.மீ. உயரமுடையது.

இந்த மண்டபம் வேலைப்பாடில்லாத 16 கல் தூண்களைக் கொண்ட ஓட்டுப் பணியால் ஆனது. மேல்கூரையில் 16 சட்டகங்கள் உள்ளன. இவற்றின் நடுவில் பிரம்மாவும் சுற்றிலும் அஷ்டதிக் பாலகர்களும் உள்ளனர். பிற 7 சட்டகங்களில் தாமரை மலர் உள்ளது.

இந்த மண்டபத்தின் நடுவில் 40 செ.மீ. ஆழம் உள்ள குழியில் 70 செ.மீ. நீளமும் 30 செ.மீ. அகலமும் உடைய கருங்கல் நந்திச் சிற்பம் உள்ளது. மேற்குப் பார்த்த இந்தச் சிற்பத்தின் கழுத்தில் கயிறும் மணியும் இருப்பது போல் காட்டப்பட்டுள்ளது.

68 சிவாலய ஓட்டம்

ரிஷப மண்டபத்தில் மரவேலைப்பாடுடைய சிற்பங்கள் இருந்தன என்றும், இவை மூலந்திருநாள் காலத்தில் நடந்த கோவில் மராமத்து வேலையின் போது திருவனந்தபுரத்துக்கு எடுத்துச் செல்லப்பட்டன என்றும் கூறுகின்றனர். இப்போது இந்த மரச்சிற்பங்கள் திருவனந்தபுரம் அருங்காட்சியகத்தில் உள்ளன.

இக்கோவிலின் கருவறையையும் நமஸ்கார மண்டபத்தை யும் சுற்றி, திறந்தவெளிப் பிரகாரமும் சுற்று மண்டபமும் உண்டு. சுற்று மண்டபம் தரைமட்டத்திலிருந்து 50 செ.மீ. உயரமுடையது.

தெற்கு, மேற்கு, வடக்கு என மூன்று புறமும் உள்ள சுற்று மண்டபம் ஓட்டுப் பணியால் ஆனது. தெற்குச் சுற்று மண்டபத்தின் தென்கிழக்கில் மடப்பள்ளியும் வேறு அறை களும் உள்ளன. இந்த மண்டபம் இப்போது கோவில் பொருள் கள் வைக்கும் தனி அறைகளாக மாறிவிட்டது.

மேற்குச் சுற்று மண்டபம் 9 தூண்களைக் கொண்டது. இவற்றில் வேலைப்பாடில்லாத விளக்குப் பாவைச் சிற்பங்கள் உள்ளன. இந்தச் சுற்று மண்டபத்தின் மேற்குச் சுவரில் ஒரு பெண் தெய்வத்தின் வண்ணப்படம் உள்ளது.

அ.கா. பெருமாள்

கொட்டாரம் யட்சி என்று அழைக்கப்படும் இந்தத் தெய்வத்திற்கு இங்கே வழிபாடு உருவானதற்கு ஒரு நிகழ்ச்சி யைக் காரணமாகக் கூறுகின்றனர்.

பத்மநாபபுரம் கொட்டாரத்தில் (அரண்மனையில்) இருந்த பிராமண உயர் அதிகாரி ஒருவர் விபத்தில் இறந்த உடனே அவருடைய இளம் மனைவி உடன்கட்டை ஏறினாள். நெருப்பில் விழுந்த அவள் எரிந்து சாம்பலான பின் யட்சியாக மாறி, கணவனின் விபத்துக்குக் காரணமானவர்களைத் துன்புறுத்தினாள். இதனால் வேறு வழியில்லாமல் திருநந்திக் கரையில் இருந்த நம்பூதிரி அந்த யட்சியைச் சிவன் கோவிலில் சங்கல்பித்து அடக்கிவைத்தார். அவளது உருவத்தையும் சுவரில் வரைந்து வைத்தார். அதன்பின் அவள் சாந்தமானாள்.

சுவரில் ஓவியமாக உள்ள இந்த யட்சி ஒரு கையில் கொடுவாளையும் இன்னொரு கையில் நீண்ட கூர்வாளையும் ஏந்தியிருக்கிறாள். இவளுக்குக் கோரமான வீரப்பல் கட்டப் பட்டுள்ளது. தலையில் கிரீடம், நெற்றியில் குங்குமப் பொட்டு பின் விரிசடை என அமைந்தது இவளது ஓவியம். இது தாவரச் சாயத்தால் வரையப்பட்ட பழைய ஓவியம்.

இந்த யட்சிக்கு நல்ல மகப்பேற்றிற்குத் தொட்டிலையும் வளையலையும் நேர்ச்சையாகக் கொடுக்கும் வழக்கம் உள்ளது. இதற்கு முறைப்படி வழிபாடு இல்லை.

மேற்குச் சுற்று மண்டபத்திலிருந்து கோவிலுக்கு வெளியே செல்லச் சுற்றாலைச் சுவரின் நடுப்பகுதியில் வாசல் உண்டு. இதன் வெளிப்பகுதியில் ஓட்டுப்பணியால் அமைந்த சிறு முகப்பு மண்டபமும் வாசலின் இருபுறம் சிறு திண்ணைகளும் உண்டு.

வடக்குச் சுற்று மண்டபம் 12 தூண்களைக் கொண்டது. திறந்தவெளியுடைய இம்மண்டபத் தூண்களில் சிற்பங்கள் இல்லை.

கோவில் கருவறை வட்ட வடிவிலானது. இதன் வாசலின் இருபுறமும் துவாரபாலகர்களின் கருங்கல் சிற்பங்கள் உள்ளன. துவாரபாலகர்களின் வலது கை சூசிஹஸ்த முத்திரை காட்டு கிறது. இன்னொரு கை ஆயுதத்தில் உள்ளது. இது அதிக வேலைப்பாடில்லாத சாதாரண சிற்பம். பொதுவாக பிற துவாரபாலகரின் சிற்பங்களைப் போலவே கிரீடா மகுடம், பத்தரகுண்டலம் என இது இருக்கிறது.

அ.கா. பெருமாள்

கருவறையின் இடதுபுறம் கிழக்குப் பார்த்து விநாயகரின் சிறு கோவில் உள்ளது. இது பிற்காலத்தில் கட்டப்பட்டது.

கருவறை வட்டவடிவமாக இருந்தாலும் ஆவுடையில் சிவன் இருக்கும் அறையின் முன்பகுதி தனியறையாக உள்ளது. இதை அர்த்தமண்டபம் எனக் கொள்ளலாம். மூலவர் 30 செ.மீ. உயரமுள்ள லிங்கம், ஆவுடையில் பிரதிஷ்டை செய்யப்பட்டவர்.

கருவறை தரைமட்டத்திலிருந்து 120 செ.மீ. உயரமுள்ள சுற்று வடிவான கருங்கல் தளத்தில் உள்ளது. கருவறைச் சுற்றுச் சுவரில் போலிவாசல் எனப்படும் கந்தவார் உண்டு. தவிர நீள்சதுரச் சட்டகத்தின் நடுவில் நீள்சதுர வடிவிலான அமைப்பு உள்ளது. இது 27 என்ற எண்ணிக்கையில் உள்ளது. இது மொத்த நட்சத்திரங்களைக் குறிக்கும் சட்டம் என்றும் இக்கருவறைச் சுவரைச் சுற்றி வருபவர்க்கு நட்சத்திரங்களின் பாதிப்பு குறையும் என்ற நம்பிக்கை இந்த வட்டாரத்தில் உண்டு.

கருவறைச் சுவரின் மேல் தொங்கு கூரையின் கீழ் பூதவரிகள் உள்ளன. இவை பிற்காலப் பாண்டியர் காலப் பாணியில் அமைந்தவை. இந்தப் பூதவரிகளின் நிறமும் சில வரைபடக் கோடுகளும் இப்போதும் தெரிகின்றன.

ஸ்ரீகோவிலைச் சுற்றிய சுவர்களில் 24 கட்டங்களின் இடைவெளியிட்ட பகுதிகளிலும் விநாயகர், விஷ்ணு, சிவன், பரசுராமன், கிருஷ்ணன், சாஸ்தா ஆகிய தெய்வங்களின் தாவரச் சாய ஓவியங்கள் இருந்தன. சுமார் 30 ஆண்டுகளுக்கு முன்பு வரைகூட இவை பார்க்கும்படியாக இருந்தன. மிக அண்மைக் காலத்தில் கோவில் பராமரிப்பு என்னும் பேரில் இந்த ஓவியங்களின் மேல் வேறு நிறங்கள் பூசப்பட்டுள்ளன.

இப்போது தெரிகின்ற சுவரோவியங்களின் மிச்ச வரைபடங்களின் அடிப்படையில் இவை திருவட்டாறு ஆதிகேஸ்வரப் பெருமாள் கோவில் கருவறைச் சுவரிலுள்ள ஓவியங்களைப் போன்றவை ஆக இருக்கலாம். பெரும்பாலும் இவை 18ஆம் நூற்றாண்டைச் சேர்ந்தவை என்று ஊகிக்கலாம்.

கருவறையின் மேற்கூரை கூம்பு வடிவானது. உச்சியில் கலசம் உண்டு. மேற்கூரை 10 செ.மீ. கனமுள்ள தேக்கு மரப் பலகையால் செய்யப்பட்டு, அதன்மேல் கனமான செப்புத்தகடு வேயப்பட்டுள்ளது. கருவறைக் கூரையில் 52 கழிக்கோல்கள் உள்ளன என்றும், இவை ஒரு வருஷத்தின் வாரங்களைக் குறிப்பன என்றும் கூறுகின்றனர். இது கேரள மரப்பணிக்குச் சான்று.

இக்கோவிலின் பிராகாரத்திலும், வெளிப்பகுதியிலும் விநாயகர், ஸ்ரீ திருமலையப்பன், கிருஷ்ணன், தர்மசாஸ்தா, நாகயட்சி, கொட்டாரம் யட்சி ஆகிய தெய்வங்கள் பரிவார தெய்வங்களாக உள்ளன.

கோவிலின் திருவிழா மாசி மாதம் மகா சிவராத்திரியில் நிகழ்கிறது. மகாசிவராத்திரியின் முந்தைய நாள் உத்திராடம் நட்சத்திரம் அன்று மாலையில் நல்ல நேரத்தில் கொடியேற்ற நிகழ்ச்சி தொடங்குகிறது. இந்தக் கொடி காற்றில் பறக்கும் அழகைக் காண, சிவராத்திரி ஓட்டக்காரர்கள் வந்துவிடுவார்கள். பத்துநாட்கள் விழாவில் ஸ்ரீ பூதபலி, ஆறாட்டு, யானை ஊர்வலம் ஆகியவை நிகழும்.

அ.கா. பெருமாள்

உற்சவவேட்டை அன்று, ஆலய வாசல் திறக்கும் நிகழ்வு குறித்த பாடல் பாடப்படுவது உண்டு. முந்தைய காலங்களில் ஆறாட்டு நிகழ்ச்சி நந்திமங்கலம் என்னும் இடத்தில் ஆற்றின் கரையில் நடந்தது. இப்போது ஆலயத்தின் வெளியே உள்ள சிறிய சுனையின் கரையில் நடக்கிறது.

திருநந்திக்கரை பீடவிளை முத்தாரம்மன் கோவிலுக்கும் நந்தீஸ்வரர் கோவிலுக்கும் சடங்கு ரீதியான தொடர்பு இருந்திருக்கிறது. ஒரு காலத்தில் பீடவிளை முத்தாரம்மன் கோவிலில் அம்மன் சங்கல்ப்ப தெய்வமாக மட்டுமே இருந்திருக்கிறாள். இங்கு முக்கியத் தெய்வத்திற்கு விக்கிரகம் கிடையாது. இக்காலகட்டத்தில் ஊர்மக்கள் நந்திகேஸ்வரர் கோவில் விழா, வழிபாடு புனரமைப்பு பற்றிப் பேசுவார்களாம். இது பின்னர் சடங்குரீதியானது. பிற்காலத்தில் இக்கோவிலில் முக்கியத் தெய்வம் வடிவம் பெற்ற பின்பும் இது தொடர்ந்திருக்கிறது.

ஆறாட்டு நாளில் முத்தாரம்மன் கோவில் பூசகர் ஆறாடச் செல்லும் நந்தீசனைத் தீபம் ஏற்றி நோக்குவது ஒரு சடங்காகக் கொள்ளப்படுகிறது. நந்தீசன், சூரியன்கோடு உளவடி மடத்தில் தங்கி, முக்கூற்றி சாஸ்தா காவுவழி வாயலோட்டு நம்பூதிரி மடத்தில் வழிபாடு ஏற்று நந்திமங்கலத்தில் நீராடி, அங்கு நைவேத்தியம் ஏற்றுத் திரும்புவார். இவ்வேளையில் காவும் எட்டு கெட்டும் கொண்ட இலங்கத்தில் நின்று பின் கோவில் செல்வது என்னும் வழக்கம் இருந்தது. நந்தீஸ்வரன் ஊர்வலம் முடிந்து கோவிலுக்கு வந்தபின்பு கொடி இறக்கப்படும்.

இக்கோவிலுடன் தொடர்புடைய தந்திரிகள் மணலிக் கரை, நெல்வேலி மடத்தைச் சேர்ந்தவர்கள்.

5

பொன்மனைக் கோவில்

பன்னிரு சிவாலயங்களில் ஐந்தாம் திருத்தலம் பொன்மனை. இது நான்காம் திருத்தலமான திருநந்திக் கரையில் இருந்து கிழக்கே ஏழு கிலோ மீட்டர் தொலை வில் இருக்கிறது. குலசேகரம் அரசமூட்டு சந்திப்பில் இருந்து சுருளோடு செல்லும் பாதையில் 5 கி.மீ. தூரத்தில் தாமிரபரணி ஆற்றின் இடது பக்கம் அமைந்திருக்கும் அழகான ஊர் இது.

பொன்மனை சிவன் கோவிலுக்கு இந்த ஊர் கிராம அலுவலகத்தை அடுத்த பாதை வழியாகவும் கூட்டுறவுச் சங்கம் கட்டடத்தின் அருகிலுள்ள பாதை வழியாகவும் செல்லலாம். இந்த இரண்டு பாதைகளும் சிமெண்டு பாதைகள் என்றாலும் பாதையின் இரு மருங்கிலும் நிற்கும் பெரிய மரங்களின் நிழலும் மெல்லிய காற்றும் காங்கிரீட் பாதையின் வெளித்தோற்றத்தை மறக்கடிக் கின்றன.

பொன்மனை என்ற ஊர் கல்குளம் வட்டத்தில் பொன்மனை பஞ்சாயத்தின் கீழ் வருகிறது. இந்த ஊரைச் சுற்றி மங்கலம், ஈசங்கோடு, சுருளோடு, அகிமாம்கோடு, அக்கம்புழை, கிழக்கம்பாகம், வலியாற்று முகம், பெருவெளி கடவு, அண்டூடு, வெண்டலிகோடு என்னும் கிராமங்கள் உள்ளன. பொன்மனையில் இருந்து பெருஞ்சாணி அணைக்கட்டு 3 கி.மீ. தூரத்தில் உள்ளது.

பேச்சிப்பாறை, பெருஞ்சாணி அணைப்பகுதியில் இருந்து வரும் தண்ணீர் ஒன்றாகக் கலந்து ஒரே ஆறாக ஓடுகிறது. இதை இப்பகுதியில் பழையாறு என்று கூறுகின்ற னர். இந்த ஆற்றின் ஒரு பிரிவு இவ்வூரை ஒட்டிச் செல்கிறது.

இந்த ஊரின் சிறப்பே மரங்களின் நெருக்கமும் உடம்பைச் சில்லிடவைக்கும் குளிர்ச்சியும்தான். வருஷத்தின் பெரும்பாலான மாதங்களில் இந்த ஊர் ஊட்டியைப் போலவே இருக்கும். இந்த ஊரைச் சுற்றிய கிராமங்களின் இயற்கை எழில் அழகு இந்த ஊரில் தெரிகிறது.

பொன்மனை சிவன் கோவிலின் எதிரே பொதுமக்கள் குளிப்பதற்குரிய சிறிய குளமும் கோவிலின் வடக்கே கோவில் பூசகர்கள் குளிப்பதற்குரிய சிறிய குளமும் என இரண்டு குளங்கள் உள்ளன. பொன்மனை சிவன் கோவில் ஊர் மட்டத்தில் இருந்து தாழ்ந்திருக்கிறது. ஊரைச்சுற்றிலும் உள்ள பகுதிகளில் நீரோட்டத்தின் போக்கு கோவிலின் வெளிப்பிராகாரத் தரையில் தெரிகிறது.

இந்தக் கோவிலுக்கு நான் கோடைக் காலம் முடியும்போது போனேன். கோவிலின் வெளிப்பிராகாரத்தைச் சுற்றி வரும் போது தரைமட்டத்திலிருந்து நீர் கசிந்துகொண்டிருந்தது. நிலம் சதுப்புநிலம் போல் காட்சியளித்தது. என்னுடன் வந்த கோவில்பட்டி புகைப்படக்காரர் ஒருவர் பைப் லைன் எல்லா இடத்திலும் டேமேஜாயிருக்கிறது என்றார். இதைக் கேட்ட கோவில் காவலாளி சிரித்தார். இது நீர்கசிவு; இந்த இடமெல் லாம் இப்படித்தான் இருக்கும் என்று சொல்லிக்கொண்டே பக்கத்தில் கிடந்த கூர்மையான ஒரு கம்பால் நிலத்தைக் குத்திக் கிளறினார். நீர் பீறிட்டது. நல்ல வறட்சிக் காலங்களில் மட்டும் நிலம் காய்ந்து போகும். இந்தச் சமயங்களில் மட்டும் வெளிப்பிராகாரத்தைப் பெருக்கிச் சுத்தப்படுத்த முடியும்.

மற்ற சமயங்களில் ஒன்றும் செய்யமுடியாது. இங்கே தென்னையும் வாழையும்தான் வளர்க்கமுடியும். மற்ற செடிகள் வளர்த்தால் மூட்டில் தண்ணீர் தேங்கி அழுகிப் போகும் என்று அலுத்துக்கொண்டார் அந்தக் காவலாளி.

பொன்மனைக் கோவில் மேஜர் தேவசத்தில் அடங்குவது. இக்கோவிலின் கீழ் மகாதேவர் என்ற சிவன் கோவிலும் நாங்கோடு கிருஷ்ணசாமி கோவிலும் கண்டனேஸ்வரி பகவதி கோவிலும் உள்ளன. இவை தவிர மரம் விலக்கி சாஸ்தா, அண்டூர் சாஸ்தா, அணைக்கரை சாஸ்தா, மரவூர் கண்ட சாஸ்தா, புல்லையில் சாஸ்தா ஆகிய ஏழு சாஸ்தா கோவில்களும் பள்ளியோட்டுத் தம்புரான், பள்ளியோட்டுத் திட்டையார் ஆகிய கோவில்களும் பொன்மனைக் கோவிலின் கீழ் வருகின்றன.

இக்கோவில்களில் சண்டனேஸ்வரி பகவதி கோவிலில் ஒரு சர்ப்பக்காவு உண்டு. பொன்மனைக் கோவிலைச் சுற்றிய பகுதிகளில் சர்ப்பக்காவுகள் நிறையவே உள்ளன.

பொன்மனை என்னும் ஊரின் பெயரால் இந்தச் சிவன் கோவில் அழைக்கப்பட்டாலும் தீம்பிலான்குடி மகாதேவர் கோவில் என்பது இக்கோவிலின் அதிகார பூர்வமான பெயர். கோவில் ஆவணங்களிலும் இப்பெயர் உள்ளது.

கோவில் ஒரு ஏக்கர் பரப்புடையது. கோவிலைச் சுற்றிய பகுதிகளிலுள்ள வெற்றிடமும் குளங்களும் கோவிலுக்குச் சொந்தமானவை.

கோவில் அமைந்திருக்கும் சூழல் ரம்யமானது. கோவிலைச் சுற்றிய இடங்களில் சூரியன் நுழையாத அளவுக்கு நெருக்கமாய் வளர்ந்து நிற்கும் பலவகையான மரங்களும் பச்சை பசேலென காட்சியளிக்கும் செடிகொடிகளும் கோவிலின் எதிரிலும் வடக்கிலும் உள்ள நீர்நிலைகளும் கோவிலைச் சுற்றிய இடங்களில் பொதுவான பாதைகள் இல்லாமையும் பேருந்துகளும் கனரக வாகனங்கள் வராத இடத்தில் கோவில் அமைந்திருப்பதாலும் இங்கு தெய்வீகமான அமைதி நிலவுகிறது. இந்தச் சூழல் கோவிலின் பழமையை முன் நகர்த்துகிறது.

கோவிலின் எதிரே உள்ள குளத்தை ஒட்டித் திறந்தவெளி மேடை உண்டு. இது அண்மையில் கட்டப்பட்டது.

கோவில் கிழக்குப் பார்த்து அமைந்தது. கோவிலின் முன்பகுதித் தோரண வாயில் கேரளபாணி ஓட்டுக் கூரை யால் ஆனது. யானை நுழையும் அளவுக்கு உயரமாக உள்ளது. கோவிலைச் சுற்றி 5 மீ. உயரமுடைய கருங்கல் கோட்டைச் சுவர் உண்டு.

கோவிலின் கிழக்கு வெளிப்பிராகாரத்தில் நுழைந்ததும் எட்டடுக்கு உடைய கேரள பாணியில் அமைந்த உயர்ந்த கல்விளக்கைப் பார்க்கலாம். கோவிலின் இப்பிரகாரத்தின் வடகிழக்கில் உள்ள சிறிய ஓட்டுக் கூரைக் கட்டடத்தில் கோவில் அலுவலகம் இயங்குகிறது.

கிழக்கு வெளிப்பிராகாரத்தின் நடுவில் கோவில் வாசலின் எதிரே 40 அடி உயரமுடைய செம்புத்தகடு வேய்ந்த கொடி மரம் உண்டு. இது 1994இல் நிறுவப்பட்டது.

கிழக்குப் பிராகாரத்தின் தென்கிழக்கில் நாகர் சிற்பங்கள் வரிசையாக அடுக்கிவைக்கப்பட்டுள்ளன. இவை பரிவார தெய்வங்கள். தெற்கு வெளிப்பிராகாரத்தின் சுற்றுச்சுவரின் நடுப்பகுதியில் வெளியே செல்ல வாசல் உண்டு. மேற்குப் பிராகாரத்தின் நடுவில் உள்ள வாசல் வழியாக பொன்மனை ஊருக்குள் செல்லலாம். இப்பாதையின் முடிவில் தோரண வாசல் உண்டு.

வெளிப்பிராகாரத்தின் வடமேற்கு மூலையில் யட்சி பிரதிஷ்டை செய்யப்பட்டிருக்கிறாள். இது வெறும் பூடம்தான். பூடவடிவம்கூடச் சரியாக அமையவில்லை. 1994இல் இக்கோவி லில் நடந்த தேவப்பிரசன்னத்தின்போது இந்த இடத்தில் யட்சியைப் பிரதிஷ்டை செய்யும்படி உத்தரவு வந்ததாம்.

வடக்கு வெளிப்பிராகாரத்தின் நடுவிலும் வாசல் உண்டு. கோவில் பூசகர், வடக்கில் அமைந்த குளத்தில் குளித்துவிட்டு இதன் வழியாக கோவிலுக்குள் நுழைய வேண்டுமென்ற வழக்கம் முன்பு நடைமுறையில் இருந்தது. இக்குளத்தில் பிராமணர்கள் மட்டுமே குளிக்கலாம் என்னும் கட்டுப்பாடு 1936க்குப் பின் தளர்ந்தது. என்றாலும் இங்கு பெண்கள் குளிக்கக் கூடாது என்னும் நடைமுறை இன்றும் உண்டு.

வெளிப்பிராகாரத்தைச் சுற்றிலும் தென்னை, பலா, நாககந்தி, வேம்பு என்னும் மரங்களும் நந்தியாவட்டை, அரளிச் செடி

களும் நிறைந்துள்ளன. கோவிலின் வெளிப்பிராகாரத்தைச் சுற்றி வருபவர்களுக்கு ஒருவகையான பக்தியை ஏற்படுத்தும் சூழலும் அதிக ஆரவாரமில்லாத அமைதியும் வரப்பிரசாதமாகக் கிடைக்கும்.

இக்கோவில் சமசதுரமான அமைப்புடையது. நடுவில் கருவறையும் எதிரே நந்தி மண்டபமும் இவ்விரு மண்டபங்களைச் சுற்றிச் சுற்று மண்டபங்களும் உள்ளன. இங்கு திறந்த வெளி உள்பிராகாரமும் உண்டு. பிராகாரம் முழுக்கக் கருங்கல் பாவப்பட்டுள்ளது.

கிழக்கு வெளிப்பிராகாரத்தில், கொடிமரத்தைத் தாண்டிக் கோவிலின் முன்வாசலைக் கடந்து சென்றால் தெற்கும் வடக்கும் பரந்துகிடக்கும் திண்ணையைப் பார்க்கலாம். தரைமட்டத்திலிருந்து 25 செ.மீ. உயரமுடைய இந்த இரண்டு கல்மண்டபங்களில் 16 தூண்கள் உள்ளன. இவற்றில் சிற்பங்கள் இல்லை. இத்தூண்களின் அமைப்பின்படி இந்த மண்டபங்கள் 18 அல்லது 19 ஆம் நூற்றாண்டில் கட்டப்பட்டிருக்க வேண்டுமென ஊகிக்கலாம்.

இந்த மண்டபத்தைத் தொட்டு, கிழக்கு உள்பிராகாரத்தில் திறந்தவெளிச் சுற்று மண்டபம் உண்டு. இதிலுள்ள ஆறு தூண்களிலும் வேலைப்பாடில்லாத தீபலட்சுமி சிற்பங்கள் உள்ளன. இவற்றின் உருவம் தெரியாத அளவுக்குச் சுண்ணாம்பு அடிக்கப்பட்டுள்ளது.

தெற்கு, மேற்கு, வடக்கு உட்பிராகாரங்களில் உள்ள சுற்று மண்டபம் தரைமட்ட அளவில் திறந்த வெளியுடன் கூடியதாயும் தரைமட்டத்திலிருந்து உயர்ந்த தளமட்டம் உடையதாயும் என இரு பகுப்புகளை உடையது. உட்பிராகாரத்தின் இம்மூன்று பக்கச் சுற்று மண்டபங்களிலும் 21 கல்தூண்கள் உள்ளன. இவற்றில் சிற்பங்கள் இல்லை.

தெற்குச் சுற்று மண்டபத்தின் உயரமான தளச் சுவரை ஒட்டிய பகுதியில் தென்கிழக்கில் மடப்பள்ளியும் தென்மேற்கில் உக்கிராணப் புரையும் (Store Room) உள்ளன. இம் மண்டபத் தூண்கள் சுவரில் பதிந்துள்ளன. மேற்குச் சுற்று மண்டபத்தின் நடுவில் மேற்கு வெளிப்பிராகாரத்திற்குச் செல்ல வாசல் உண்டு. தரைமட்டத்திலிருந்து 20 செ.மீ. உயர முடைய இந்த மண்டபத்தில் 11 தூண்கள் உள்ளன. இவற்றிலும் சிற்பங்கள் இல்லை. தரைமட்ட மண்டபத் தூண்களிலும் சிற்பங்கள் இல்லை.

வடக்குச் சுற்று மண்டபத்தில் தரைமட்டத்தில் அமைந்த பகுதியிலுள்ள தூண்களில் விளக்கேந்திய ஆண் சிற்பங்கள் உள்ளன. இதே பகுதியில் தரைமட்டத்திலிருந்து உயரமாக அமைந்துள்ள மண்டபத்தில் உள்ள ஏழு தூண்களிலும் சிற்பங்கள் இல்லை. வடக்குச் சுற்று மண்டபத்தின் வடகிழக்குப் பகுதியில் திருக்கிணறும் வடமேற்கில் உக்கிராணப் புரையும் உள்ளன.

பொன்மனைக் கோவிலின் கருவறை வட்டவடிவில் அமைந்தது. கேரள பாணியில் அமைந்த ஸ்ரீகோவில் கூம்பு வடிவக் கூரையுடையது. செம்புத் தகடு வேயப்பட்டது. கருவறை வெளிப்பகுதி வட்ட வடிவமுடையதாக இருந்தாலும் உள் பகுதி நீள்சதுர வடிவானது. இதன் முன் அர்த்த மண்டபமும் இதை அடுத்து உயரமான கருவறையும் உள்ளன.

ஸ்ரீகோவிலின் முன்வாசலின் இரண்டு பக்கங்களிலும் கிழக்கு நோக்கியபடி இரண்டு துவாரபாலகர் சிற்பங்கள் உள்ளன. இவை வேலைப்பாடு இல்லாதவை. ஸ்ரீகோவிலின் வெளியே தெற்குப் பக்கம் விநாயகர் அமர்ந்திருக்கிறார். இந்தப் பரிவார தெய்வம் பிற்காலத்தில் பிரதிஷ்டை செய்யப் பட்டது. தெற்கு உள்பிராகாரத்தின் நடுவில் சாஸ்தா பரிவார தெய்வமாக இருக்கிறார். சாஸ்தா செண்டு ஏந்தியபடி உட்குடி காசனமாய் அமர்ந்திருக்கிறார். 30 செ.மீ. உயரமுடைய இச் சிற்பத்தின் வடிவம் பிற்காலத்தது என்று ஊகிக்கலாம்.

கருவறையில் உள்ள சிவலிங்கம் 12 செ.மீ. உயரமுடையது. இச்சிற்பத்தின் தலைப்பகுதியில் வெட்டுப்பட்டதன் அடை யாளம் காணப்படுகிறது. இதற்கு இக்கோவிலுடன் தொடர் புடைய தலபுராணக் கதையைக் காரணமாகக் கூறுகின்றனர்.

பொன்மனை ஊரும் சுற்றிய பகுதிகளும் அடர்ந்த காடாக இருந்த சமயம். இக்காட்டுப் பகுதியில் காணிக்காரர்கள்

என்னும் மலைவாழ் மக்கள் வாழ்ந்து வந்தனர். இச்சாதியைச் சார்ந்த தீம்பிலான் என்பவன் ஒரு நாள் மரம்வெட்டப் போனான். அவன் ஒரு மரத்தை வெட்டிக்கொண்டிருந்த போது வெட்டருவாள் ஒரு கல்லில் பட்டது. கல்லில் ரத்தம் கசிந்தது. அவன் அதைக் கண்டு பயந்துபோய் தன் குடியிருப் பில் இருந்த முதியவர்களிடம் சொன்னான். அவர்களும் வந்து பார்த்தனர். அவன் மரம் வெட்டிய இடத்தில் புதர் களை அகற்றினர். அங்கே சுயம்புலிங்கம் ஒன்று முளைத்திருந் ததைக் கண்டனர். அதற்கு வழிபாடு செய்தனர். சிறிது நாளில் அங்கே ஒரு கோவில் கட்டினர். அந்தக் கோவில் தீம்பிலான் என்ற காணிக்காரன் பெயரால் தீம்பிலா ஈஸ்வரன் கோவில் என அழைக்கப்பட்டது. பிற்காலத்தில் தீம்பிலான்குடி மகா தேவர் ஆயிற்று. இது வாய்மொழிச் செய்தி.

தீம்பிலானின் வெட்டருவாள் சுயம்புலிங்கத்தின் தலை மேல் பட்ட அடையாளம் இப்போதும் கருவறைச் சிவலிங்கத் தின் தலையில் உள்ளது என்ற நம்பிக்கை உண்டு.

கருவறைச் சிவலிங்கத்துக்கு ஆவுடையார் கிடையாது. இது அஷ்டபந்தன பிரதிஷ்டை செய்யப்படாதது. சுயம்பு லிங்கமானது. 1930இல் இக்கோவிலில் மராமத்து வேலை நடந்தபோது இது கண்டுபிடிக்கப்பட்டது. 1994இல் இக்கோவி லின் கும்பாபிஷேகம் நடந்தபோது, கருவறைச் சிவனுக்கு அஷ்டபந்தன சடங்கு நடக்கவில்லை.

இதுபோன்று பிரதிஷ்டை செய்யப்படாத, அஷ்டபந்தனம் இல்லாத சிவலிங்கம் சுசீந்திரம் தாணுமாலையன் கோவிலில் உள்ள கைலாசபுரத்து நாதர் கோவிலில் உள்ளது. இந்த லிங்கம் 30 செ.மீ. உயரமுடையது. இந்த லிங்கமும் ஆவுடையும் இயல்பாக அமைந்த பாறையில் அப்படியே செதுக்கப்பட்டுள்ளது. 1900இல் இக்கோவிலுக்கு மட்டும் கும்பாபிஷேகம் செய்யவேண்டும் எனத் தீர்மானிக்கப்பட்டபோதுதான் இந்த லிங்கம் பாறையில் செதுக்கப்பட்டது என்று கண்டுபிடிக்கப் பட்டதாம்.

பொன்மனை சிவனின் கருவறையில் உற்சவ விக்கிரகமும் உண்டு.

கருவறையின் எதிரே உள்ள நந்தி மண்டபம் எட்டுக் கல்தூண்கள் கொண்ட ஓட்டுக் கூரையால் ஆனது. சுற்றிலும் திறந்தவெளியுடைய இம்மண்டபத்தின் நான்கு புறமும் கதவு இல்லாத வாசல் உண்டு.

இம்மண்டபத்தை நந்தி மண்டபம் என்கின்றனர். இதில் 70 செ.மீ. உயரமுடைய கல் நந்தி உள்ளது. கருவறைச் சிவனின் வாசலின் நேர் எதிரே காலை மடக்கி அமர்ந்தபடி இருக்கும் இந்த நந்திச் சிற்பம் தத்ரூபமாய் அமைந்தது. இதன் கழுத்தில் உள்ள கயிற்றில் மணிகள் தொங்குகின்றன. கழுத்தைச் சுற்றிக் கயிறு கட்டப்பட்டிருப்பது போல் கல்லில் கொத்தப்பட்டுள்ளது.

நந்தி மண்டபத்தின் மேல்கூரையில் அழகிய வேலைப் பாடுடைய மரச்சிற்பங்கள் உள்ளன. கூரையின் மேல் அஷ்டதிக் பாலகர்களும் நடுவில் பிரம்மாவும் உள்ளனர். திக்பாலகர்களைச் சுற்றி நான்கு திசைகளிலும் எட்டு நடன மங்கைகளின் சிற்பங்கள் உள்ளன. எல்லோரும் நடனமாடும் நிலையிலேயே உள்ளனர்.

நந்தி மண்டபத்தின் வடக்கிலும் கிழக்கிலும் உள்ள கூரையின் அடிப்பகுதியில் ராமாயண மரச்சிற்பங்கள் உள்ளன. இவற்றில் கதைத் தொடர்ச்சி இல்லை.

கூரையின் வடபுறம் எட்டுச் சிற்பங்கள் உள்ளன. முதலில் இருப்பது ராமன் மான் மீது அம்பெய்யும் காட்சி. மானின் கழுத்தில் அம்பு துளைத்து மறுபுறம் வருவது சிற்பத்தில் தெரிகிறது. அடுத்த சிற்பம் இராமனின் மடியில் லட்சுமணன் கிடக்கும் காட்சி. இது யுத்தகாண்ட நிகழ்ச்சி. நாகாஸ்திரத்தால் அடிபட்ட லட்சுமணன் நினைவு இழக்கிறான்; இராமன் அவனை மடியில் கிடத்திப் புலம்பும் கம்பனின் காட்சி இது.

தொடர்ந்து இருப்பது இராவணன் சீதையைத் தேரில் ஏற்றிக் கவர்ந்து செல்லும் காட்சி. இதிலும் கம்பனின் செல்வாக்குதான். தேரில் ராவணன் பத்துக் கைகளுடன் ஆயுததாரியாய் நிற்கிறான். சீதை தேர்த்தட்டில் அமர்ந்தபடி

சிவாலய ஓட்டம்

தலையில் கையை வைத்துக்கொண்டு சோகத்துடன் இருக் கிறாள். அவளருகே நிற்கும் அனுமன் இராமனிடமிருந்து கணையாழியைப் பணிவுடன் வாங்குகிறான்.

அடுத்ததாக இருப்பது ராமன், சீதை, லட்சுமணன் ஆகி யோரின் சிற்பங்கள். லட்சுமணன் நின்றுகொண்டிருக்கிறான். ராமனும் சீதையும் சிறிய மேடை மேல் அமர்ந்திருக்கின்றனர். இவர்கள் காட்டில் உள்ளனர் என்பதற்குப் பின்னணியாக மூன்று மரங்கள் காட்டப்பட்டுள்ளன.

அடுத்தபடியாக இராவண தர்பார் காட்சி. பெரிய மேடை யில் பத்துக் கைகளுடன் ராவணன் அமர்ந்திருக்கிறான். இவன் கைகளில் வில், அம்பு, வாள், ஈட்டி எனப் பல ஆயுதங்கள் காட்டப்பட்டுள்ளன. இராவணனின் எதிரே மார்பும் மூக்கும் வெட்டப்பட்ட நிலையில் சூர்ப்பனகை நிற்கிறாள். இவள் அருகே நிற்பவன் அமைச்சனாக இருக்கலாம்.

இதை அடுத்து இருப்பது கிட்கிந்தையில் சுக்கிரீவன், அனுமன், லட்சுமணன் ஆகியோர் அமர்ந்திருந்தபடி சீதையைத் தேடுவது குறித்த ஆலோசனைக் கூட்டச் சிற்பம். இந்தக் கூட்டத்திற்குக் காவலாக ஒரு வானர வீரன் மரத்தில் மறைந்து இருக்கிறான்.

இதை அடுத்து இருப்பவர்கள் அனுமனும் சுரசையும். அனுமன் சீதையைத் தேடிக் கடல்வழி செல்லும்போது சுரசை

அ.கா. பெருமாள்

என்னும் நாகமாதா அவனைத் தடுக்கிறாள். அனுமனின் உடலைத் தின்ன இவள் வாயைத் திறக்கிறாள். அனுமன் தன் உடலைச் சிறிதாய்ச் சுருக்கிக்கொண்டு அவள் வாய்வழிச் சென்று காதுவழி வெளியேறுகிறான். அனுமனைச் சோதிக்க தேவர்களின் வேண்டுகோளால் நின்றவள் சுரசை. இந்தக் காட்சிச் சிற்பம் குமரி மாவட்டக் கோவில்களில் பரவலாக உள்ளது.

இதில் சுரசையின் தலைமட்டும் காட்டப்பட்டுள்ளது. இந்த அரக்கி கறண்ட மகுடத்துடன் பத்திர குண்டலம் அணிந்தவளாய் இருக்கிறாள். அனுமனின் இரண்டு கால்களும் அரக்கியின் வாய்க்கு வெளியே நீட்டிக்கொண்டிருக் கின்றன; காதின் வெளியே அனுமனின் சிறிய தலை தெரிகிறது.

நந்தி மண்டபத்தின் கிழக்குப் பக்கக் கூரையில் இராமாயண நிகழ்ச்சி தொடர்பாக நான்கு சிற்பங்கள் உள்ளன.

முதல் சிற்பம் வானரவீரன் இலங்கை வீரனுடன் சண்டை செய்யும் காட்சி. வானரன் தன் வலது காலால் எதிரியின் இடையில் மிதிப்பது நுட்பமாகக் காட்டப்பட்டுள்ளது. அடுத்து, அசோகவனச் சீதை மரத்தின் கீழ் அமர்ந்திருப்பதாக இருப்பது. இவள் வலது கையைத் தலைமேல் வைத்திருக்கிறாள். இடது கை இடது தொடையில் இருக்கிறது. எதிரே நிற்கும் அனுமன் சீதையிடம் கணையாழியைக் கொடுக்கிறான். அனுமனின்

தலையில் மகுடம் உள்ளது. இவன் கணையாழியை ஆள்காட்டி விரலிலும் பெருவிரலிலும் பிடித்துக்கொண்டு பவ்வியமாக நீட்டுவது சிற்பத்தில் தெளிவாகக் காட்டப்பட்டுள்ளது. கணை யாழி துல்லியமாகத் தெரிகிறது. அனுமனுக்கும் சீதைக்கும் நடுவில் அழகிய வேலைப்பாடுள்ள விளக்கு உள்ளது.

அடுத்து இருப்பன, சீதைக்குக் காவல் இருக்கும் அரக்கி யரின் சிற்பங்கள். இவர்களில் ஒருத்தியின் கையில் வாளும் கேடயமும் உள்ளன. இன்னொருத்தி சூலத்தைப் பிடித்திருக் கிறாள். இருவருக்கும் கோரைப் பற்கள் உள்ளன.

அடுத்து இருப்பதும் அசோகவனச் சீதைதான். அனுமன் சீதையைத் தேடி அசோக வனத்திற்கு வருகிறான். அங்கு உள்ள காவலர்களை மாயத்தால் உறங்கவைக்கிறான் அனுமன். பின் மரத்தின் மேல் ஏறி நின்று பார்க்கின்றான். இந்தத் தொடர்காட்சி அப்படியே சிற்பமாக உள்ளது. பெரிய மரத்தின் மேல் நிற்கும் அனுமனின் ஒருகை கிளையைப் பிடித்துள்ளது. இன்னொரு கையில் இலைகளுடைய நீண்ட கம்பு. மரத்தின் கீழே அரக்க வீரர்கள் கைநீட்டிப் படுத்துக் கிடக்கின்றனர். இவர்களின் கண்கள் மூடியபடி உறங்குவது காட்டப்பட்டுள்ளது.

இதை அடுத்து வீரர்கள், நடன மங்கைகளின் சிற்பங்கள். ராம லட்சுமணரின் நின்றகோலம். இரு பக்கங்களிலும் வானர வீரர்கள். கிழக்குப் பக்கம் இறுதிப் பகுதியில் இராவணன்

அவையில் வால் ஆசனத்தில் அமர்ந்திருக்கும் அனுமனின் சிற்பம். இராவணனின் பத்துக் கைகளிலும் ஆயுதங்கள். அனுமனின் கையில் கதை. இவனது வால் ஆசனம், இராவணனின் ஆசனத்தைவிட உயரமாக உள்ளது.

நந்தி மண்டபம் தெற்குப் பக்கம் கூரையில் அஞ்சலி ஹஸ்த அடியவர், மலர் செண்டு ஏந்திய ஆண், முனிவர், சூலம் ஏந்திய வீரன், மத்தளம் கொட்டும் கலைஞன் ஆகியோரின் சிற்பங்கள் உள்ளன.

இந்த வரிசையில் வட்டாரச் சார்பு, சமூகச் சார்பு தொடர்பான நான்கு சிற்பங்கள் உள்ளன. மரத்தின் கீழ் இருக்கும் சிவலிங்கத்தின் இரண்டு புறமும் புலிகள் நிற்கின்றன. ஒரு புலி லிங்கத்தை நக்குகிறது. அருகே அஞ்சலி ஹஸ்தமாய் அடியவர் ஒருவர் நிற்கிறார்.

இந்தச் சிற்பத்தை அடுத்து சிவலிங்கத்தின் அருகே பசு நிற்கிறது; லிங்கத்தை நாக்கால் நக்குகிறது. அருகே இரண்டு அடியவர்கள். சிவலிங்கத்தைப் பசு நாக்கால் நக்கும் காட்சி இருக்கும் கல் சிற்பங்கள் குமரி மாவட்டத்தின் வேறு கோவில்களிலும் உள்ளன.

இதை அடுத்து இருப்பது சிவலிங்கத்தை இரண்டு குரங்குகள் மலரால் அர்ச்சனை செய்யும் காட்சிச் சிற்பம். இதில் அர்ச்சனை செய்யும் குரங்கின் பின்னே இன்னொரு குரங்கு நிற்கிறது. இதன் ஆண்குறி நீளமாய்க் காட்டப்பட்டுள்ளது. இது தொடர்பாக கதை ஏதும் இருக்கலாம்.

இச்சிற்பத்தை அடுத்து யாகத் தீயை வளர்த்துப் பூஜை செய்பவர்களின் சிற்பம் உள்ளது. இவரது ஒரு கையில் மணியும் இன்னொரு கையில் தீபாதாரணைத் தட்டும் உள்ளன. இவரின் தலைக்கு மேலே பழக்குலை தொங்குகிறது. இவர் மார்பில் முப்புரி நூல் அணிந்திருக்கிறார்.

சிவாலய ஓட்டம்

இச்சிற்பத்தை அடுத்து நெருப்பில் குளிர்காயும் காட்சி. பெரிய பானையில் நெருப்பு எரிந்து கொண்டிருக்கிறது. இதனருகே ஒருவன் இரண்டு கைகளையும் நீட்டி நெருப்பில் குளிர்காய்கிறான். இவன் உடம்பில் ஆடை இல்லை. இவனுக்கு மேல் உள்ள சட்டத்தில் துணி தொங்குகிறது.

நந்தி மண்டபம் மேற்குப் பகுதிக் கூரையில் ராமன் லட்சுமணன் சீதை சூர்ப்பனகை ஆகியோரின் சிற்பங்கள் உள்ளன. இவற்றில் சூர்பணகை மார்பும் மூக்கும் அறுபட்ட நிலையில் நிற்கிறாள். சீதையின் அருகே மோகினி (சூர்ப்பனகை) நிற்கும் சிற்பமும் இதில் உண்டு.

இந்த வரிசையில் உள்ள கங்காளநாதர் சிற்பமும் இந்திரன் சிற்பமும் நுட்பமாக உள்ளன. இந்திரனின் கையில் வஜ்ராயுதம் தெளிவாகக் காட்டப்பட்டுள்ளது. இவனது ஒரு கை அபய முத்திரையையும் இன்னொரு கை வரத முத்திரையையும் காட்டுகின்றன.

இந்தச் சிற்பங்கள் எல்லாமே முழுமையாக உள்ளன. இவற்றில் ஒன்றுகூடப் பழுதடையாமல் இருப்பது ஆச்சரிய மான விஷயம். நந்தி மண்டபத்தில் பக்தர்களோ, பொது மக்களோ ஏறக்கூடாது என்ற நடைமுறை வழக்கம் இப்போதும் இருப்பதால் இந்தச் சிற்பங்கள் பாதிக்கப்படவில்லை. பன்னிரு சிவாலயங்களில் இத்தகு மரச்சிற்பங்கள் பொன்மனையில் மட்டுமே உள்ளன. வேறு சிவாலயங்களில் இல்லை என்பது இக்கோவிலுக்குச் சிறப்பு.

பொன்மனை தீம்பிலான்குடி மகாதேவர் கோவிலின் கட்டுமானக் காலத்தை அறிய கல்வெட்டு ஆதாரங்கள் இக்கோவிலில் காணப்படவில்லை. கோவில் தொடர்பான வாய்மொழிச் செய்திகள், கோவிலின் கருவறை, மண்டபங் களின் கட்டுமானம், அடிப்படையில் இதன் காலத்தை ஊகிக்க வேண்டியிருக்கிறது.

தென்குமரி தேவசம் துறையின் பதிவு ஏடுகளும் ஆவணங் களும் இக்கோவிலை மேஜர் தேவச வகையிலேயே அடக்கு கின்றன. இது இக்கோவிலின் பழமைக்கு ஒரு ஆதாரம். இக் கோவில் தொடர்பான தோற்றக்கதை, மலைவாழ் மக்களுடன் தொடர்புடையது. இது இக்கோவிலின் பழமைக்குச் சான்று.

கருவறையின் அமைப்பும் பழமையும் இதை 15ஆம் நூற்றாண்டுக்குக் கொண்டு செல்கிறது. இக்கோவிலில் கருவறை மட்டுமே முதலில் இருந்திருக்க வேண்டும். பின்னர் சுற்று மண்டபமும் முன்மண்டபமும் கட்டப்பட்டிருக்கலாம். இந்தக் கட்டுமானம் 17ஆம் நூற்றாண்டில் ஏற்பட்டிருக்கலாம்.

இக்கோவிலுக்கு என்று தனியான தலபுராணக் கதை இல்லை. கோவில் உருவானதற்கு முன்பே கூறிய கதைதான் வாய்மொழியாக நிலவுகிறது.

இக்கோவிலின் தினப்பூஜையும் பிற பூஜைகளும் பிற சிவன் கோவில்களைப் போன்றே நடக்கிறது.

தீம்பிலான்குடி மகாதேவர் கோவிலின் திருவிழா பங்குனி மாதம் திருவாதிரை நாளில் ஆரம்பிக்கிறது. பத்து நாள் விழா நிகழ்ச்சிகளில் சடங்குகளே அதிகம். விழாவில் கலச பூசை முக்கியம். முகபடாம் போர்த்திய யானையின் மீது உற்சவமூர்த்தியை இருத்தி கோவில் பிராகாரத்தைச் சுற்றி வருவது என்பது விழாவின் பத்து நாட்களிலும் நடக்கும் நிகழ்ச்சி.

ஏழாம் திருவிழா அன்று, கோவிலைச் சுற்றிய ஊர்களுக் கும் உற்சவமூர்த்தியைத் தாங்கிய யானை வலம்வரும். இது காட்சி சீவிலி என்ற பெயரில் அழைக்கப்படுகிறது. உற்சவ மூர்த்தி ஊரின் எல்லாப் பகுதிகளுக்கும் வலம்வரும் வழக்கம் கோவில் நுழைவு அனுமதிக்குப் பின் ஏற்பட்டது. ஊர்மக்க ளின் வேண்டுகோளும் இதற்குக் காரணம்.

முந்தைய காலங்களில் (1950க்கு முன்பு) பத்து நாள் விழாக்களிலும் கதகளி நிகழ்ச்சி நடப்பதுண்டு. இப்போது ஒன்பதாம் நாள் விழாவில் மட்டும் நடக்கிறது. இந்த நாளில் வேட்டை நிகழ்ச்சி உண்டு. இச்சடங்கு சார்ந்த நிகழ்வு நாஞ்சில் நாட்டுக் கோவில்களில் ஒன்பதாம் நாளில் நடக்கும் பன்றி வேட்டை என்னும் நிகழ்ச்சியிலிருந்து வேறுபட்டது.

பொன்மனைக் கோவில் வேட்டை நிகழ்ச்சியில் வில், அம்பு சாத்துதல் இல்லை. இளநீரை வேட்டைப் பொருளாகக் கொண்டு கத்தியால் வெட்டுவது சடங்கு, இதைக்கூட வேட்டைக் குருப்பு செய்வதில்லை. கருவறைப் பூசகரே செய்கிறார்.

பத்தாம் திருவிழா ஆறாட்டு நிகழ்ச்சி. இந்த நாளில் பகல் மூன்று மணிக்கு யானை ஸ்ரீபலி புறப்படும்; ஊர்ப் பகுதியில் சுமார் 6 கி.மீ. தொலைவில் வாழும் பொதுமக்களின் வழிபாட்டை ஏற்றுப் பழையாற்றில் நீராடிவிட்டு இரவு 2 மணிக்குக் கோவிலுக்கு வரும். இதன் பிறகுதான் கொடி மரத்தின் கொடி இறக்கப்படும்.

இக்கோவிலின் சிவராத்திரி விழாவும் பிற பன்னிரு சிவாலயக் கோவில்களில் நடப்பதைப் போன்றே நடக்கிறது.

பொன்மனை சிவராத்திரி விழாவிற்கு வரும் சிவாலய ஓட்டக்காரர்களுக்குத் தேரிமேட்டு பத்மநாயர் குடும்பத்தினர் தினைக் கஞ்சி, நல்லமிளகு சாறுத் தண்ணீர், சக்கா எரிசேரி

தானமாய்க் கொடுப்பது காலங்காலமாய் நடக்கிறது. இதன் சுவைக்காகவும் உடல்வலி போக்கும் மருந்துத் தன்மைக்காகவும் பக்தர்கள் இவற்றை அருந்த இந்த இடத்திற்கு விரும்பி வருகின்றனர்.

பொன்மனைக் கோவில் பூசை செய்பவர் (2) தவில் நாதஸ்வரம் இசைப்பவர் (2) பஞ்சவாத்தியம் அடிப்பவர் (1) களபக்காரர் (1) தளி (2) என எட்டுப்பேர் பணிபுரிகின்றனர்.

சிவாலய ஓட்டம்

இப்போதெல்லாம் ஆயில்யம் பூசைக்கு அதிக அளவில் பெண்கள் வருகின்றனர். திருமணம் ஆகாத பெண்கள் 41 நாட்கள் வில்வ இலையால் இந்த இறைவனைப் பூஜித்தால் நினைப்பது நடக்கும் என்ற நம்பிக்கை பரவலாகி வருகிறது.

6

திருப்பன்னிப்பாகம் கோவில்

பன்னிரு சிவாலயங்களில் ஆறாவது திருத்தலம் திருப்பன்னிப்பாகம். ஐந்தாம் தலமான பொன்மனை யிலிருந்து சித்திரங்கோடு, குமாரபுரம், முட்டைக்காடு வழியாக 12 கி.மீ. சென்றால் பன்னிப்பாகம் கோவிலை அடையலாம்.

நாகர்கோவில் – திருவனந்தபுரம் சாலையில் தக்கலை ஊரிலிருந்து சுருளக்கோடு செல்லும் சாலை வழியாக 6 கி.மீ. சென்று முட்டைக்காடு சந்திப்பை அடைந்து அங்கிருந்து 3 கி.மீ. தொலைவில் உள்ள பன்னிப்பாகம் கோவிலை அடையலாம்.

இக்கோவில் மணலிக்கரை கிருஷ்ணன் கோவிலின் கீழ் வரும் மைனர் தேவசம் பிரிவைச் சார்ந்தது. முந்தைய காலத்தில் இது மேஜர் தேவசம் கோவிலாய் இருந் திருக்கிறது.

பன்னிப்பாகம் கோவில் கல்குளம் வட்டம், கோதை நல்லூர் பஞ்சாயத்தின் கீழ் வருகிறது. இக்கோவில் இருக்கும் இடம் ஊர்ப் பகுதி அல்ல. கோவில் மட்டுமே அமைந்துள்ள இந்த இடம் ஸ்ரீபன்னிப்பாகம் என வழங்கப்படுகிறது. பன்னிரு சிவாலயங்களில் பத்து சிவன் கோவில்கள் ஊரின் பெயரால் வழங்கப்படுகின் றன. முஞ்சிறை ஊரில் உள்ள கோவில் திருமலைக் கோவில் எனக் குறிப்பிடப்படுகிறது. இந்த வரையறைக் குள் அடங்காமல் ஊரின் பெயரும் இன்றித் தனிப்பெய ரால் வழங்கப்படுவது இக்கோவில்.

பிற சிவாலயங்களிலிருந்து இக்கோவிலை வேறு படுத்திக் காட்டுவதே இதன் அந்நியத்தன்மைதான்.

பூச்சிகுன்னி மலை அடிவாரத்தில் அமைந்த இக்கோவிலின் முன்புறம் கோவிலுக்குச் சொந்தமான நீராடும் குளமும் பின்புறம் விவசாயத்துக்குப் பயன்படும் பூக்குளமும் உள்ளன.

அ.கா. பெருமாள்

கோவிலைச் சுற்றிய பகுதிகளில் கண்ணுக்கெட்டிய தூரம் அடர்ந்த வாழைத் தோட்டங்களும் காய்கறித்தோட்டங்களும் மரச் சீனித் தோட்டங்களும் தேக்கு மரக்காடுகளும் காணப் படுகின்றன. கோவிலின் முன்பகுதிக் குளத்தின் கிழக்கே பேச்சிப்பாறை கால்வாய் ஓடுகிறது. கால்வாயை ஒட்டி 8 அடி அகலச் சாலை உண்டு. அந்த வழியாகச் சென்று ஒன்பதாம் கோவிலான கல்குளம் நீலகண்டசுவாமி கோவிலுக்கும் போக முடியும்.

ஸ்ரீபன்னிப்பாகம் மூலவரான சிவன், கிராத மூர்த்தி பசுபதி எனப்படுகிறார். கிராத மூர்த்தி, பன்னிப்பாகம் என்னும் பெயர்களின் விளக்கத்தை மகாபாரதக் கதையுடன் இணைத்து இக்கோவிலின் தலபுராணத்தை உருவாக்கியுள்ளனர். இதே போன்ற கதையைத் திருப்பன்றிக்கோடு தலபுராணத்திலும் கூறுகின்றனர்.

அர்ஜுனன் பாசுபதாஸ்திரம் வேண்டித் தவம் செய்த போது அவனைச் சோதிக்க வேடன் உருவில் வந்தான் சிவன். அப்போது அங்கே வந்த பன்றியின் மீது அம்பெய்தான். அதே நேரத்தில் அர்ஜுனனும் அம்பெய்தான். வேடனும் அர்ஜுன னும் பன்றிக்கு உரிமை கொண்டாடினர். இறுதியில் வேடன், தான் யார் என்பதைக் காட்டினான்.

காயம்பட்ட பன்றியின் ஒருபாகம் விழுந்த இடம் பன்னிப் பாகம் எனப்பட்டது. இக்கோவிலின் எதிரே உள்ள நீராடும் குளம்கூட அம்பு விழுந்தான் குண்டு எனப்படுகிறது. இது அர்ஜுனனின் அம்பு விழுந்த இடம் என்பது தலபுராணக் கதை. கோவிலை அடுத்த ஒரு பள்ளமான பகுதியைப் பன்றிக் குண்டு என்று கூறுகின்றனர்.

இக்கோவிலின் கிழக்கே ஓடும் வள்ளியாறு உற்பத்தியானது தொடர்பான செய்தியைக்கூடத் தலபுராணக் கதையுடன் சேர்த்துச் சொல்லுகின்றனர். பன்னி, வள்ளி என்னும் பெயர் களின் தொடர்பாக இந்தக் கதைகள் உருவாகியிருக்க வேண்டும்.

பன்னிப்பாகம் கோவிலின் கிழக்கு சாலையில் உள்ள கால்வாயின் கிழக்கே 6 கி.மீ. தொலைவில் உள்ள காட்டில் காட்டாளை அம்மன் கோவில் உள்ளது. இந்த அம்மன் கோவிலையும் பன்னிப்பாகம் கோவிலிலிருந்து 3 கி.மீ. தொலை வில் உள்ள தென்னந் தோட்டத்தின் நடுவில் உள்ள சிவன் கோவிலையும் இணைத்துப் பேசப்படும் கதைகளும் வழக்கில் உள்ளன. பன்னிப்பாகம் கோவிலுக்கும் சிவன் கோவிலுக்கும் சடங்குரீதியான தொடர்புகள் இருந்தன. இவை இப்போது படிப்படியாகக் குறைந்துவிட்டன என்று கூறுகின்றனர் (பி.இ.எண்: 14 பார்க்க).

பன்னிப்பாகம் கோவிலைச் சுற்றி ஓர் ஊர் இருந்திருக் கிறது. இதற்கு வாய்மொழி மரபில் மட்டுமல்ல கல்வெட்டிலும் ஆதாரம் உண்டு. எதோ காரணத்தால் இந்த ஊர் முட்டைக் காடு பகுதிக்குப் பெயர்ந்திருக்கிறது. பூச்சிகுன்னி மலையின் வெள்ளம் அடிவார கிராமங்களை அழித்தது பற்றிய செய்திகள் மிக அண்மைக் காலத்தில்கூடப் பேசப்பட்டிருக்கின்றன.

இக்கோவிலின் நந்தி மண்டபத்தில் காணப்படும் பழைய கல்வெட்டின் மொழி வடிவத்தின் அடிப்படையில் இக்கோவில் கி.பி. 9ஆம் நூற்றாண்டிற்கு முற்பட்டது என்கிறார் கல்வெட் டாய்வாளர் டி.ஏ.கோபிநாதராவ். இன்னொரு கல்வெட்டு இக்கோவிலின் சபை பற்றிக் கூறுகிறது. இந்தச் சபையில் பிரம்மபுரம், திருப்பனைக்குளம், பாகூர் கோணம் ஆகிய கிராமங்களில் உள்ளவர்கள் உறுப்பினர்களாய் இருந்தனர் என்ற குறிப்பு உள்ளது.

இக்கோவிலில் காணப்படும் கல்வெட்டுக்களில், இக் கோவில் இருந்த இடம் திருப்பனைக்குளம் எனக் குறிப்பிடப் படுகிறது. (பி.இ.எண் : 15) இது கோவில் இருந்த ஊரின் பெயராக இருந்திருக்கலாம். கோவிலைக் குறிக்கும் கல்வெட் டில் இது முன்ஒட்டாக வருகிறது. திருப்பனை என்பது பிற்

காலத்தில் திருப்பன்னி என மருவியிருக்கலாம். கோவில் தொடர்பான தலபுராணக் கதை பிற்காலத்தில் உருவாக்கப் பட்டதற்குத் திருப்பனை என்னும் சொல் காரணமாயிருந் திருக்கலாம்.

இக்கோவிலில் குழல் (Flute) என்னும் இசைக்கருவி மூன்று வேளைகளிலும் இசைக்கப்பட்டிருக்கிறது. இது பற்றிய குறிப்பு கோவில் கல்வெட்டில் உண்டு. இப்படி ஒரு இசைக்கருவி கன்னியாகுமரி மாவட்டத்தில் உள்ள வேறு கோவில்களில் இசைக்கப்பட்டதாகத் தெரியவில்லை.

இக்கோவிலின் பழமை கி.பி. 9ஆம் நூற்றாண்டு வரை எட்டுகிறது. இதற்குக் கல்வெட்டுச் சான்று உண்டு. அதற்கு முன்பு இங்கு வழிபாடு இருந்திருக்கலாம். இதனால் இதன் பழமை ஆயிரம் ஆண்டுகளுக்கும் மேல் செல்கிறது. இக்கோவி லுக்குரிய சொத்துகள் நாஞ்சில் நாட்டில் இருந்தன என்றும் தெரிகிறது.

O O O

திருப்பன்னிப்பாகம் கோவிலுக்குச் செல்வதற்கு வழி காட்டுவது போன்ற பெரிய தோரணவாயில் முட்டைக்காடு ஊர் சந்திப்பில் உள்ளது. இக்கோவிலுக்குச் செல்லும் சிறு பாதை வழி நடக்கும் அனுபவம் இனிமையானது. செப்டம்பர், அக்டோபர் மாதங்களில் மழைக்காலத்தில் இப்பாதை வழிச்

செல்பவர்கள் அடர்ந்த காட்டுக்குள் செல்லும் சுகத்தை அனுபவிக்கலாம். இந்தப் பாதையின் இரண்டு பக்கங்களிலும் பரந்து செழித்து வளர்ந்து கிடக்கும் தோட்டப் பயிர்களையும் செடிகொடிகளையும் மரங்களையும் பசுமை மாறாமல் பார்க்கலாம்.

மகாசிவராத்திரி விழாக்காலத்தில் இச்சாலையின் இரண்டு பக்கங்களிலும் புதிதாய்ப் பறிக்கப்பட்ட நாட்டுக் காய்கறிகள் விற்பனைக்காக வைக்கப்பட்டிருக்கும். மலிவாகக் கிடைக்கும் இவற்றை வாங்குவதற்கென்றே வரும் மக்கள் கூட்டமும் உண்டு. இந்தச் சாலை, நேராகப் பன்னிப்பாகம் கோவிலில் சென்று முடியும். இதன் கிழக்குப் பக்கம் உள்ள நீராடும் குளத்தைத் தொட்டுச் செல்லும் சாலைவழி, பேச்சிப்பாறை கால்வாயை ஒட்டிய சாலைக்குச் செல்லலாம்.

சுமார் இரண்டு ஏக்கர் பரப்புடைய இக்கோவில் வளாகத்தைச் சுற்றி உயரமான சுற்றுச் சுவர் உண்டு. வெளிப்பிராகாரம், திறந்தவெளி உள்பிராகாரம் ஸ்ரீகோவிலைச் சுற்றிய உள்பிராகாரம் என மூன்று பிராகாரங்களைக் கொண்டது இக்கோவில். ஸ்ரீகோவில் கருவறையைச் சுற்றியிருக்கும் உள் பிராகாரம் கோவில் பூசகர் மட்டுமே செல்வதற்கு உரிமை உடையது.

கோவிலின் வெளி முன்வாசலின் வழி கோவிலின் உள்ளே நுழைந்ததும் பரந்து கிடக்கும் கிழக்கு வெளிப்பிராகாரத்தைப் பார்க்கலாம். இதில் பலிபீடம் உள்ளது. இந்தப் பிராகாரத்தின் வடகிழக்கில் கோவில் விழா நிகழ்ச்சி நடத்துவதற்குரிய மேடை உண்டு. இது அண்மையில் கட்டப்பட்டது.

தெற்குப் பிராகாரத்தில் கிழக்குப் பார்த்த நிலையில் சிறிய விநாயகர் கோவில் உள்ளது. இது அண்மையில் கட்டப்பட்டது. இக்கோவிலை அடுத்து இரண்டு சமாதிகள் உள்ளன. 30 செ.மீ. உயரமுடைய கல் சிவலிங்கம் பிரதிஷ்டை செய்யப்பட்ட முதல் சமாதியைச் சுற்றி மேற்கூரையில்லாத சுற்று மதில் உண்டு. இந்த சிவன் தரையுடன் ஒட்டிய ஆவுடையின் மேல் இருக்கிறார்.

முதல் சமாதி இக்கோவிலில் துறவியாக இருந்து தவம் செய்த யோகி ஒருவருடையது. இவர் உயிரோடு சமாதியானவர் என்பது செய்தி. இச்சமாதியின் பின்னே இருப்பது துறவியின் தம்பியின் சமாதி என்கின்றனர். அண்ணனான துறவியைத் தேடித் தம்பி வந்தபோது அண்ணனின் வேண்டுகோள்படி தம்பியும் இங்கே தவமிருந்தார். இறப்பிற்குப் பின் அவரும் இங்கேயே சமாதி ஆனார்.

அ.கா. பெருமாள்

இந்தச் சமாதிகளுக்குத் தினப்பூஜை உண்டு. கோவில் கும்பாபிஷேகத்தின் போது பிரசன்னம் பார்த்த சமயத்தில் இக்கோவிலின் தெற்குப் பிராகார சமாதிக்குத் தினப்பூஜை செய்ய வேண்டுமென வேண்டுகோள் விடப்பட்டதாம்.

தெற்குப் பிராகாரம், சமாதியின் அருகே நிற்கும் மரத்தைக் கிளி மரம் எனக் குறிப்பிடுகின்றனர். இதை இக்கோவிலின் தலவிருட்சமாகவும் கொள்கின்றனர்.

மேற்கு வெளிப்பிராகாரத்தின் சுவரில் கோவிலுக்கு வெளியே செல்ல வாசல் உண்டு. இந்தப் பிராகாரம் வட மேற்கில் ஒரு சூலமும் வேலும் மேடையில் உள்ளன. இதை முருகக் கடவுளாக வழிபடுகின்றனர்.

வடக்கு வெளிப்பிராகாரக் கோடியில் காலபைரவருக்குக் கோவில் உண்டு. இக்கோவில், மேற்கூரை இல்லாதது. இதற்கு வாசல் கதவும் கிடையாது. சுமார் 120 செ.மீ. உயரமுடையது காலபைரவரின் கருங்கல் சிற்பம். இது கம்பீரமான அழகுடையது. நின்றகோலமாய் உள்ள இந்தக் காலபைரவருக்கு நான்கு கைகள் உள்ளன. முன்புற இடது கையில் கபாலமும் வலது கையில் சூலமும் பின்புற வலது கையில் உடுக்கும் இடது கையில் நாகமும் உள்ளன. இவரது மார்பில் யக்ஞாபவிதமும் உதரபந்தமும் காட்டப்பட்டுள்ளன.

காலபைரவரின் கழுத்தில் கண்டமாலை, சரப்பள்ளி, காதில் பத்ரகுண்டலமும் அழகு செய்கின்றன. ஜடா மகுடம் உடைய இவரது தலையில் சந்திரப்பிறை காட்டப்பட்டுள்ளது. ஆடையற்ற நிலையில் உள்ள இவரின் பின்னே சுவான வாகனம் (நாய்) இருக்கிறது. குமரி மாவட்டக் கோவில்களில் உயரமான காலபைரவர் சிற்பம் இது என்கின்றனர்.

வெளிப்பிராகாரத்தில் நிறையவே மரங்கள் உள்ளன. கோவிலின் அமைதியான சூழலுக்கு இது மெருகூட்டுகிறது.

வெளிப்பிராகாரத்தை வலம் வந்த பின்பு கோவிலின் கிழக்குவாசல் வழி உள்ளே நுழைந்ததும் ஓட்டுப்பணியில் அமைந்த மிகப்பெரிய மண்டபத்தைப் பார்க்கலாம். இது தரை மட்டத்திலிருந்து 60 செ.மீ. உயரமுடையது. கருவறை வாசலுக்கு எதிரே மண்டபத்தின் நடுவில் வழிப்பாதை உண்டு.

வடக்கு தெற்காக நீண்டு கிடக்கும் இந்த மண்டபத்தில் 13 பெரிய கல்தூண்கள் உள்ளன. இம்மண்டபத்தின் மேற்கூரை மரச்சட்டங்களும் உத்திரங்களும் இதன் பழமையைக் காட்டு கின்றன. இம்மண்டபத் தூண்களில் அஞ்சலி ஹஸ்த அடிய வர்கள், வேணாட்டரசர்களின் சிற்பங்கள் உள்ளன. இவை மிகச் சாதாரண வேலைப்பாடுடையவை.

இந்த மண்டபத்திற்கும் கருவறைக்கும் இடையே நந்தி மண்டபம் உள்ளது. நான்கு தூண்கள் கொண்ட இக்கல் மண்டபத்தின் அமைப்பின்படி இதன் காலத்தைக் கணக்கிட முடியவில்லை. இம்மண்டபம் தரைமட்டத்திலிருந்து 90 செ.மீ. உயரமுடை யது. கருங்கல் பாவப்பட்ட தளமுடையது. இதன் தூண்கள் நாயக்கர் காலக் கட்டுமான அமைப்பைச் சார்ந்தவை. தூண்களின் பொதிகையும் வேலைப்பாடும் பழமையானவை.

இந்த மண்டபத் தூண்களின் மேல் நிற்கும் கூரையும் தூண்கள் பொருத்தப்பட்ட முறையும் பழைய கட்டுமான கல் வடிவங்களைப் பயன்படுத்தி இம்மண்டபம் கட்டப்பட் டுள்ளதோ என்ற சந்தேகத்தை எழுப்புகிறது. நந்தி மண்டபத் தின் வடபகுதி மேடையில் உள்ள கல்வெட்டு கி.பி. 9ஆம் நூற்றாண்டு என வரையறை செய்யப்பட்டிருந்தாலும் மண்டபத் தின் காலம் பிற்பட்டது என்ற சந்தேகத்தை இதன் அமைப்பு எழுப்புகிறது.

பழைய கல்வெட்டுக்கள் பொறிக்கப்பட்ட கற்கள் இந்த மண்டப வேலைக்குப் பயன்பட்டிருக்கலாம். நந்தி மண்டபத் தில் உள்ள நந்தி 45 செ.மீ. உயரமும் 90 செ.மீ. நீளமும் உடையது. கல்லால் ஆன இந்த நந்திச் சிற்பம் வேலைப்பாடுடையது.

அ.கா. பெருமாள்

இதன் கழுத்தில் உள்ள மணிகளும் கயிறும் தெளிவாகக் காட்டப்பட்டுள்ளன.

கோவிலின் தெற்கு, மேற்கு, வடக்குப் பகுதிகளில் ஓட்டுப் பணியிலான திருச்சுற்று மண்டபம் உண்டு. மூன்று புறமும் 19 சாதாரண அமைப்புடைய கல் தூண்களைக் கொண்ட இச்சுற்றுமண்டபம் தரைமட்டத்திலிருந்து 65 செ.மீ. உயரமுடைய திண்ணையைக் கொண்டது. மேற்கு, வடக்குச் சுற்று மண்டபத்திலிருந்து வெளியே செல்ல வாசல் உண்டு.

திருச்சுற்று மண்டபத்தின் தென்கிழக்கில் மடப்பள்ளியும் வடகிழக்கில் சிறு அறையும் கிணறும் உள்ளன. தெற்கு வெளிப் பிராகாரம் கருவறையை ஒட்டி, கிழக்கு நோக்கியபடி வெட்ட

வெளியில் மேடை மேல் சாஸ்தாவின் கல் சிற்பம் உள்ளது. இது பரிவார தெய்வம்.

சாஸ்தாவின் சிற்பம் குறைப்பட்டிருப்பதால் இதன் மேல் பித்தளை கவசம் போர்த்தி உள்ளனர். இது அமர்ந்த கோலமுடையது. ஒரு காலை மடக்கியபடி யோகப்பட்டத் துடன் சாஸ்தா இருக்கிறார். இவரது ஒரு கையில் செண்டு காட்டப்பட்டுள்ளது.

வடக்கு உள்பிராகாரத்தின் நடுப்பகுதியில் நிர்மால்ய மூர்த்தி சிவலிங்க வடிவில் இருக்கிறார். ஆவுடையில் பிரதிஷ்டை செய்யப்பட்ட இவருக்கு வழிபாடு கிடையாது. கேரளத் தாந்திரிக முறைப்படி நிர்மால்ய தேவருக்கு வழிபாடு நடத்தக்கூடாது என்பது நியதி என்கின்றனர்.

மூலவரான மகாதேவர் கிராதமூர்த்தி பசுபதி இருக்கும் ஸ்ரீகோவில் கருவறை, நடுமண்டபம், முன்மண்டபம் என மூன்று பகுப்பை உடையது. கல்லால் ஆன இம்மண்டபத்தின் கட்டுமானம் இதன் பழமையைக் கூறுகிறது.

ஸ்ரீகோவிலின் முன்மண்டபத்தைவிட நடுமண்டபமும் கருவறைப் பகுதியும் அகலமானவை. மூலவர் இருக்கும் கருவறை சுற்றிவருவதற்குரிய வசதி உடையது. கருவறை மேற்குச் சுவரில் ஜன்னல் உண்டு. கருவறைக்குக் காற்றும் வெளிச்சமும் செல்வதற்குரிய இத்தகு வசதி பிற கோவில்களில் குறைவு.

ஸ்ரீகோவிலின் முன்மண்டபத்தையும் நந்தி மண்டபத்தை யும் இணைக்கும் மண்டபம் உண்டு. இதில் உள்ள சோபனப் படி அமைப்பு பிற சிவன் கோவில்களில் இருப்பதைப் போல உள்ளது.

ஸ்ரீகோவிலின் விமானம் மூன்று அடுக்குகளைக் கொண்டது. தெற்குப்பக்க விமானத்தின் மேலிருந்து கீழாக முதல் அடுக்கிலும் மூன்றாம் அடுக்கிலும் தட்சணாமூர்த்தி யின் உருவம் உள்ளது. நடுஅடுக்கில் வீணா தட்சணாமூர்த்தி இருக்கிறார். இவரின் இருபக்கங்களிலும் துவாரபாலகர்கள் காட்டப்பட்டுள்ளனர்.

மேற்கு விமானம் முதல் அடுக்கில் மேற்குப் பார்த்து விஷ்ணு, சங்கு சக்கரதாரியாக நின்றகோலமாய் உள்ளார். இரண்டாம் அடுக்கில் நரசிம்மரின் அமர்ந்தகோல வடிவம் உள்ளது. மூன்றாம் அடுக்கில் யோக நரசிம்மர் இருக்கிறார்.

வடக்கு விமானப் பகுதியில் மூன்று அடுக்குகளிலும் கமண்டலம், அட்சமாலையுடன் பிரம்மா இருக்கிறார். விமானத்தில் வேறு சிற்பங்கள் இல்லை.

அ.கா. பெருமாள்

இந்த விமானம் அண்மைக்காலத்தில் புதுப்பிக்கப்பட்டது. பழைய அமைப்பு அப்படியே இருக்கும்படி செப்பம் செய்யப் பட்டுள்ளது.

இக்கோவிலில் ஆண்டு திருவிழா கிடையாது. மாசி மாத மகா சிவராத்திரி விழா மூன்று நாட்களாக நடக்கிறது. இக் கோவிலுக்குக்கென்று கொடி மரமோ வாகனமோ கிடையாது. திருவாதிரை, பிரதோஷம் போன்ற சிறு விஷேசங்கள் சிறப் பாக நடக்கின்றன.

7

கல்குளம் கோவில்

பன்னிரு சிவாலயங்களில் ஏழாவது கோவில் கல்குளம் நீலகண்டசுவாமி கோவில். ஆறாவது கோவிலான திருப்பன்னிப்பாகத்திலிருந்து பத்மநாபபுரம் வழியாக 7 கி.மீ. ஓடி நீலகண்டசுவாமி கோவிலை அடைகின்றனர்.

கல்குளம் என அழைக்கப்படும் பத்மநாபபுரம் மிகப் பழைய நகரம். திருவிதாங்கூரின் தலைநகராக இருந்த இடம். நாகர்கோவில் – திருவனந்தபுரம் சாலையில் 16 கி.மீ. தொலைவில் உள்ள தக்கலை என்ற ஊரின் கிழக்கே 2 கி.மீ. தொலைவில் இருப்பது பத்மநாபபுரம் நகராட்சி. இது 6.42 ச.கி.மீ. பரப்புடையது.

பத்மநாபபுரத்தைப் பழைய கல்வெட்டுகள் கல்குளம் என்று குறிப்பிடுகின்றன (பி.இ.எண்: 16). வேணாட்டு அரசர்கள் காலத்தில் தலைநகராக இருந்தது கல்குளம். பின்னர் தொடர்ந்து திருவிதாங்கூரின் தலைநகராக இருந்தது. 1790இல் திருவனந்தபுரம் திருவிதாங்கூரின் தலைநகராக ஆனபிறகு இது இரண்டாம் தலைநகரானது.

கல்குளம் எனப்படும் பத்மநாபபுரம் நீலகண்ட சுவாமி கோவிலின் கிழக்கு நோக்கி இருக்கிறது. கோவிலின் எதிரே தெப்ப மண்டபம் கூடிய தெப்பக்குளம் உள்ளது. சிவனின் சந்நிதிக்கு எதிரே உள்ள வாசலில் மூன்று அடுக்கு கொண்ட கோபுரம் இருக்கிறது. கன்னியாகுமரி மாவட்டக் கோவில்களில் சுசீந்திரம் தாணுமாலையன் கோவிலும் கல்குளம் நீலகண்டசுவாமி கோவிலும்தான் மாடிக்கோபுரம் கொண்ட கோவில்கள்.

அம்மன் சந்நிதிக்கு எதிரே உள்ள கிழக்கு வாசலின் படிகளைத் தெப்பக்குளத்தின் தண்ணீர் தொட்டு அலை

மோதுகிறது. இதனால் இந்த வாசல்வழி கிழக்குத் தெருவிற்குச் செல்லமுடியாது. சிவன் கோவிலின் எதிரே உள்ள கோபுர வாசல் பெரிதாக இருந்தாலும் இந்த வாசல்வழி பெரும்பாலும் பக்தர்கள் வருவதில்லை. கோவிலுக்கு வடக்கு வாசலே முக்கியப் பயன்பாடுள்ளதாய் உள்ளது. சிவாலய ஓட்டத்தின்போது கூடப் பக்தர்கள் வருவது இந்த வாசல் வழிதான்.

கல்குளம் கோவிலின் மூலவர் நீலகண்டசுவாமி. இவரின் துணையான ஆனந்தவல்லிக்குத் தனிக்கோவில் உண்டு. பன்னிரு சிவாலயங்களிலேயே, அம்மனுக்குத் தனிக்கோவில் இருப்பது கல்குளம் கோவிலில் மட்டும்தான்.

நீலகண்டசுவாமி கோவில் சதுரமான அமைப்புடையது. 5 மீட்டர் உயரமுடைய கோட்டைச்சுவரால் சூழப்பட்ட பெரிய வளாகத்தில் சிவனுக்கும் அம்மனுக்கும் தனித்தனியே கோவில்கள் உள்ளன. இந்த இரு கோவில்களையும் இணைக்கும் மண்டபம் ஒன்று இடையே உண்டு.

சிவன், அம்மன் கோவில்களுக்கு எதிரே தெற்கு – வடக்காக நீண்டு கிடக்கும் மண்டபம் சித்திர சபை என ஆவணங்களில் குறிக்கப்படுகிறது. கலை நுட்பமுடைய சிற்பங்கள் நிறைந்த இந்த மண்டபத்தைப் பொதுவாகக் கிழக்குப் பிராகாரம் என்றும் கொடிமர மண்டபம் என்றும் கூறுகின்றனர். இரண்டு

கோவில்களைச் சுற்றிலும் திறந்த வெளிப்பிராகாரமும் திருச்சுற்று மண்டபமும் உண்டு. சிவன் கோவிலுக்கும் அம்மன் கோவிலுக்கும் தனித்தனி விமானம் உண்டு.

கிழக்கு கோபுர வாசல்வழி நுழைந்ததும் எதிர்ப்படுவது கொடிமர மண்டபம். இதன் மேற்குப் பகுதியில் 12 தூண்களும் கிழக்குப் பகுதியில் 13 தூண்களும் உள்ளன. இப்பகுதியில் சிவன் சந்நிதிக்கு எதிரேயும் அம்மன் சந்நிதிக்கு எதிரேயும் தரைமட்டத்திலிருந்து 90 செ.மீ. உயரமான திண்ணை உண்டு. இது அதிகம் பயன்பாடு இல்லாத பகுதி. இந்தப் பெரிய மண்டபத்தில் திருவிழாக்களில் வலம்வரும் வாகனங்கள் இருப்பதால் இந்த மண்டபத்தின் பிரமாண்டம் அமுங்கிவிட்டது.

இந்த மண்டபத்தின் மேற்குப் பகுதியில் சிவன், அம்மன் சந்நிதிகளுக்கு எதிரேயும் தூண்களுக்கும் இடையில் நீண்ட வராண்டா உள்ளது. மண்டபத்தின் தென்பகுதி முழுதும் திறந்தவெளியாக உள்ளது. வடக்கில் ஒரு மண்டபம் உண்டு. இது முன்மண்டபம், கருவறை என அமைந்தது. இதில் நடராஜரும் சிவகாமியும் இருந்தனர்.

நடராஜர் கோவிலின் நேர்ப் பார்வையில் தெற்குப் பிராகாரத்தில் ஒரு வாசல் இருந்தது. நடராஜரின் பார்வை இந்த வாசலுக்கு அப்பாலிருக்கும் பத்மநாபபுரம் அரண்மனையின் மீது பட்டதால் எதிர்வினைகள் ஏற்பட்டன. அதனாலேயே தலைநகரை திருவிதாங்கூருக்கு மாற்ற வேண்டிய சூழல் வந்தது. இதன் பிறகு நடராஜரையும் சிவகாமியையும் கருவறையின் பக்கத்து அறைக்குக் கொண்டு சென்றனர் என்பது வாய்மொழிச் செய்தி. பத்மநாபபுரத்திலிருந்து திருவனந்தபுரத்திற்குத் தலைநகர் மாறியது 1790ஆம் ஆண்டில். அதன் பிறகு தான் நடராஜரும் சிவகாமியும் இடம் மாறினர் என்பது சரியான தகவல்.

சித்திரசபை மண்டபத்திலிருந்து நீலகண்டன் இருக்கும் ஸ்ரீகோவிலுக்குச் செல்லும் வாசலின் இரண்டு பக்கங்களிலும் துவாரபாலகர்களின் சிற்பங்கள் உள்ளன. இந்த சந்நிதிக்கு எதிரே செப்புத் தகடு பொதியப்பட்ட கொடி மரமும் பலிபீடமும் உள்ளன. அம்மன் சந்நிதிக்கு எதிரேயும் செப்புக் கொடி மரமும் பலிபீடமும் உள்ளன. கொடி மரமும் பலிபீடமும் தரைமட்டத்திலிருந்து தாழ்ந்த இடத்தில் உள்ளன. இரண்டு கொடிமரங்களின் நடுவில் மேற்குப் பகுதியை ஒட்டி அம்மன் திருக்கல்யாணத்துக்குரிய சிறிய மண்டபம் உள்ளது.

பத்மநாபபுரம் ஊரின் வடக்குத் தெருவிலிருந்து கோவிலின் வடக்கு வாசல் வழியாக வந்து வடக்குப் பிராகாரம் வழி கொடிமர மண்டபத்தில் நுழையும் பகுதியில் இரண்டு பக்கங்களிலும் இருக்கும் பிரமாண்டமான தூண்களில் சிற்பங்கள் உள்ளன.

இடது பக்கத் தூணில் யட்சினி நிற்கிறாள். ஒரு ஆண் அஞ்சலி ஹஸ்தத்துடன் நிற்கிறான். இந்த மண்டபத்தின் வடக்குப் பகுதியில் நடராஜர், சிவகாமி இருந்த கோவிலை ஒட்டிய சுவர் தூண்களில் கர்ணன், கங்காள நாதர், வேணுகோபாலன், அர்ஜுனன் தபஸ் சிற்பங்கள் உள்ளன. இவை ஆளுயரக் கருங்கல் சிற்பங்கள். கன்னியாகுமரி மாவட்டக் கோவில்களில் காணப்படும் வேணுகோபாலன், கங்காளநாதர் சிற்பங்களில் கலைநுட்பமுடையவை இந்தக் கோவிலில்தான் உள்ளன.

இந்தச் சிற்பங்கள் இருக்கும் விசாலமான இடமும் இவற்றின் அழகை மெருகூட்டுகின்றன.

கர்ணனின் இரண்டு கைகளில் ஒன்றில் சர்ப்பமும் இன்னொன்றில் வில்லும் உள்ளன. கர்ணனை அடுத்து கங்காள நாதர் நிற்கிறார். இவரது அருகில் தலையில் சட்டி ஏந்திய குள்ளபூதம். கங்காளரின் கழுத்தில் கங்காளமும் அதில் தொங்கும் பிணமும் தெரிகின்றன. கங்காளரின் வலதுகை மானுக்கு உணவு ஊட்டுவது போல் காட்டப்பட்டுள்ளது. மான் துள்ளி நிற்கிறது. கங்காளநாதர் பலவகையான ஆபரணங்களை அணிந்திருக்கிறார்.

கங்காளநாதரை அடுத்து இருப்பவர் வேணுகோபாலன். இதுவும் ஆளுயரச் சிற்பம். சுசீந்திரம் தாணுமாலயன் கோவில் சித்திரசபை முன்பகுதித் தூணிலும் திருவட்டாறு ஆதிகேசவப் பெருமாள் கோவில் சித்திரசபைத் தூணிலும் உள்ள வேணு கோபாலன் சிற்பத்தை ஒத்தது இது. இதற்கு நான்கு கைகள். முன் இரு கைகள் புல்லாங்குழலைப் பிடித்துள்ளன. இந்த இசைக்கருவி வேணுகோபாலனின் உதட்டின் கீழ் சாதாரணமாய்ப் பொருந்தி இருக்கிறது. வேணுகோபாலனின் வலது கையில் சங்கும் மேல் இடது கையில் சக்கரமும் உள்ளன. வேணுகோபாலன் முத்துமாலையையும் வேறு பலவகையான ஆபரணங்களையும் அணிந்திருக்கிறான். வேணுவின் நெற்றியில் நாமம் உள்ளது. இவன் காலின் கீழ் குழலிசை கேட்டு மயங்கிய பசுக்கள் தலையை உயர்த்திப் பார்க்கின்றன.

சிவாலய ஓட்டம்

வேணுகோபாலனை அடுத்து இருப்பது அர்ஜுனன் சிற்பம். இவன் ஒரு கையில் வில்லையும் அம்பையும் ஏந்தி யிருக்கிறான். சிவனுக்குத் தாடி காட்டப்பட்டுள்ளது. இந்த மண்டபத்தின் மேற்குப் பகுதி வடமேற்கில் திருக்கிணறு உள்ளது. இதனருகே உள்ள பெரிய தூணில் ஆடை நெகிழ்ந்த நிலையில் நிர்வாணமாக நிற்கும் பெண் சிற்பம் உள்ளது. இவளது காலின் கீழ் இரண்டுபேர் வணங்கி நிற்கின்றனர். இவர்களுக்குத் தாடி காட்டப்பட்டுள்ளது. பெண்ணுறுப்பை வணங்குவது பற்றிய தாந்திரக வழிபாடு குறித்த கதைகளைப் பிரதிபலிக்கும் சிற்பமாக இவை இருக்கலாம். இதே தூணில் விளக்கேந்திய பாவைச் சிற்பம் உள்ளது.

சித்திரசபையின் மேற்குப் பகுதியில் அம்மன் கோவிலின் நேர் எதிரே உள்ள வாசலின் இரண்டு பக்கத் தூண்களிலும் திருமலை நாயக்கரும் (1623 – 1659) அவருடைய தம்பியும் உள்ளனர். திருமலை, அஞ்சலி ஹஸ்தமுடையவராய் கம்பீர மாய் தொப்பையுடன் காட்சியளிக்கிறார். இவர் அருகே பணிப்பெண் ஒருத்தி நிற்கிறாள். இவளது ஒருகையில் வெஞ்சா மரம் இருக்கிறது; இன்னொரு கை அடப்பையைத் தாங்கி இருக்கிறது.

திருமலை நாயக்கரின் சிற்பத்தை அமைக்கும் போது அவருடைய தம்பியையோ நாயக்க அதிகாரியையோ சிற்ப மாக வடிக்கும் வழக்கம் உண்டு. இந்தத் தூணில் இருக்கும் சிற்பம் அஞ்சலி ஹஸ்தமுடையது. அதிகாரியின் சிற்பமாக

இருக்கலாம். இவரும் திருமலையைப் போல நிறைய ஆபரணங் களை அணிந்திருக்கிறார். இவர் அருகே குத்துவாளை ஏந்திய பெண் ஒருத்தி நிற்கிறாள்.

இந்தத் தூணை அடுத்து இருக்கும் தூணில் விளக்கேந்திய பாவைச் சிற்பம் உள்ளது. இவள் பலவகையான ஆபரணங் களை அணிந்திருக்கிறாள்; புல்லாக்கு அணிந்திருக்கிறாள். இவள் தலைமுடியைப் பின்னிப் போட்டிருப்பது நுட்பமாகக் காட்டப்பட்டுள்ளது. இவளது தோற்றம் மிகவும் வயது குறைந்ததாக இருக்கிறது. இதே மண்டபத்தில் சக்கரதாரியான

விஷ்ணு, வஸ்திரங்களைக் கவரும் கிருஷ்ணன், நிர்வாணப் பெண், முனிவர்கள், அஞ்சலி ஹஸ்த அடியவர் ஆகியோரின் சிற்பங்கள் உள்ளன.

கல்குளம் கோவிலுக்கும் திருமலை நாயக்கருக்கும் உள்ள தொடர்பு குறித்த செய்திகள் கல்வெட்டுகளில் இல்லை. ஆனால் திருமலையின் ஆட்சியின்போது தென் திருவிதாங்கூர் பகுதி களுடன் இவர் உறவு கொண்டிருந்ததற்கு ஆதாரங்கள் உண்டு. திருமலை நாயக்கர் நாஞ்சில் நாட்டின் மீது படை எடுத்திருக் கிறார். அப்போது வேணாட்டின் அரசனாக இருந்தவன் உண்ணி கேரளவர்மன். தலைநகர் பத்மநாபபுரம். வேணாட்டு அரசனுக்காகப் படை நடத்திப் போரிட்டவர் இரவிக்குட்டிப் பிள்ளை என்பவர். இது குறித்த கதைப்பாடலும் உண்டு. திருமலை நாயக்கர் இப்படையெடுப்பின் பின்பு நாஞ்சில் நாட்டுக் கோவில்களுக்கு நிபந்தங்கள் கொடுத்துள்ளார். கட்டு மானப் பணிகள் செய்துள்ளார்.

கல்குளம் கோவிலின் சித்திர சபை மண்டபப் பணிகள் 17ஆம் நூற்றாண்டின் ஆரம்பத்தில் நடந்திருக்க வேண்டும். இதனால் இங்கே திருமலையின் ஆளுயரச் சிற்பத்தை வைத் திருக்க வேண்டும்.

இந்த மண்டபத்தின் கிழக்குப் பக்கத் தூணில் தலையிலும் கையிலும் பலாப் பழத்தைச் சுமந்து கொண்டு நிற்கும் குரங்குச் சிற்பம் உள்ளது. இந்த வரிசைத் தூண்களில் அடியவர் சிற்பங் களும் விநாயகர் சிற்பமும் உள்ளன. இந்தச் சிற்பங்கள் சாதாரண வேலைப்பாடுடையவை.

நீலகண்டர் கோவிலின் கொடிமரத்தை அடுத்து இருக்கும் துவாரபாலகர்களைக் கடந்து சென்றதும் பத்துத் தூண்களைக் கொண்ட சிறு மண்டபத்தைப் பார்க்கலாம். இவற்றில் 8 தூண்களில் யாளிச் சிற்பங்கள் உள்ளன. யாளியின் துதிக்கை யின் கீழ் யானை என்னும் பொதுவான வடிவத்துடன் அமைந்த சிற்பங்கள் இவை.

இந்த மண்டபத்தில் தெற்கிலும் வடக்கிலும் உள்ள சுவரை ஒட்டித் தரைமட்டத்திலிருந்து 90 செ.மீ. உயரமான நீண்ட திண்ணை உண்டு. இத்திண்ணை பிற்காலத்தில் கட்டப்பட் டது. தென்கிழக்கு வடகிழக்குப் பகுதியில் வெளியே செல்ல வாசல் உண்டு. இந்த மண்டபத்தில் பக்கத்திற்கு ஐந்து அடுக்கு கள் எனப் பத்து அடுக்குகளைக் கொண்ட இரண்டு மீட்டர் உயரமுடைய வெங்கல விளக்கு உள்ளது.

இந்த மண்டபத்தின் தூண்களில் விநாயகர், கருக்கு என வேலைப்பாடில்லாத சிற்பங்கள் உள்ளன. நீலகண்டரின்

ஸ்ரீகோவில், கருவறை, திருச்சுற்று மண்டபம், திறந்தவெளிப் பிராகாரம் என அமைந்தது.

யாளி மண்டபத்திலிருந்து சிவன் சந்நிதிக்குள் நுழைந்த தும் இரண்டு பக்கமும் திண்ணை பரந்து கிடக்கிறது. நடுவில் பாதை. நான்கு தூண்கள் கொண்ட இச்சிறு மண்டபத்தில் முந்தைய காலங்களில் வேதபாராயணம் நடந்திருக்கிறது. பத்மநாபபுரம், திருவிதாங்கூரின் தலைநகராக இருந்தபோது பிராமணர்கள் பெருமளவில் தங்கியிருந்தனர். அரண்மனை யில் வழங்கப்பட்ட இலவச உணவுக்காகவே தென்பாண்டிப் பகுதியிலிருந்து தமிழ் பிராமணர்கள் இங்கே குடியேறினர். இவர்களில் பலர் நீலகண்டசுவாமி கோவிலில் வேதபாராயணம் செய்வதை வழக்கமாகக் கொண்டிருந்தனர்.

பெரிய திண்ணையை அடுத்து இருப்பது கிழக்குப் பிராகாரம். தென்கிழக்கில் மடப்பள்ளி. ஸ்ரீகோவிலின் முன்னே சோபனப் படியுடைய சிறு மண்டபம். ஸ்ரீகோவில், நந்தி

மண்டபம், கருவறை என இரு பகுப்புடையது. நந்தி அதிக அளவில் வேலைப்பாடில்லாதது.

ஸ்ரீகோவிலைச் சுற்றிய மூன்று பிராகாரங்களில் உள்ள திருச்சுற்று மண்டபத்திலும் தரை மட்டத்திலிருந்து உயரமான திண்ணை உண்டு. திருச்சுற்று மண்டபத்திற்கும் ஸ்ரீகோவிலுக்கும் நடுவில் உள்ள பிராகாரம் திறந்தவெளியுடையது. மேல் கூரை காற்றும் வெளிச்சமும் வரும்படியாக இடைவெளிவிட்டு கல்லால் அடுக்கப்பட்டுள்ளது.

தென்பகுதித் திருச்சுற்று மண்டபம் பத்துத் தூண்களைக் கொண்டது. மேற்குப் பிராகாரச் சுற்று மண்டபம் அகலமானது. இங்குள்ள ஐந்து தூண்களும் வேலைப்பாடில்லாதவை. ஐந்து தூண்கள் கொண்ட வடக்குப் பிராகாரத்துத் திருச்சுற்று மண்டபத்தில் சண்டேஸ்வரர் கோவில் இருக்கிறது. வடக்குப் பிராகாரம் வழி கிழக்குப் பிராகாரம் வந்ததும் வடகிழக்கில் தெற்கு நோக்கி நடராஜரும் சிவகாமியும் கோவில் கொண்டிருப்பதைத் தரிசிக்கலாம். இங்குள்ள செப்பு விக்கிரகங்கள் கொடிமர மண்டபத்தின் வடபுறம் சிறுகோவிலில் இருந்தவை. இவை பிற்காலத்தவை.

அ.கா. பெருமாள்

ஸ்ரீகோவில் கருவறையின் பின்பகுதி, தேவகோஷ்டம், அதிஸ்தானம், விமானம் போன்றவற்றின் கட்டுமானத்தின் அடிப்படையில் இதைப் பத்தாம் நூற்றாண்டுவரை கொண்டு செல்லலாம். பெரும்பாலும் ஆய் மன்னர்களின் இறுதிக் காலத்திலோ வேணாட்டு மன்னர்களின் ஆரம்பகால ஆட்சி யிலோ இக்கோவில் கட்டப்பட்டிருக்கலாம்.

அம்மன் கோவில் கிழக்குப் பார்த்து இருக்கிறது. இது சிவன் கோவிலுக்கு வடக்கு நோக்கி அமைந்துள்ளது. இக் கோவிலின் முன்னே கொடிமரமும் பலிபீடமும் உண்டு. இப் பகுதியில் உள்ள தூண்களில் சிற்பங்கள் உள்ளன. அர்ஜுனன் தபஸ், சிங்கம், முனிவர், நடனமாது, வில்லுடன் கூடிய ராமர், வாள்வீரன், அடியவர், கண்ணாடியில் முகம்பார்த்து ஒப்பனை செய்யும் பெண் ஆகியன உள்ளன. ஒரு தூணில் இளவரசி யைக் கவர்ந்து செல்லும் குறவனின் சிற்பம் உள்ளது. இது போன்ற சிற்பம் தென்மாவட்டக் கோவில்களில் நிறையவே உள்ளன. திருநெல்வேலி மாவட்டம் கிருஷ்ணபுரம் கோவில் குறவன் சிற்பம் புகழ்பெற்றது.

அம்மன் கோவில் நுழைவாயில் தூணில் கர்ணனின் சிறிய அளவிலான சிற்பம் உண்டு. இதே தூணில், மன்மதன் கரும்பு வில்லுடன் நிற்கிறான். இவனது ஒருகை வரத முத்திரை

காட்டுகிறது. இது சிறிய சிற்பம். இந்த மண்டப முன்வாசலில் ஒருபுறம் சுப்பிரமணியனும் இன்னொரு புறம் விநாயகரும் உள்ளனர். சுப்பிரமணியன் நான்கு கைகள் கொண்டவர். மயில் மீது அமர்ந்த கோலமுடைய இச்சிற்பத்தின் மேல் கைகளில் சக்தி, வஜ்ராயுதங்கள் உள்ளன. கீழ் கைகள் அபய, வரத முத்திரை காட்டுகின்றன.

இந்த நுழைவாயிலை அடுத்து பெரிய மண்டபம் உள்ளது. இந்த மண்டபம் சிவன் கோவிலின் எதிரே உள்ள மண்டபத்தைப் போன்றது. இதில் தெற்கிலும் வடக்கிலும் சுவரை ஒட்டிய திண்ணைகள் உண்டு. தரைமட்டத்திலிருந்து 90 செ.மீ. உயரமுடைய இத்திண்ணை பிற்காலத்தில் கட்டப்பட்டது.

இந்த மண்டபத் தூண்களில் சிவன், கருக்கு, அன்னம் போன்ற சிற்பங்களும் உட்குடிகா ஆசனத்தில் சாஸ்தா, மான், மழு ஏந்திய சிவன் சிற்பங்களும் உள்ளன. ஒரு தூணில் தோளில் மானைச் சுமந்து செல்லும் வேடனின் சிற்பம். இன்னொரு தூணில் பெரிய பாம்புப் படுக்கையில் ஆவுடையில் சிவன் இந்த நாகம் சிவனுக்குக் குடை பிடிக்கிறது. இது ஆதிசேஷனில் திருமால் பள்ளிகொண்டதை நினைவுறுத்தும் சிற்பம். இது சைவ – வைணவ இணைப்பைச் சுட்டுவதாகவும் கொள்ளலாம். இது போன்ற சிற்பம் பிற பன்னிரு சிவாலயங்களில் இல்லை. இந்த மண்டபத்திலிருந்து தெற்கிலும் வடக்கிலும் வெளியே செல்ல வாசல் உண்டு.

அ.கா. பெருமாள்

ஆனந்தவல்லி கோவில் அம்மனின், கருவறையும் பிராகார மும் திருச்சுற்று மண்டபமும் கொண்டது. சிவன் கோவிலைப் போன்ற அமைப்பை உடையது இது. தெற்குத் திருச்சுற்று மண்டபம் ஐந்து தூண்கள் கொண்டது. இந்தச் சுற்று மண்டபத் திலும் தரைமட்டத்திலிருந்து உயர்ந்த திண்ணை உண்டு. மேற்குச் சுற்று மண்டபம் எட்டுத் தூண்களைக் கொண்டது. இது பெரிய மண்டபம். வடக்குப் பிராகாரம் ஐந்து தூண்களைக் கொண்டது. இப்பிரகாரத்தின் கிழக்கு கோடியில் பள்ளியறை உள்ளது.

அம்மனின் ஸ்ரீகோவில் நந்தி மண்டபம், கருவறை என இரு பிரிவை உடையது. கருவறையில் ஆனந்தவல்லி நின்றகோல மாய் நிற்கிறாள். சிவன் கோவிலுக்கும் அம்மன் கோவிலுக்கும் இடையில் நீண்ட மண்டபம் உள்ளது. இதன் மேற்குப் புற மிருந்து வெளியே செல்ல வாசல் உண்டு. இங்கே ஒரு கணபதி கோவிலும் உண்டு. அம்மன் கோவிலிலிருந்து இடை மண்டபத் திற்கு வர தென்புறம் இரண்டு வாசல் உண்டு. இதுபோல் சிவன் கோவிலிலிருந்து இம்மண்டபத்திற்கு வரவேண்டும். பன்னிரண்டு தூண்களைக் கொண்ட இந்த மண்டபத்தின் மேற்குத் திசையில் நடுவில் வெளிச்சம் வர வசதி உண்டு.

சிவன், அம்மன் கோவிலைச் சுற்றிப் பெரிய திறந்த வெளிப்பிராகாரமும் திருச்சுற்று மண்டபமும் உண்டு.

கிழக்குப் பிராகாரத்தின் பெரும் இடத்தைக் கொடிமர மண்டபம் பிடித்துக்கொண்டுள்ளது. தெற்குப் பிராகார சுற்று மண்டபம் 30 தூண்களைக் கொண்டது. இவற்றில் விளக்குப் பாவைகள் உள்ளன. இப்பிரகாரத்தின் தென்மேற்கில் கிழக்குப் பார்த்தபடி இருப்பது சாஸ்தா கோவில். இது சிறு விமானம் கொண்ட கல்கோவில். மேற்குப் பிராகாரம் 23 விளக்குப்

பாவைகள் கொண்ட மண்டபம். இதில் மேற்கு புறம் செல்ல வாசல் உண்டு. மகாசிவராத்திரியின் போது இங்கு வரும் பக்தர்களுக்கு இந்த மண்டபத்தில் சாப்பாடு கொடுக்கப் படுகிறது.

வடக்குசுற்று மண்டபம் 23 தூண்களைக் கொண்டது. இந்த மண்டபத் திண்ணை அகலம் குறைந்தது.

மேற்குச் சுற்று மண்டபம் வழி மேற்கு வாசலைக் கடந்து கோவிலுக்கு வெளியே சென்றால் ஒரு சிவன் கோவிலைக் காணலாம். இதை ஆதிமூல சிவனாகக் கொள்கின்றனர். இந்தச் சிவன் ஆவுடையாரில் உள்ளது. இதன் உயரம் 160 செ.மீ. என்பது இதன் விஷேசம். இந்தச் சிவன் கோவில் அண்மையில் புதுப்பிக்கப்பட்டுள்ளது.

8

மேலாங்கோடு கோவில்

சிவாலய ஓட்டத்தின் எட்டாவது ஆலயம் மேலாங்கோடு. ஏழாவது கோவிலான கல்குளத்திலிருந்து 2 கி.மீ. தொலைவு ஓடி மேலாங்கோட்டுக் கோவிலை அடையலாம். வேளிமலை அடிவாரத்தில் பச்சைப் பசேலென்ற வயல்கள், நீர்நிறைந்த சிறு குளங்கள், தென்னை மரங்கள் என இயற்கை எழிலுடன் கூடிய இடத்தில் இக்கோவில் இருக்கிறது.

பயணிகள் வந்து குவியும் நகரக் கோவில்களின் சந்தைக் கூட்டத்திலிருந்து விடுபட்டுச் சோலைகளின் நடுவே நீராதாரங்களின் அருகே குளிர்ச்சியான சூழலில் இருப்பதுதான் பன்னிரு சிவாலயங்களுக்கு உள்ள பெருமையும் கவர்ச்சியும்.

நாகர்கோவில் – திருவனந்தபுரம் சாலையில் குமாரகோவில் ஊருக்குச் செல்லும் சந்திப்பில் வலது புறம் செல்லும் பாதை வழி 2 கி.மீ. சென்றால் மேலாங் கோடு கோவிலை அடையலாம். நாஞ்சில் நாட்டில் மேலாங்கோடு என்னும் ஊரின் பெயரே இயக்கியம்மன் என்ற பெண் தெய்வத்துடன் தொடர்புடையதாகக் கூறப்படுகிறது. தென் கேரளத்திலும் இந்த ஊருக்கு யட்சிகளின் ஊர் என்ற பொருளில் வழங்கும் கதைகள் உள்ளன.

மேலாங்கோடு என்னும் ஊர், கோவிலுக்காகப் பெயர்பெற்ற ஊர். இங்கு குடியிருப்புகள் இல்லை. அக்கா, தங்கை என்னும் இரண்டு இயக்கிகளுக்கும் தனித்தனியே கோவில்கள் உள்ளன (பி.இ.எண் : 17). அக்காவின் கோவில் சிவன் கோவிலை ஒட்டியிருக்கிறது. அதனால் செவ்வாய், வெள்ளிக் கிழமைகளில் இயக்கி கோவிலுக்கு வருபவர்கள் சிவன் கோவிலுக்கும் செல் கின்றனர்.

அ.கா. பெருமாள்

கல்குளம் வட்டம் வில்லுக்கீறி பஞ்சாயத்தில் உள்ள இந்தக் குக்கிராமத்திலுள்ள மகாதேவர் கோவிலின் மூலவர் காலகாலர் என அழைக்கப்படுகிறார். இப்பெயர் மார்க்கண்டேயன் கதையுடன் தொடர்புடையது.

காலனுக்குக் காலனாய் இருப்பவர் காலகாலர். மார்க் கண்டேயர் தொடர்பான கதையை இக்கோவிலின் தல புராணமாய்க் கூறுகின்றனர்.

மிருகண்ட முனிவர் குழந்தை இல்லாமல் வருந்திச் சிவனிடம் தவமிருந்தார். சிவன் அவரது தவத்திற்கு இரங்கி "நல்ல அறிவான பணிவான கடவுள் பக்தியுள்ள ஒரு ஆண் மகன் வேண்டுமா? அறிவில்லாத பண்பற்ற பல குழந்தைகள் வேண்டுமா? ஒரு குழந்தை பிறந்தால் 16 ஆண்டுகள் வாழ்வான். பல குழந்தைகள் பிறந்தால் பல்லாண்டுகள் உயிர்வாழும். எது வேண்டும்" என்று கேட்டான். முனிவரோ "ஒரு மகன் போதும்" என்றார். சிவனும் அப்படியே ஆகட்டும் என்று வரம் கொடுத்தார்.

மிருகண்டருக்கு ஒருமகன் பிறந்தான். வளர்ந்தான். சகல வேதங்களையும் கற்றான். வயது 16 ஆனது. அவனுக்குத்

தந்தை கேட்ட வரமும் தன் முடிவும் தெரியும். அவன் சிவனே கதி எனக் கிடந்தான். சிவன் அவனுக்குக் குறித்த காலம் வந்தது. காலன் பாசத்தை வீசினான். மார்க்கண்டேயனோ லிங்கத்தைக் கட்டிப்பிடித்தான். மார்க்கண்டேயனுடன் லிங்கமும் அசைந்து சரிந்தது. உடனே லிங்கம் பிளந்தது, சிவன் திரிசூலத்துடன் வெளிப்பட்டான். காலனைச் சூலத்தால் குத்தினான். மார்க்கண்டேயன் உயிர் பெற்றான்.

இக்கதையின் படி சிவலிங்கம் காலனின் பாசத்தால் சரிந்தது. மேலாங்கோட்டு மூலவர் சிற்பமும் சரிந்த நிலையில் உள்ளது.

இக்கோவில் கிழக்குப் பார்த்து இருக்கிறது. பிற சிவாலயங்களை ஒப்பிடும்போது அளவில் மிகச் சிறியது. இக்கோவிலின் மேற்குத் திசையில் மட்டும் சாலை உள்ளது. பிற பக்கங்களில் தென்னந்தோப்புகள், வயல்கள், நீர்நிலைகள் என அமைந்துள்ளன. இதனால் பக்தர்கள் செல்வதற்குரிய ஒரே வழி மேற்குத் திசை வாயில்தான்.

இக்கோவிலின் மேற்குத்திசை வாசலில் தோரண வாயில் உண்டு. காங்கிரீட்டால் ஆன இந்தக் கட்டுமானம் மிக அண்மைக் காலத்தது. இந்த வாசல் வழி மேற்குப் பிராகாரத்துக்குள் நுழைந்ததும் கண்ணில் படுவது மரங்கள் நிறைந்த காவுதான் (சிறிய மரத்தோட்டம்). தென்மேற்கில் உள்ள இந்தக் காவில் நெருக்கமாக மரங்கள் நிறைந்திருப்பதால் தனிப் பொலிவைக் கொடுக்கிறது.

சிவாலய ஓட்டம்

இந்தக் காவு தரைமட்டத்திலிருந்து 60 செ.மீ. உயரத்தில் உள்ளது. இதில் மஞ்சணாத்தி, இஞ்சி தெவரை, வேம்பு என மரங்கள் நிறைந்திருக்கின்றன. இசக்கி, சாஸ்தா, நாகர் போன்ற தெய்வங்களும் இதில் அமர்ந்திருக்கின்றன. இவற்றில் பெரும்பாலான சிற்பங்கள் நேர்ச்சைக்காக இங்கே கொண்டு வரப்பட்டவை.

மேற்குப் பிராகாரத்தில் பெரும்பாலான பகுதிகளைக் கல்பாறை பிடித்துக்கொண்டுள்ளது. வடக்கு திறந்த வெளிப் பிராகாரத்திலிருந்து கண்ணுக்கெட்டிய தூரத்தில் வேளிமலை யைப் பார்க்கலாம். வேளிமலைக்கும் இக்கோவிலுக்கும் இடைப் பட்ட இடம் பெரிய பள்ளத்தாக்குப் போலக் காட்சியளிக் கிறது. கிழக்கு வெளிப்பிராகாரத்தின் நடுவில் ஒரு வாசல் உண்டு. இந்த வாசல் படி வழியாக கீழே சென்றால் சிறிய நீர் நிலையைக் காணலாம். இதை ஒட்டியபடி பெரிய வயல் களும் தோட்டங்களும் உள்ளன. வடக்கு, கிழக்குப் பிராகாரங் களிலிருந்து பார்ப்பவருக்கு பெரிய பாறைமேல் கோவில் இருப்பது போன்ற தோற்றத்தைத் தரும். தெற்குப் பிராகாரத் தின் தென்மேற்குப் பகுதியில் உள்ள வாசல் வழியாக செண்பகவல்லி இசக்கி கோவிலுக்குச் செல்ல முடியும்.

கிழக்கு வெளிப்பிராகார வாசலின் முன் பலி பீடம் உள்ளது. கிழக்கு வாசல் வழி நுழைந்ததும் ஒன்றரை மீட்டர்

அ.கா. பெருமாள்

அகலப் பாதையும் இருபுறமும் தரைமட்டத்திலிருந்து 90 செ.மீ. திண்ணையையும் பார்க்க முடியும். இது கல் மண்டபம்.

ஸ்ரீகோவில் திறந்தவெளிப் பிராகாரங்களையும் சுற்று மண்டபத்தையும் கொண்டது. தெற்கு, மேற்கு வடக்குச் சுற்று மண்டபத்தில் வேலைப்பாடில்லாத 17 தூண்கள் உள்ளன.

உள்பிராகாரத்தின் தென்கிழக்கில் மடப்பள்ளியும், அடுத்து திறந்தவெளி மண்டபமும், தென்மேற்கில் விநாயகர் கோவிலும் உள்ளன. மேற்குப் பிராகாரச் சுற்று மண்டபம் திறந்த வெளித் தூண்கள் கொண்டது. வடக்கு வெளி உள்பிராகாரச்

சுற்று மண்டபமும் 6 தூண்களைக் கொண்டது. இங்கு வடக்கு வெளிப்பிராகாரத்திற்குப்போக வாசல் உண்டு. வட கிழக்கில் சிறிய அலுவலக அறை உண்டு.

ஸ்ரீகோவில் நந்தி மண்டபம் அர்த்த மண்டபம் கருவறை என 3 பகுப்புகளை உடையது. நந்தி மண்டபம் 4 உருண்ட தூண்களைக் கொண்டது. இதில் தென்புறம் வாசல் உண்டு. நந்தி அதிக வேலைப்பாடில்லாதது. கருவறையில் உள்ள மூலவர் ஆவுடையில் இருக்கிறார். மூலவரான காலகாலர் 60 செ.மீ. உயரமுடையவர். லிங்கத்தின் உச்சிப் பகுதி அரை வட்டக்கோள அமைப்புடையதல்ல. சற்றுக் குவிந்து நிற்பது. இதன்மேல் காலனின் பாசக்கயிறு பட்டதன் அடையாளச் சுவடு போன்ற தோற்றம் இருப்பதாகச் சொல்கின்றனர்.

மூலவருக்கு வெள்ளிக் கவசம் உண்டு. ஸ்ரீகோவிலின் மேல் ஒற்றைக் கோபுரமும் செப்புக் கலசமும் உண்டு. கோபுரத் தைச் சுற்றி தட்சணாமூர்த்தி பிரம்மா, நரசிம்மன், இந்திரன் என்னும் தெய்வங்கள் முறைப்படி அமர்ந்திருக்கின்றன.

இக்கோவிலின் காலம் பற்றிய செய்திகளை அறிய கல்வெட்டு ஆதாரங்கள் கிடைக்கவில்லை. கோவிலின் அமைப் பின் படி ஸ்ரீகோவில் 15 – 16ஆம் நூற்றாண்டினதாயும் சுற்று மண்டபம் பிற்பட்டதாயும் இருக்கலாம்.

இந்தக் கோவிலுக்கு என்று தனித் திருவிழா கிடையாது. பிரதோஷம், மலர் முழுக்கு விழா, மகாசிவராத்திரி விழா மட்டும் சிறப்பாய் நடைபெறுகிறது. இந்தச் சிவனைத் தரிசிக்க என்று தனியாகப் பக்தர்கள் வருவதில்லை. செண்பகவல்லி இயக்கியைத் தரிசிக்க வருபவர்களே சிவனையும் தரிசிக்க வருகின்றனர். இதனால் சிவனுக்குச் செவ்வாயும் வெள்ளியும் தான் உகந்த நாளாக இருக்கிறது.

இக்கோவில் முக்கிய சாலையிலிருந்து 2 கி.மீ. தொலை வில் இருப்பதாலும், கோவில் இருக்கும் இடத்தில் மக்கள் குடியிருப்பு இல்லாததாலும் கோவில் இருக்கும் இடத்தில் குடிகொண்ட அக்கா தங்கை இயக்கிகள் கோவில் பற்றிய பய உணர்ச்சியாலும் சிவன் அன்னியப்பட்டே இருக்கிறார். பன்னிரு சிவாலயங்களில் நேர்ச்சைக்காக வெடி வழிபாடு உள்ள ஒரே கோவில் இதுதான்.

அ.கா. பெருமாள்

9

திருவிடைக்கோடு கோவில்

பன்னிரு சிவாலயங்களில் ஒன்பதாவது தலம் திருவிடைக்கோடு. எட்டாவது தலமான மேலாங்கோட்டிலிருந்து திருவனந்தபுரம் நெடுஞ்சாலை வழி தெற்கே 5 கி.மீ. நடந்து திருவிடைக்கோடு ஊரை அடையலாம்.

நாகர்கோவில் – திருவனந்தபுரம் நெடுஞ்சாலையில், வில்லுக்கீறி பாலத்தின் கிழக்கே ஒரு கிலோ மீட்டர் தொலைவில் உள்ள பசுமையான கிராமம் திருவிடைக்கோடு. இது கல்குளம் வட்டம் வில்லுக்கீறி பஞ்சாயத்தில் அடங்கும் குக்கிராமம்.

திருவிடைக்கோடு கோவிலைச் சுற்றியுள்ள குடியிருப்பு அண்மையில் உருவானது. இக்கோவில் இருக்கும் இடத்தையும் திருவிடைக்கோடு ஊரையும் வில்லுக்கீறி கால்வாய் பிரிக்கிறது. பேச்சிப்பாறை அணை கட்டப்பட்ட பின்பு உருவான இந்தக் கால்வாய் வருமுன்பே கோவில், ஊரிலிருந்து அன்னியப்பட்டுதான் இருந்தது. இந்த ஊரில் கிருஷ்ணவகை சாதியினரும் நாயர் சாதியினரும் பெருமளவில் வாழ்கின்றனர். இந்த ஊர் தோட்டப் பயிர் தொழில் சார்ந்தது என்பதை ஊரை ஒருமுறை சுற்றிவரும்போது தெரியும்.

திருவிடைக்கோடு மகாதேவர் கோவில் என இது பொதுவாக வழங்கப்பட்டாலும் இக்கோவிலின் ஆதார பூர்வமான பெயர் சடையப்பர் கோவில் என்பதுதான். இந்தக் கோவிலுக்கு அடங்கிய சிறு கோவில்கள் இடமலைக் கோணம் கோவில், கண்ணன் கட்டைக் கோணம் சாஸ்தா கோவில், இளங்கலி கண்டன் சாஸ்தா கோவில், சிறுத்தலை சாஸ்தா கோவில் ஆகியன. பிற சிவன் கோவில்களைப் போலவே சாஸ்தாவின் தொடர்பு இதற்கும் உண்டு. என்றாலும் இங்கு அதிகம் என்று கூறலாம்.

இந்த சாஸ்தா கோவில்கள் எல்லாமே இப்போது பெரிய அளவில் வழிபாடு உடையதாய் இல்லை. சில கோவில்கள் பாழடைந்துவிட்டன. இந்த ஊரை அடுத்த மலைப் பகுதியில் உள்ள மாம்பழத்தணை கட்டுமானத்தின் போது ஈரோட்டைச் சார்ந்த ஒப்பந்தக்காரர் ஒருவர், கண்ணன் கட்டைக் கோணம் சாஸ்தா கோவிலைச் சீரமைத்து, மூலவிக்கிரகத்தை நிறுவி வழிபாடு செய்துள்ளார்.

திருவிடைக்கோடு சடையப்பர் கோவில் தொடர்பான தலபுராணம் தனியாக இல்லை. இந்த ஊர் பற்றியும் கோவிலின் தோற்றம் பற்றியும் வாய்மொழிச் செய்திகள் உள்ளன. இந்த ஊரில் குடியிருப்பு இல்லாமல் காடாக இருந்த சமயம் நடந்த நிகழ்ச்சி அது. அப்போது பறையர் சாதி சிறுவன் ஒருவனும் இஸ்லாமிய சமயத்தைச் சார்ந்த சிறுவன் ஒருவனும் அந்தக் காட்டு வழியே வந்தார்கள். அவர்கள் பழங்களையும் காய்களையும் பறித்து வரும்போது ஒரு வில்வ மரத்தின் கீழ் சுயம்புவாக முளைத்து நின்ற சிவலிங்கத்தைக் கண்டார்கள். சிறுவர்களுக்கு அது கடவுளின் உருவம் என்று மட்டும் தெரிந்திருந்தது. அதை ஊருக்குள் வந்து சொன்னார்கள். இதன் பின்னர் ஊர்மக்கள் அந்த இடத்தை அடையாளம் கண்டு சிறிய கோவில் எடுத்தனர். லிங்கத்தின் உச்சிப்பகுதி சடைபோல் தெரிந்ததால் சடையப்பன் என்று பெயரிட்டு வழிபட்டனர்.

அ.கா. பெருமாள்

இந்தக் கதையின் பின்னணியில் சமூகத் தொடர்பு உண்டு. சடையப்பர் கோவிலுக்கும் பறையர், இசுலாமியர் சமூகத்துக்கும் சடங்குரீதியான தொடர்பு இருப்பதும் இன்னும் அது நடைமுறைப்படுத்தப்பட்டு வருவதும் இந்த வாய்மொழிக் கதையை ஒதுக்க முடியாது என்று காட்டுகிறது. இந்தச் சமூக நிகழ்வு மார்கழி மாதம் திருவாதிரை நட்சத்திரம் அன்று நடக்கிறது. இதே நாளில்தான் சுசீந்திரம் தாணுமாலயன் கோவில் தேரோட்டத் திருவிழாவும் நடக்கிறது.

திருவிடைக்கோடு கோவில் திருவாதிரை சடங்கில் பங்கு கொள்ளும் முஸ்லிம் ஆளூரைச் சார்ந்தவர். கல்குளம் வட்டத்தில் உள்ள ஆளூர், முஸ்லிம் மக்கள் பெருமளவில் வாழ்கின்ற ஊர். இந்த ஊரைச் சார்ந்த ஒருவர் தானாகவே இரண்டு பரிவட்டங்களை (சிறுதுண்டு) நெய்வார். இதைத் திருவிடைக்கோடு ஊரை அடுத்த கால்வாய் கரையில் உள்ள பாறையடி ஊரில் வாழும் பறையர் சாதியைச் சார்ந்த ஒருவரிடம் கொடுப்பார். இவரின் குடும்பத்தினர் சடையப்பர் என்னும் பொதுச் சொல்லால் அழைக்கப்படுகின்றனர். இந்த ஊரில் பெருமளவில் பறையர் சாதியினர் வாழ்கின்றனர்.

ஆளூர்காரர் கொடுத்த பரிவட்டத்தைப் பாறையடிக்காரர் சடையப்பர் கோவிலுக்குத் திருவாதிரை நாளில் கொண்டு கொடுப்பார். பரிவட்டம் கொடுக்கும் நிகழ்ச்சி கோவில் சடங்குகளில் ஒன்றாகவே கருதப்படுகிறது. பரிவட்டம் நெய்து கொடுக்கும் இஸ்லாமியர் இதைக் கௌரவமாகவே கருதுகின்றனர். பரிவட்டத்தைக் கோவிலுக்குக் கொடுக்கும்

பறையர் சமூகத்து ஆளும் இதைப் பக்தி கலந்த மரியாதை யுடனே செய்கிறார்.

பரிவட்டம் கொண்டு வருபவர் 41 நாட்கள் விரதம் இருக்க வேண்டுமென்னும் நியதி இருந்தது. இதற்காக இவர் திருவிடைக்கோடு மலைப்பகுதிக்குச் சென்றுவிடுவார். அங்கு கிழங்கு, காய்கனிகளைத் தின்றே 41 நாட்களைக் கழித்துவிட்டு திருவாதிரையில் ஊருக்கு வருவார். இது முந்தைய காலத்து வழக்கம். இப்போது நடைமுறை மாறிவிட்டது.

பரிவட்டத்தைத் தலையில் சுமந்து வருவதற்கும் நடைமுறை உண்டு. இரண்டு பரிவட்டங்களையும், சிங்கம் வாழை இலையில் வைத்து முழுதுமாய் தெரியாதபடி பொதிந்துவைப்பர். பின் இந்தக் கட்டின்மேல் வாழை இலைகளை மேலும் பொதிந்து கட்டுவர். இது பல அடுக்குகளாகக் கட்டப்படும். இது பெரிய கட்டாகக் கட்டப்பட்டதும் அதைத் தூக்குவதற்கு உரிமை யுடையவர் தலையில் தூக்கி வைத்துக்கொண்டு நிற்காமல் நடப்பார்.

இந்தச் செயல்பாடு ஊரடங்கிய பின்புதான் ஆரம்பமாகும். பரிவட்டப் பொதியைச் சுமப்பவர், கோவிலை நெருங்கும்போது ஒற்றைமுரசு அடிக்கப்படவேண்டும் என்பது நடைமுறை. பொதி சுமப்பவருடன் ஊர்காரர்கள் சிலரும் வருவர். இந்த எண்ணிக்கை விருப்பத்தின்படியானது.

பொதி சுமப்பவர், கோவிலின் கிழக்கு வாசலின் வெளியே குளத்தை ஒட்டிய பகுதியில் பொதியை வைப்பார். கோவிலைச் சார்ந்தவர் பொதியைக் கோவிலுக்குள் கொண்டு செல்வார். பூசகரின் உதவியாள் (கீழ்சாந்தி) பொதியைப் பிரித்துப் பரிவட் டத்தை எடுத்துப் பூசகரிடம் கொடுப்பார். அவர் அதைச் சடையப்பருக்கும் சாஸ்தாவுக்கும் சார்த்துவார்.

பரிவட்டச் சார்த்து முடிந்த பின்பு மூலவருக்கும் சாஸ்தா விற்கும் பூஜை நடக்கும். பின், பரிவட்டம் கொண்டு வந்தவருக் கும் பிறருக்கும் பிரசாதம் வழங்கப்படும். இதன்பின் பரிவட்டம் கொண்டு வந்தவர் தன் சகாக்களுடன் வீடு திரும்புவார்.

ஒடுக்கப்பட்டவர்களுக்குக் கோவில் நுழைவு அனுமதி இல்லாத காலத்தில் (1936க்கு முன்பு), பரிவட்டம் கொண்டு வருபவர்களும் அவரின் சகாக்களும் கோவிலின் கிழக்கு வாசலின் வெளியே வயல் வெளியில் பரிவட்டத்தை வைப்பர். இன்று வடக்கு வாசல்வழி கோவிலுக்குள் பரிவட்டத்தைக் கொண்டு வருகின்றனர்.

முந்தைய காலங்களில் பரிவட்டம் கொண்டு வருபவருக்கு 16 கட்டிச் சோறு பிரசாதமாகக் கொடுத்தனர். அப்போது 9 பரிவட்டம் கொண்டு வந்தனர். சாஸ்தாவுக்கும் மூலவருக்கும் பிற பரிவார தெய்வங்களுக்கும் அவற்றைச் சார்த்தினர். பரிவட்டம் இரவு 2 மணிக்குக் கொண்டுவரப்படும். பூசை முடியும் வரை அவர் கோவிலின் வெளியே காத்திருப்பார். இப்போது பிரசாதமாக 4 லிட்டர் அரிசியைக் கொடுக்கின்றனர். இந்த நிகழ்ச்சிக்காக 6 கோட்டை நெல்விளையும் வயல் உண்டு என்பதற்குப் பழைய ஆவணச் சான்று உள்ளது.

பறையர் சாதியினர் பரிவட்டம் கொண்டு வரும் சடங்கு நிகழ்ச்சிகளையும் கோவில் மூலவரைக் கண்டுபிடித்த தோற்றக் கதையையும் இணைத்துப் பார்த்தால் வாய்மொழிச் செய்தியில் உண்மை இருப்பது தெரியும்.

கோவில் மூலவரின் எதிரே உள்ள நந்தி தொடர்பாகவும் வாய்மொழிச் செய்தி உண்டு.

திருவிடைக்கோடு மகாதேவரின் ஸ்ரீகோவில் கட்டப்பட்ட போது சிவலிங்கம், ஆவுடை, நந்தி ஆகிய மூன்றையும் சிற்பிகள் செதுக்கிக்கொண்டிருந்தனர். சிவலிங்கத்தையும் ஆவுடையையும் செதுக்கியபோது பிரச்சினை வரவில்லை. நந்தியின் சிற்பம் செதுக்கப்பட்டு பூரணமானபோது நந்தி உக்கிரமாய் எழுந்ததன் அடையாளம் தெரிந்தது. சிற்பியால் நந்தியைக் கட்டுப்படுத்த முடியவில்லை. ஊருக்கும் இதனால் கெடுதல் வரும் என்று பெரியவர்கள் சொன்னார்கள். இதற்கான அடையாளமும் தெரிந்தது.

சிற்பிக்கு வேறு வழியில்லை. நந்தியின் ஒரு கொம்பை உடைத்தார். திமிலைப் பாதியாக வெட்டினார். அப்போது நந்தியின் உக்கிரம் கொஞ்சம் அடங்கியது. உடனே அவசரமாக மூலவரின் லிங்க உருவை ஆவுடையில் பிரதிஷ்டை செய்து அதன் எதிரே நந்தியை வைத்தனர். பின் நந்தியின் உக்கிரம் முழுதும் அடங்கியதாம்.

கருவறையின் எதிரே உள்ள நந்தியின் திமிலும் கொம்பும் உடைந்திருப்பதற்குக் காரணமாக இப்படி ஒரு கதை வழங்குகிறது.

திருவிடைக்கோடு என்ற ஊர் வந்ததற்குக் காரணமாகப் பதினெண் சித்தர்களில் ஒருவரான இடைக்காடரின் வரலாற்றை இணைத்துக் கூறும் வாய்மொழிச் செய்தியும் உண்டு.

இடைக்காடன் என்னும் இடையர் சாதி இளைஞன், பொதிய மலை அடிவாரத்தில் ஆடுமேய்த்துக் கொண்டிருந்

தார். அப்போது நவசித்தர்களில் ஒருவர் இடையரிடம் குடிக்கத் தண்ணீர் கேட்டார். இடையனோ ஆட்டுப்பால் கொடுத்துச் சித்தரை உபசரித்தார். அவர் நன்றிக் கடனாக இவருக்குச் சில சித்துகளைச் சொல்லிக்கொடுத்து ஞானோபதேசம் செய் தார். இவரும் சித்திகள் பெற்றுச் சித்தரானார்.

சித்தரான இடைக்காரார், நாட்டில் பஞ்சம் வரப்போகிறது என்பதை அறிந்தார். தம் ஆடுகளுக்கு எருக்கிலையைத் தின்னும் படிப் பழக்கினார். குரு விரகு என்னும் தானியத்தை மண் ணுடன் கலந்து வீடுகட்டிக்கொண்டார். மழையில்லாமல் பஞ்சம் வந்தது. ஆடுகள் எருக்கைத் தின்று வாழ்ந்தன. அதனால் உடம்பில் அரிப்பு ஏற்பட்டது. ஆடுகள், இடைக்காடர் கட்டிய வீட்டின் சுவரின் மேல் உடம்பைத் தேய்த்தன. அதனால் சுவர் மண்ணில் இருந்து குருவரகு தனியாக விழுந்தது. அதைச் சேகரித்து உண்டு உயிரைக் காப்பாற்றிக்கொண்டார் இடைக்காடர்.

பெரும் பஞ்சம் வந்தபோதும் சாகாமல் உயிர்வாழ்ந்த இடைக்காடரையும் ஆடுகளையும் பார்க்க வந்தனர் நவக்கிரகங் களின் அதிபதிகள். அவர்களை உபசரித்த இடைக்காடர் குருவரகு கலந்த ஆட்டுப் பாலைக் கொடுத்து அருந்தச் சொன்னார். நவக்கிரகங்கள் அந்தப் பானத்தை அருந்தியதும் மயங்கின. இடைக்காடர் அவற்றை மாற்றிக் கிடத்தி விட்டார். உடனே மழைபெய்தது.

இப்படியான சிறப்புடைய இடைக்காடரைச் சிவனின் அம்சம் என்பர். திருவிடைக்கோடு ஊரில் உள்ள மலையை இடைக்காடர் மலை என்றும் இங்குள்ள குளத்தை இடைக்காடர் குளம் என்றும் கூறுகின்றனர். இந்த ஊர் கோவிலில் உள்ள சாஸ்தாவை இடைக்காடரின் சமாதி என்று கூறும் வாய்மொழிச் செய்தியும் உண்டு.

பன்னிரு சிவாலயங்களில் திருவிடைக்கோடு வேறுபட்டு நிற்பது இதன் மூலவர் நோக்கிய திசையில் வேறு தெய்வம் இருக்கும் அமைப்புதான். சடையப்பரின் ஸ்ரீகோவில் கிழக்கு நோக்கி இருந்தாலும் கிழக்குத் திசையில் தனி வாசல் இல்லை. மூலவரின் எதிரே இருப்பது சாஸ்தா கோவில். இவ்விரு கோவில்களுமே பெரிய கோவிலின் பகுதியாக அடங்கியவை. கோவிலின் வெளிப் பிராகாரத்தில் கிழக்குத் திசையில் வாசல் இருந்தாலும், அது பொதுவாசல் அல்ல. மேலும் கிழக்கு வாசலின் வெளியே குளமும் பரந்த வயல் வெளியும் இருக்கின்றன. ஒருவர் சிரமப்பட்டுக் கூட இந்த வெளிவாசல் வழி கோவிலினுள் வர இயலாது.

இக்கோவில் கி.பி. 9ஆம் நூற்றாண்டிற்கும் முற்பட்டது. பன்னிரு சிவாலயங்களில் பழமையானது என்று குறிப்பிட ஆதாரம் உள்ள தலம் திருவிடைக்கோடு (பி.இ.எண் : 18). இக்கோவிலில் உள்ள 9ஆம் நூற்றாண்டுக் கல்வெட்டு திருவிடைக்கோடு என்னும் பெயரைக் குறிப்பிடுகிறது. புனிதமான (திரு) நந்தி (விடை) குடியிருக்கும் மலைப்பகுதி (கோடு) என்னும் விளக்கத்தை ஆரம்பகாலக் கல்வெட்டாய்வாளர்கள் கொடுத்தாலும் இதைப் பிற்கால விளக்கமாகவே கொள்ளவேண்டும். சமஸ்கிருதத்தில் இந்த ஊரை விர்ஷபத்ரி என்று அழைத்தனர்.

இடைக்கோடு என்னும் பழைய பெயரை வேறு கல்வெட்டுக்களும் குறிப்பிடுகின்றன. இந்த ஊரில் வேறு இடங்களில் கிடைத்த கல்வெட்டுக்களில் இடைக்கோட்டுப் பற்று (இடைக்கோட்டு ஊர் வயல்) இடைக்கோட்டுக் குளம் என்னும் பெயர்களும் வருகின்றன (T.A.S. Vol. V p.150).

இக்கோவிலில் கிடைத்துள்ள மிகப் பழமையான கல்வெட்டு கி.பி. 869ஆம் ஆண்டைச் சேர்ந்தது. ஆய் அரச மரபைச் சார்ந்த கோக்கருநந்தடக்கன் என்பவரின் இக்கல்வெட்டு எழுத்து மொழியிலானது. இதே அரசனின் கி.பி. 877 ஆம் ஆண்டுக் கல்வெட்டும் இக்கோவிலில் கிடைத்துள்ளது.

கோக்கருநந்தடக்கன் என்னும் ஆய் அரசன் (கி.பி. 857 – 885) கருநந்தனின் வாரிசு. இவன் தன்னை ஸ்ரீவல்லபன் பார்த்திப சேகரன் என அழைத்துக் கொண்டான். இவனது நாடு

திருப்பாப்பூரிலிருந்து (திருவனந்தபுரத்திலிருந்து எட்டு மைல் தொலைவில் உள்ள ஊர்) நாகர்கோவில் வரை பரவியிருந்தது. இவன் காலத்தில் விழிஞம் முக்கிய துறைமுகம். இவன் பார்த்திபசேகரபுரம் விஷ்ணு கோவிலைக் கட்டியவன். காந்தளூர்சாலை கல்வி நிலையத்தை ஏற்படுத்தியவன். இவனது ஆட்சிக்கு உட்பட்ட பகுதியில் திருவிடைக்கோடு இருந்தது.

கோக்கருநந்தடக்கனின் இரண்டு கல்வெட்டுக்களின் அடிப்படையில் இக்கோவிலின் பழமையையும் கட்டுமானத்தையும் ஊகிக்க முடியும். இதன் ஸ்ரீகோவில் கி.பி. 850ஆம் ஆண்டுக்கு முன்னர் கட்டப்பட்டிருக்க வேண்டும். ஒரு கோவிலின் கருவறைப் பகுதி முழுமையான கட்டுமானம் என்னும் நிலையை அடைய, நூறு ஆண்டுகளாய் வழிபாடு பெற்றிருக்க வேண்டுமென்னும் பொதுவான விதியின் படி பார்த்தால் இக்கோவிலின் பழைமை கி.பி. 7ஆம் நூற்றாண்டுவரை எட்டுகிறது.

கி.பி. 9, 10ஆம் நூற்றாண்டுகளில் வெட்டப்பட்ட இக் கோவிலின் கல்வெட்டுக்களில் வழிபாட்டு நிபந்தங்கள் பற்றியும் உட்கோவில் கட்டுமானம் பற்றியும் குறிப்புகள் உள்ளன. இதனால் ஸ்ரீ கோவிலை அடுத்த பகுதிகளின் கட்டுமானம் பிற்காலச் சோழர்களின் ஆரம்ப காலத்தில் கட்டப்பட்டிருக்க வேண்டும். திருவிடைக்கோடும், சோழர் ஆளுகையில் கி.பி. 12ஆம் நூற்றாண்டில் இருந்தது.

இக்கோவிலின் சுற்று மண்டபம் கி.பி. 16ஆம் நூற்றாண்டில் கட்டப்பட்டிருக்க வேண்டும் என்பதை, கி.பி. 1593ஆம் ஆண்டுக் கல்வெட்டு வழி ஊகிக்கலாம். இந்தக் கல்வெட்டில்தான் முதன்முதலில் சடையப்பர் என்னும் பெயர் வருகிறது. இதற்கு முற்பட்ட கல்வெட்டுக்களில் இக்கோவில் மூலவர் மகாதேவர் என்னும் சொல்லால் குறிப்பிடப்படுகிறார்.

சடையப்பர் என்ற பெயர் கி.பி. 16ஆம் நூற்றாண்டில் வாய்மொழியாய் சொல்லப்பட்டிருக்கலாம். கி.பி. 1727ஆம் ஆண்டுக் கல்வெட்டு இக்கோவில் மூலவரைக் கோடம்பீஸ்வர முடையார் எனக் குறிப்பிடுகிறது. வேறு கல்வெட்டுகளோ பிற ஆவணங்களோ இப்பெயரைக் குறிப்பிடவில்லை. கோடு (மலை) பகுதியில் குடிகொண்ட ஈஸ்வரன் என்னும் பெயரில் இப்பெயர் புனையப்பட்டிருக்கலாம்.

திருவிடைக்கோடு ஸ்ரீகோவிலின் கட்டுமானம் பழமை யானது ஆயினும், ஸ்ரீகோவிலைச் சுற்றியும் எதிரிலும் உருவான மண்டபங்கள் இக்கோவிலின் மொத்த அமைப்பையும் பாதித் திருக்கின்றன. இந்தக் கோவிலுக்கு வடக்கு வாசல் வழியே செல்ல முடியும். முக்கிய வழியும் இதுதான். ஊரும் இப்பகுதி யில்தான் உருவாகிவருகிறது.

வடக்கு வாசல் முன்பகுதியில் ஓட்டுக் கூரையால் ஆன இரண்டு நீண்ட திண்ணைகள் உள்ளன. இந்த வாசல்வழி நுழைந்ததும் நீண்டு கிடக்கும் வடக்கு வெளிப்பிராகாரத்தை அடையலாம்.

வடக்கு வெளிப்பிராகாரத்தின் வெளி மதிலை ஒட்டிக் கோவில் அலுவலக அறையும் வேறு சிறு அறைகளும் உள்ளன. கிழக்கு வெளிப்பிராகாரச் சுற்றுமதிலில், கிழக்குப் புறம் உள்ள குளத்துக்குச் செல்ல வாசல் உண்டு. இந்தக் குளம், ஊர்க்குளத் தின் ஒரு பகுதிதான்.

கிழக்குப் பிராகாரத்தின் வடகிழக்கில் கிணறும், சிறு மண்டபமும் உண்டு. இப்பிராகாரத்தின் கிழக்கு பகுதியில், கோவில் மண்டபச் சுவரில் அமைந்துள்ள துவாரங்கள் வழி

சாஸ்தா கோவிலைப் பார்க்கலாம். சாஸ்தா கோவிலின் மேற்கு வாசல் திறந்திருக்கும்போது, இத்துவாரம் வழி பார்த்தால் ஸ்ரீகோவில் தெரியும்.

மகாதேவர் கிழக்கு நோக்கிப் பார்த்துக்கொண்டிருந்தாலும் கிழக்கில் வாசல் இல்லை. உட்கோவிலின் துருத்திய பகுதியில் தென்கிழக்கிலும் வடகிழக்கிலும் வாசல்கள் உள்ளன. இவற்றின் வழி சாஸ்தா கோவிலுக்குள் சென்று மூலக்கோவிலுக்குள் போகமுடியும்.

தெற்கு வெளிப்பிராகாரத்தின் நடுவில் உட்கோவில் சுவரை ஒட்டிய பகுதியில் நீண்டு கிடக்கும் பாறையில் கல்வெட்டுக்கள் பொறிக்கப்பட்டுள்ளன.

வெளிப்பிராகாரத்தின் தென்மேற்கு மூலையில் ஆல், அரசு, வேம்பு மரங்கள் இணைந்து ஒரு மரம் உள்ளது. இந்த மரம் நிற்கும் இடத்திலுள்ள உயர்ந்த மேடையில் நாகர், சாஸ்தா, விநாயகர் சிற்பங்கள் உள்ளன. பரிவார தெய்வமாக உள்ள இந்த சாஸ்தா யோகப் பட்டம் உடையவர். ஒரு கையில் செண்டு ஏந்தி, உட்குடிகாசனத்தில் அமர்ந்திருக்கிறார். இந்தச் சிற்பத்தின் அமைப்பு இதன் பழமையைக் காட்டுகிறது.

மொத்தக் கோவிலைச் சுற்றியும் பெரிய கோட்டை போன்ற மதில் உண்டு. வெளிப்பிராகாரத்தில் அரசு, தென்னை, பலா போன்ற பலவகை மரங்கள் உள்ளன. கோவிலைச் சுற்றிய இடங்கள் தூய்மையாக உள்ளன. இது இக்கோவிலின் அழகு. கன்னியாகுமரி மாவட்டத்தில் நாஞ்சில் நாட்டுக் கோவில்களை விட இடநாட்டு (கல்குளம், விளவங்கோடு) கோவில்களில் சுத்தத்தைப் பார்க்கமுடியும். கோவில் இருக்கும் இடத்தைச் சுற்றிய பகுதியின் பசுமையும் ஆளரவம் குறைந்த சூழலும் இடநாட்டுக் கோவில்களின் சிறப்புகள்.

இக்கோவிலின் மேற்கு வெளிப்பிராகாரத்தின் பெரிய மதிலின் நடுவே ஒரு வாசலும் இந்த வாசலுக்குரிய வழியில் சிறு மண்டபமும் உண்டு. இந்த மண்டபத் தூணில் வேலைப் பாடில்லாத பாவை விளக்குகள் உள்ளன.

மேற்குப் பிராகாரம் வழி நடந்து வடக்குப் பிராகாரம் வந்து உட்கோவிலின் வடக்கு வாசல்வழி ஸ்ரீகோவிலுக்குச் செல்லலாம். இந்த வாசல் வடக்கு வெளிப் பிராகாரத்தின் பெரிய வாசலின் நேர் எதிரே அமைந்தது. வாசல் மிகவும் உயரம் குறைந்தது. குனிந்து செல்க என இந்த வாசலில் எழுதி வைத்திருக்கின்றனர்.

வடக்கு வாசல் வழி வந்து கிழக்கு வெளிப்பிராகாரத்தின் வடகிழக்கு, தென்கிழக்குப் பக்கம் உள்ள வாசல்வழி சாஸ்தா கோவிலின் முன் மண்டபம் வழி மூலக்கோவிலுக்குப் போகலாம்.

இரண்டு ஏக்கர் பரப்புடைய இக்கோவிலின் பெருமளவு இடத்தை வெளிப்பிராகாரங்கள் அடக்கிக்கொண்டுள்ளன. இதன் நடுவே உள்ள கோவில், சடையப்பர் கோவில், சாஸ்தா கோவில் என இரு பகுதிகளைக் கொண்டது.

சடையப்பர் கோவில், கருவறைப் பகுதி, உள்பிராகாரம், சுற்று மண்டபம் என்றும் சாஸ்தா கோவில், கருவறை மற்றும் முன்மண்டபம் என அமைந்தது. வடக்கு சிறுவாசல் வழி உட்கோவிலுக்குள் சென்று சுற்று மண்டபத்தின் இடது புறவாசல் வழிச் சிறு மண்டபத்தை அடைந்து கருவறைக் கோவிலைத் தரிசிக்க முடியும்.

சடையப்பர் கோவில் கருவறை, இடைநாழி, நந்தி மண்டபம், முன்மண்டபம் என நான்கு பகுதிகளை உடையது. கருவறையின் மேல் உள்ள விமானம் நாகர வகையைச் சார்ந்தது. சுதையால் அமைந்த இவ்விமானத்தில் தட்சணா மூர்த்தி, நரசிம்மன், இந்திரன், பிரம்மா என நால்வரும் அவரவருக்கே உரிய திசையில் இருக்கின்றனர்.

இந்த விமானத்தில் உள்ள சுதை வடிவங்கள் நேர்த்தி யானவை. கோபுரந்தாங்கிப் பொம்மைகளின் முக அமைப்பும் ஆபரணங்களும் வேலைப்பாடுடையவை.

ஸ்ரீகோவிலில் கருவறையை அடுத்த இடை நாழிப்பகுதி சிறுத்தும் நந்தி மண்டபம் விரிந்தும் உள்ளன. இந்த வடிவ அமைப்பை ஸ்ரீகோவிலைச் சுற்றிவரும்போது உணரமுடியும். இக்கோவிலின் அமைப்பு ஜகதி, விருத்த குமுதம் என்னும் முறைப்படி அமைந்தது. மேல்பகுதியில் அன்ன வரியும் கீழ் கபோதகத்தில் சிம்ம வரியும் உள்ளன.

கருவறையின் வெளியே தெற்கு, மேற்கு, வடக்குப் பகுதியில் போலி வாசல்கள் உள்ளன. இந்த வாசல் அமைப்பு சோழர் பாணியிலானது. கருவறையைச் சுற்றிய மேல்வரிக் கூட்டின் அமைப்பும் இதனுள் அமைந்த முகமும் இதன் பழமையைக் காட்டுகின்றன.

கருவறையின் அடித்தள அமைப்பு, கட்டுமானம், கோபுரத் தின் சிற்பங்கள் எல்லாம் இதன் பழமையை ஒன்பதாம் நூற்றாண்டிற்கு முன்னே கொண்டு செல்கின்றன. கருவறை மூலவரான சடையப்பர் லிங்க வடிவில் இருக்கிறார். இரண்டடி உயரமுடைய இந்த லிங்கத்தின் உச்சியில் வெட்டுப்பட்டது போன்ற அடையாளம் இருப்பதாய்ச் சொல்கின்றனர்.

கருவறையை அடுத்து இருக்கும் இடைநாழி சுருங்கியது. இதை அடுத்து இருப்பது நந்தி மண்டபம். இம்மண்டபத் திலிருந்து இடைநாழிக்குச் செல்லும் வாசலின் இருபுறமும் துவாரபாலகர்கள் சிற்பங்கள் உள்ளன. இரண்டு துவாரபாலகர் களும் சூசிஹஸ்த முத்திரையையும் அபய முத்திரையையும் காட்டுகின்றனர்.

நந்தி மண்டபத்தின் நடுவே உள்ள நந்தி வேலைப்பாடுடையது. இதன் திமிலும் கொம்பும் உடைந்துள்ளன. நந்தி மண்டபத்துக்கு முன்னே திறந்த வெளியுள்ள நான்கு தூண்களைக் கொண்ட சிறு மண்டபம் உள்ளது. இதில் வடபால் தூணில் பைரவர் நாயுடன் நிற்கிறார். தெற்கு நோக்கி அமைந்த இப்பைரவரின் சிற்பம் இப்போது வழிபாட்டுக்கு உரியதாய் விளங்குகிறது.

கருவறை, இடைநாழி, நந்தி மண்டபம் அடங்கிய மூன்றையும் மூலக்கோவில் என்று சொல்லமுடியும், இக்கோவிலின் கட்டுமான அமைப்பின்படி இதன் பழமை ஒன்பதாம் நூற்றாண்டுக்கு முன் செல்கிறது.

கருவறை அடங்கிய ஸ்ரீகோவிலின் முன்பகுதியில் உள்ள சிறு மண்டபத்தின் படிகளில் இறங்கி தரைமட்டத்திற்கு வந்து தெற்குப் பக்கம் உள்ள சிறுவாசல் வழி உட்பிரகாரத்திற்குச் செல்ல முடியும். இந்த வாசலின் தென்புறம் மடப்பள்ளியும், உக்கிராணப்புரையும் உள்ளன. உட்பிராகாரம் சுற்று மண்டப அமைப்புடையது.

உட்பிராகாரத்தின் தென்மேற்கில் கணபதி கோவில் உள்ளது. மேற்கு உள்பிராகாரத்தில் உள்ள சுற்று மண்டபத்தில் 4 தூண்கள் உள்ளன. வடக்குச் சுற்றாலை மண்டபத்தில் உள்ள வடக்கு வாசலை ஒட்டி சுவரும் அதை அடுத்து ஒரு வாசலும் உண்டு. இங்கும் 4 தூண்கள் உள்ளன.

சடையப்பர் ஸ்ரீகோவிலின் எதிரே சாஸ்தா கோவில் உள்ளது. இரண்டுக்கும் இடையே பெரிய மண்டபம் உண்டு. சடையப்பர் கோவிலின் எதிரே உள்ள கிழக்கு வாசலைக் கடந்ததும் நடுவில் பாதையும் இருபுறமும் பெரிய திண்ணையும் உள்ள மண்டபம் உள்ளது. இதை அடுத்து இருப்பது ஆறு தூண்களைக் கொண்ட மண்டபம். இதன் தூண்களில் சிங்க முகமும் கிளி மூக்குச் சிற்பங்களும் உள்ளன.

இந்த நடுமண்டபத்தில்தான் கொடிமரமும், பலி பீடமும் உள்ளன. இக்கோவிலுக்கென்று நிரந்தரக் கொடிமரம் இல்லை. திருவிழாக் காலங்களில் கமுகு மரத்தை நட்டுக் கொடிமரச் சடங்கைச் செய்கின்றனர்.

மூலவரின் எதிரே உள்ள மண்டபத்தைத் தொட்டு, மேற்கு நோக்கி அமைந்த சாஸ்தாவின் ஸ்ரீகோவில் பிற்காலத்தில் கட்டப்பட்டது. கருவறையில் சாஸ்தாவிற்கு உருவமில்லை. பீடம் மட்டும்தான் உள்ளது. சாஸ்தா கோவிலின் வடக்கும்

தெற்கும் உள்ள வாசல் வழியாக கிழக்கு வெளிப் பிராகாரத் துக்குச் செல்ல முடியும்.

இந்த சாஸ்தாவை இடைக்காட்டுச் சித்தரின் சமாதி என்றும், யாரோ ஒரு சித்தரின் சமாதி என்றும் கூறும் வாய்மொழி மரபு உண்டு. சில பிராமணக் குடும்பங்கள் இந்த சாஸ்தாவைக் குடும்ப தெய்வமாக வழிபடுகின்றனர். இவர்கள் இப்போது பம்பாய், சென்னை போன்ற நகரங்களில் வசித்தாலும் சாஸ்தாவின் விழாவிற்கு வருகின்றனர்.

பிற சிவாலயங்களைப் போலவே வழிபாடு பூஜை, திருவிழா, நவராத்திரி விழா பிற விஷேசங்கள் எல்லாம் இக்கோவிலிலும் நடக்கின்றன.

முந்தைய காலங்களில் காலையில் உஷா பூஜை 4 மணிக்கே முடிந்துவிடும். ஒரு நாளைக்கு 43 1/2 படி அரிசியைச் சாத மாக வடித்து நைவேத்தியம் படைத்தனர். சிவராத்திரி காலங் களில் 4 காலப் பூஜை நடக்கும். ஒவ்வொரு காலத்திலும் 28 ½ படி அரிசி சாதம் நைவேத்தியம் படைத்தனர். மகா சிவராத்திரியன்று மட்டும் 114 படி அரிசி பொங்கி, 156 கட்டிச் சோறாகப் படைத்தனர். இச்சோற்றுக் கட்டிகளைக் கோவில் ஊழியர்களுக்கும் பக்தர்களுக்கும் வினியோகித்தனர்.

மகாசிவராத்திரியில் பிற சிவாலயங்களில் இல்லாத அளவுக்கு இக்கோவிலில் அன்னதானம் நடந்ததற்கு இக் கோவில் சங்கேத வகையில் இருந்ததுதான் காரணம். இப் போதும் இக்கோவில் சங்கேத வகையில் அடங்கியதே.

திருவிதாங்கூர் அரசருக்குச் சொந்தமான நிலங்களின் வருமானத்தில் செயல்பட்ட கோவில்கள் சங்கேத வகையில் அடங்கிய கோவில்கள் என்று கூறப்படும். இந்தக் கோவில் களுக்குரிய நிலத்தை மணியக்காரர்கள் கவனித்தனர். அவர் களே கோவிலின் மொத்தச் செலவையும் கவனித்துக் கொண்டனர்.

மணியங்கரம் முறை ஒழிந்த பிறகு இந்த வகைக் கோவில் கள் திருவிதாங்கூர் தேவசத்துடன் இணைக்கப்பட்டன. இப்படி இணைக்கப்பட்ட பின்பு கோவிலுக்கென்று தனிச் சொத்து இல்லாமல் ஆனது. இதனால் திருவிதாங்கூர் அரசர், கன்னியா குமரி மாவட்டத்திலுள்ள சங்கேத வகைக் கோவில்களுக்கு மானியமாக 1,40,000 ரூபாய் கொடுத்தார். அந்த வகையில் திருவிடைக்கோவிலுக்கு மானியமாக ஆண்டுக்கு 18 ரூபாய் தான் கிடைத்தது. கோவிலின் பழைய வழிபாட்டு முறையும் அன்னதான நிகழ்வும் ஒரேயடியாகக் குறைய இந்த முறை காரணமானது.

10

திருவிதாங்கோடு கோவில்

பன்னிரு சிவாலயங்களில் திருவிதாங்கோடு ஆலயம் பத்தாவதாக வருகிறது. ஒன்பதாவது ஆலயமான திருவிடைக்கோடு மகாதேவர் ஆலயத்திலிருந்து முக்கிய சாலை வந்து வில்லுக்குறி சந்திப்பைக் கடந்து தக்கலை, கேரளபுரம் ஊர்களின் வழி தென்மேற்கே 8 கி.மீ. நடந்தால் திருவிதாங்கோட்டை அடையலாம்.

திருவிதாங்கோட்டு ஊரின் முக்கிய சாலையிலிருந்து பிரிந்து செல்லும் தனிச்சாலையின் தாழ்வான பகுதியில் கிழக்கு நோக்கி மகாதேவர் கோவில் அமைந்துள்ளது. கோவிலின் முன்பகுதியில் பிரமாண்டமான அரசமரமும் நீர் நிரம்பிய குளமும் பரந்து கிடக்கும் வளாகமும் உள்ளன. இதை அடுத்த பெரிய வெளியில் சிவனுக்கும் விஷ்ணுவிற்கும் தனிக் கோவில்கள் உள்ளன. இரண்டு கோவில்களையும் சுற்றிக் கோட்டை மதிலும் உண்டு.

கல்குளம் வட்டத்தில் திருவிதாங்கோடு நகரப் பஞ்சாயத்தின் கீழ் உள்ள ஊர் திருவிதாங்கோடு. இங்கே செட்டியார், நாயர், செக்காலியர் போன்ற சமூகங்களும் முஸ்லிம்களும் அதிகளவில் வாழ்கின்றனர்.

திருவிதாங்கோடு பழமையான ஊர். ஆய் அரசர்கள் காலத்தில் தலைநகருக்குரிய அந்தஸ்தைப் பெற்றிருந்தது. இந்த ஊர் திருவிதாங்கூரின் பழைய தலைநகரான பத்மநாபபுரத்தின் தென்மேற்கே இருக்கிறது. ஸ்ரீவாழும் கோடு (திருமகள் தங்கும் இடம்) என்னும் பெயரே திருவிதாங்கோடு என மருவியது என்னும் வழக்கு உண்டு.

வேணாட்டின் தலைநகராக இது இருந்தது. நாகம் அய்யா ஸ்டேட் மேனுவல் எழுதிய காலத்தில்கூட (1903) இந்த ஊரைச் சுற்றிக் கோட்டை இருந்ததற்கான

அடையாளம் இருந்திருக்கிறது. வேணாட்டு அரசனான ரவிவர்மனின் முக்கிய கல்வெட்டை இங்கே கண்டுபிடித்திருக் கின்றனர். இக்கல்வெட்டு இப்போது பத்மநாபபுரம் அரண் மனை அருங்காட்சியகத்தில் இருக்கிறது.

சிவாலய ஓட்டம்

திருவிதாங்கோடு வேணாட்டின் தலைநகரமாக இருந்த காலத்தில் அங்கிருந்த வேணாட்டரசன் ஜெயதுங்கநாடு, காயங்குளம், தெக்கங்கூர், வடக்கங்கூர் போன்ற சிறு இடங்களைக் கையகப்படுத்தியபோது அவை திருவிதாங்கூருக்கு அடங்கிய நாடுகளாகக் கருதப்பட்டன. பிற்காலத்தில், ஆங்கிலேயர்களின் உச்சரிப்பில் திருவிதாங்கோடு என்ற பெயர் *Travancore* ஆகி, பேச்சுவழக்கில் திருவிதாங்கூர் ஆனது என்பது பண்டைய வரலாற்றாசிரியர்களின் கணிப்பு.

இந்த ஊரின் பெயர் பழைய கல்வெட்டுகளில் முதாங்கோடு என வருகிறது. கி.பி. 8ஆம் நூற்றாண்டினதாகக் கருதப்படும் வேள்விக்குடிச் செப்பேடு

ஆய்வேளை அகப்பட ஈயென்னாமை
எறிந்தழித்துச் செங்கொடி உம் புதான்
கோட்டுந் செருவென்றவர் சினந்தவிர்த்துக்
கொங்கலரும் நறும் பொழில் வாய்க்
குஇலோடு இலக மங்கலபுரம் என்னும்

என்று குறிப்பிடுகிறது.

இங்கு குறிப்பிடப்படும் செங்கொடி என்பது திருவட்டாறு ஊரை அடுத்திருக்கும் செங்கோடி என்னும் ஊர்தான். புதான்கோடு என்பது திருவிதாங்கோடு ஊரைக் குறிப்பது.

வேள்விக்குடிச் செப்பேட்டில் வரும் புதான்கோடு என்ற ஊர் முதான்கோடு என மாறியதற்குக் காரணம் உண்டு.

இதைச் 'சேரநாடும் செந்தமிழும்' நூலை எழுதிய சதாசிவம் பிள்ளை விளக்கும்போது பு – மு என்னும் வேறுபாடு வேறு கல்வெட்டுகளிலும் உண்டு. முதாங்கோடு புதான்கோடு என்பது பிற்காலத்தில் விதாங்கோடு எனத் திரிந்திருக்கலாம். திரு அடைமொழி பிற்காலத்தில் இணைந்தது என்கிறார்.

இந்த ஊரைப் பற்றி ஆராய்ந்த சதாசிவம் "திருவிதாங் கோட்டுக் கோவிலில் உள்ள சமஸ்கிருதக் கல்வெட்டு கோவி லின் வடக்கு மண்டபத்தில் உள்ளது. இதில் இக்கோவில் இறைவன் வடக்கரோட தேவன் எனக் குறிப்பிடப்படுகிறான். இதற்கு ஆலமரத்தின் பொந்தில் இருக்கும் கடவுள் எனக் கல்வெட்டைப் பதிப்பித்தவர் பொருள் கொள்கிறார். அதனால் மூதலாங்கோடு என்ற பெயர் திரிந்து முதாங்கோடு ஆயிருக்க லாம்" என்கிறார். கோடு என்னும் பின் ஒட்டோடு முடியும் ஊர்ப் பெயர்கள் இந்த மாவட்டத்தில் நிறையவே உள்ளன.

சிவாலய ஓட்டக் கோவில்களில் திருவிதாங்கோடு மகாதேவர் கோவில் மிகப் பழமையானது (*பி.இ.எண்; 19*). *கி.பி. 860*ஆம் ஆண்டுக் கல்வெட்டு (*T.A.S.* Vol. 1V p. 142) ஒன்று சிவன் கோவில் சுவரில் உள்ளது. இந்த வட்டெழுத்துக் கல்வெட்டு கோக்கருநந்தடக்கன் என்னும் ஆய் அரசன் காலத்தது. இந்த நிபந்தக் கல்வெட்டு இக்கோவில் இறைவனை மகாதேவர் என்றே குறிப்பிடுகிறது.

இக்கோவிலில் உள்ள கல்வெட்டுக்கள் மூலவரை ஈசான சிவன், ஆலமரப் பொந்தில் இருந்த ஈஸ்வரன் (*T.A.S.* Vol. VI

P. 78) என்று குறிப்பிடுகின்றன. இக்கோவில் மூலவரைப் பரிதிபாணி எனக் குறிக்கும் வழக்கம் பிற்கால நம்பூதிரிகளின் செல்வாக்கால் ஏற்பட்டிருக்கலாம்.

கன்னியாகுமரி மாவட்டக் கல்வெட்டுக்களில் திருவிதாங் கோடு ஊரின் பெயர் பரவலாகக் குறிப்பிடப்படுகிறது. கி.பி. 1235ஆம் ஆண்டைச் சேர்ந்த அருவிக்கரை கல்வெட்டு (T.A.S. Vol. VII p. 113) இந்த ஊரைச் சார்ந்த பாலகோட்டு நாராயணன் என்பவன் அருவிக்கரை கிருஷ்ணன் கோவிலுக்கு நிபந்தம் அளித்ததைக் கூறும்.

இரணியல் ஊர்க் கல்வெட்டு (T.A.S. Vol. III Part II p. 225) திருவட்டாறு கல்வெட்டு (கி.பி. 16, 17ஆம் நூற்றாண்டு) குமார கோவில் கல்வெட்டு (1753) ஆகியன திருவிதாங்கோடு ஊரைக் குறிப்பிடுகிறது. 1803ஆம் ஆண்டில் உள்ள உதயகிரிக் கோட்டைக் கல்வெட்டு திருவிதாங்கூர் ராஜ்யம் என்னும் அடைமொழி யுடன் குறிப்பிடுகின்றன.

திருவிதாங்கோடு மகாதேவர் கோவிலின் பழமை கி.பி. 9 ஆம் நூற்றாண்டுவரை செல்வதைக் கல்வெட்டுக்களின் வழி ஆதாரபூர்வமாக நிறுவ முடியும். அதனால் இக்கோவில் கி.பி. 8 ஆம் நூற்றாண்டில் வழிபடும் இடமாக இருந்திருக்க வேண்டு மென்று ஊகிக்கலாம். இந்தக் கணக்கின்படி கன்னியாகுமரி மாவட்டத்தின் பழமையான கோவில்களான சுசீந்திரம் தாணுமாலயன் கோவில், திருவட்டாறு ஆதிகேசவப் பெருமாள் கோவில், கன்னியாகுமரி பகவதி அம்மன் கோவில் ஆகியவற் றின் வரிசையில் இந்த ஊர்க்கோவிலையும் அடக்கலாம்.

அ.கா. பெருமாள்

பன்னிரு சிவாலயங்களின் பிற கோவில்களைப் போலவே இக்கோவிலின் இருப்பிடமும் இதன் அழகைக் கூட்டுகிறது. கோவிலின் முன்புறம் படித்துறை உள்ள நீராடும் குளம், கோவிலின் தெற்கே உள்ள ஆச்சி குளம், வயல் குளம் ஆகியன இக்கோவிலின் பரிணாமத்தைக் கூட்டுகின்றன. கோவிலின் தென்புறம் உள்ள கொட்டாரத்து விளை என்னும் தென்னந் தோப்பு இதற்கு மேலும் குளிர்ச்சியூட்டுகிறது. இந்தத் தென்னந் தோப்பு முந்தைய காலத்தில் அரச குடும்பத்தின் வாழிடமாக இருந்தது என்பது வாய்மொழிச் செய்தி.

திருவிதாங்கோடு மகாதேவர் கோவில் மேஜர் தேவசம் வகையில் அடங்குவது. இதன் கீழ் குழிக்கோடு பத்திரகாளி கோவிலும் கோடியூர் சிவன் கோவிலும் உள்ளன.

கோவிலின் முகப்புக் கல்மண்டபம் எட்டுத் தூண்களைக் கொண்டது. இந்தத் தூண்களில் மான் மழுவுடன் நிற்கும் அதிகார நந்தி, நின்றகோல அனுமன், கஜ சம்ஹார மூர்த்தி, வியாக்கிரபாதர், கங்காள மூர்த்தி, காலிங்க நர்த்தனம், வாலி – சுக்ரீவன் ஆகியோரின் சிற்பங்கள் உள்ளன. இந்த முன்மண்ட பத்தின் இரண்டுபுறமும் திண்ணையும் நடுவழிப்பாதையும் உண்டு. இந்த மண்டபம் 18ஆம் நூற்றாண்டில் கட்டப்பட் டிருக்க வேண்டும்.

முன்வாசலைக் கடந்ததும் ஒன்றரை ஏக்கர் பரப்புள்ள இடத்தில் தெற்கே சிவன் கோவிலும் வடக்கே விஷ்ணு

கோவிலும் உள்ளன. இரண்டு கோவில்களின் முன்பகுதியில் உள்ள பரந்த வெளியும் கோவிலைச் சுற்றியுள்ள மரங்களும் இக்கோவில்களுக்கு அழகூட்டுகின்றன. மகாதேவர் கோவில் கிழக்கு நோக்கி இருக்கிறது. கிழக்கு வாசலின் எதிரே செம்புத் தகடு வேயப்பட்டக் கொடிமரம் உள்ளது.

சிவன் கோவிலின் முகமண்டபம் ஒரு பக்கத்திற்கு ஐந்து தூண்கள் எனப் பத்துத் தூண்களைக் கொண்டது. இம்மண்டபத்தில் நடுப்பகுதியில் பாதையும் இருபக்கங்களில் திண்ணையும் உண்டு. இம்மண்டபத்தில் பலிபீடம், நந்தி, வாடா விளக்கு ஆகியன உள்ளன. இதன் தெற்கிலும் வடக்கிலும் ஜன்னல்கள் அமைக்கப்பட்டுள்ளன.

முகமண்டபத்தின் முகப்பிலுள்ள நான்கு தூண்களில் நடுப்பக்கம் உள்ள இரண்டு தூண்களிலும் தூவார பாலகர்களின் சிற்பங்கள் உள்ளன. இவை சிவ அடையாளம் உள்ளவை. பொதுவாகக் கோவிலின் முன்பகுதியில் உள்ள துவார பாலகர்களை சந்த பிரசந்தா என்னும் பெயரால் அழைப்பர்.

இந்த முகப்புத் தூண்களின் தெற்கில் அர்ஜுனனின் சிற்பமும் வடக்குத் தூணில் கண்ணனின் சிற்பமும் உள்ளன. இந்த ஆளுயரச் சிற்பங்கள் திருவட்டாறு ஆதிகேசவப் பெருமாள் கோவில், சுசீந்திரம் தாணுமாலயன் கோவில், கல்குளம் நீலகண்டசுவாமி கோவில்களில் உள்ள அர்ஜுனன், கர்ணன் சிற்பங்களைப் போன்றவையே. என்றாலும் திருவிதாங்கோடு கோவிலில் இந்த கர்ணன் அர்ஜுனன் சிற்பங்கள்

இருக்குமிடமும் இவற்றின் மேல் சூரிய ஒளி முழுதுமாகப்படும் அழகும் இவற்றிற்கு வேறு ஒரு பரிமாணத்தைக் கொடுக்கின்றன.

ஒரு நிலவுக் காலத்தில் நானும் சிற்பவியல் அறிஞர் செந்தீ நடராசனும் இந்தக் கோவிலுக்குச் சென்றோம். கிழக்குப் பிராகார வளாகத்து புல்தரையில் அமர்ந்து இச்சிற்பங்களைப் பார்த்தபோது மிகுந்த பரவசம் அடைந்தோம். மனத்தின் கல்மிஷங்களைப் போக்கும் ரசவாத வித்தை சிற்பங்களுக்கும் உண்டு என்பது மிகையல்ல. மனத்தின் உன்னதத்தைக் கவிதை மட்டுமல்லாமல் சிற்பங்களும் உணர்த்தும் என்ற விமர்சனத் தின் விளக்கத்தைப் பெற இக்கோவிலுக்கு ஒருமுறை சென்று வாருங்கள்.

முகமண்டபமான நந்தி மண்டபத்தின் கட்டுமானம் பற்றிய விவரங்கள் கல்வெட்டுகளில் இல்லை என்றாலும் இவற்றின் கட்டுமான அமைப்பின்படி இது வேணாட்டரசர் காலத்தின் இறுதியில் கட்டப்பட்டிருக்க வேண்டுமென்று ஊகிக்கலாம்.

இந்த மண்டபத்தின் தூண்களில் நிறையவே சிற்பங்கள் உள்ளன.

முகமண்டபத்தில் முன்பக்கத் தூணில் நின்றகோலமாய் மன்மதன் நிற்கிறான். இவன் கைகளில் கரும்பு வில்லும் தாமரை மலரும் உள்ளன. இதே தூணில் கண்ணன் கோவர்த் தன கிரியைத் தாங்கிக்கொண்டு நிற்கிறான். அருகில் பசுக்

கூட்டங்கள். இவற்றின் கழுத்தில் மணிகள் கண்ணனின் இடுப்பில் அரைச்சதங்கை. இதே தூணின் வரிசையில் வஸ்த்ரா பரணக் காட்சி. நீபமரத்தின் உச்சியில் கண்ணன் தவழ்ந்தபடி இருக்கிறான். மரத்தின் இரண்டு பக்கங்களிலும் வஸ்திரமில் லாத பெண்கள். ஒருத்தி காலை அகற்றியபடி குனிந்து நிற்கிறாள். இந்தச் சிற்பத்தின் மேல் பகுதியில் நிர்வாணமாய் கைகூப்பிய படி நிற்கிறாள் ஒருத்தி. மரத்தின் இடதுபக்கம் நிற்பவள் மரத்தில் ஏற முயல்கிறாள்.

இதே வரிசையில் கணேசினி சிற்பம் உள்ளது. நின்ற கோலம்; துதிக்கை; கிரீடா மகுடம்; இரண்டு மார்புகள்; புலியின் கால்கள் என அமைந்த இந்தச் சிற்பம் குறித்த செய்திகளை அடையாளம் காணமுடியவில்லை. இதே வரிசை யில் உள்ள ஒரு தூணில் ஆணும் பெண்ணும் அமர்ந்திருக் கிறார்கள். பெண்ணின் மார்பில் ஆண் வாயை வைத்திருக்கும் கலவிச் சிற்பம் இது.

வடக்கு வரிசைத் தூண்களில் கண்ணன் உறியிலிருந்து வெண்ணெய் திருடும் காட்சி. இன்னொரு தூணில் கண்ணனை அடிக்கத் தயாராக இருக்கும் யசோதை; இவளது கையில் மத்து இருக்கிறது. இங்கு மயில்மேல் அமர்ந்திருக்கும் கார்த்தி கேயனின் சிற்பம் உள்ளது. ஒரு கையில் வேலும் இன்னொரு கையில் சக்தி ஆயுதமும் உள்ளன.

அனுமன், ராமன், ஆடையற்ற நிலையிலுள்ள முனிவர், மரத்தின் கீழ் நிற்கும் முனிவர், நடனமாடும் பெண், அகோர வீரபத்திரர், தவழும் கண்ணன், கொம்பைக் கையிலேந்திய குறவன், இளவரசியைத் தூக்கிச் செல்லும் குறவன் ஆகி யோரின் சிற்பங்களும் இந்த மண்டபத்தில் உள்ளன. குரங்கு ஒரு பறவையை விழுங்குவது போன்ற சிற்பமும் இங்கு உள்ளது. இதன் புராண அடையாளம் தெரியவில்லை.

இதே மண்டபத்தின் மேற்குப் பக்கம் வடக்கிலும் தெற்கிலும் யாளித்தூண்கள் உள்ளன. இங்கு யாளியின் துதிக்கையின் கீழ் குட்டி யானை நிற்கிறது. இரண்டும் கைகளை முறுக்கிய படி நிற்கின்றன.

தரைமட்ட அளவிலுள்ள இந்த மண்டபத்தை அடுத்துச் சிறிய கல் மண்டபம் தெற்கு – வடக்காக உள்ளது. இது வேத பாராயணம் செய்வதற்கும் கலச பூசை நடப்பதற்கும் உரியது. 16 தூண்களைக் கொண்ட இந்த மண்டபத்தின் நடுவே தரைமட்டத்திலிருந்து உயர்ந்து இருக்கும் கருவறைக்குரிய வழிப்பாதை உண்டு.

கருவறையின் முன் சோபனப் படியும் சுற்றிலும் திருச்சுற்று மண்டபமும் உண்டு. இது உள்பிராகாரமாய் அமைந்தது. திருச்சுற்று மண்டபத்திற்கும் கருவறைக் கூரைக்கும் இடை வெளி உண்டு. இது வெளிச்சமும் காற்றும் வருவதற்குரிய ஏற்பாடு. இது பிற்காலத்தில் அமைக்கப்பட்டது.

கருவறையைச் சுற்றிய உள்பிராகாரம் தரைமட்டத்தில் அமைந்திருப்பதால் சுற்றிவர வசதியாய் உள்ளது. மூன்று பிராகாரங்களிலும் 12 தூண்கள் உள்ளன. திருச்சுற்று மண்டபம் 33 தூண்களைக் கொண்டது. இது தரைமட்டத்திலிருந்து இரண்டடி உயரமுடையது. வடக்கு உள்பிராகாரத்திலிருந்து கோவிலின் வெளியே செல்ல வாசல் உண்டு.

சுற்று மண்டபக் கட்டுமானம் கி.பி. 16 – 17ஆம் நூற்றாண்டினது. இதற்குக் கல்வெட்டுச் சான்று உண்டு. இங்குள்ள தூண்களில் சிற்பங்கள் இல்லை. வேசர விமானத்தைக் கொண்ட கருவறையின் அதிஷ்டான அமைப்பு இதன் பழமையைக் காட்டுகிறது. இக்கோவிலின் கல்வெட்டும் கருவறைக் கட்டுமானமும் கி.பி. 9ஆம் நூற்றாண்டுவரை எட்டுகிறது.

கருவறை வடக்குச் சுவரில் நரசிங்கன் இரணியனைக் கொல்லும் காட்சிச் சிற்பம் உள்ளது. நரசிம்மருக்குப் பத்துக் கைகள் உள்ளன. இவரது மடியில் இரணியன் கிடக்கிறான். அருகே பிரகலாதன். இந்தச் சிற்பத்தை அடுத்து நடராஜர்,

சிவாலய ஓட்டம்

மத்தளம் அடிப்பவர், கங்காளநாதர் சிற்பங்கள் உள்ளன. இந்தப் புடைப்புச் சிற்பங்களின் மேல் காரை பூசப்பட்டிருப்பதால் இயல்பான பொலிவை இவை இழந்துவிட்டன.

மகாதேவர் கோவிலை அடுத்து வடக்குப் பகுதியில் விஷ்ணு கோவில் உள்ளது. இக்கோவிலின் முன்புறம் கொடி மரமும் பலிபீடமும் உள்ளன. இதன் முன்பகுதி மண்டபத்தின் இடதுபுறம் கருடன், வலதுபுறம் அனுமன் சிற்பங்கள் உள்ளன. இவை ஆளுயரம் கொண்ட அழகான சிற்பங்கள்.

இந்த மண்டபத்தை அடுத்து வடக்கு தெற்காக நீண்டு கிடக்கும் 12 தூண்களை உடைய சிறிய அரங்கு உள்ளது. இதன் வடக்கிலும் தெற்கிலும் வெளியே செல்வதற்கு வாசல் உண்டு. இந்த நீண்ட மண்டபத்தின் நடுவே வழிப்பாதையும் உண்டு. இந்த மண்டபத்தை அடுத்து நான்குகால் மண்டபமும் கருவறைக் கோவிலும் உள்ளன. தரைமட்டத்திலிருந்து நான்கடி உயரமுடைய இந்த மண்டபம் பிற்காலத்தில் கட்டப்பட்டது.

கருவறைக் கோவிலைச் சுற்றித் தரை மட்டத்திலிருந்து உயர்ந்த திண்ணையை உடைய திருச்சுற்று மண்டபம் உண்டு. விஷ்ணு கோவிலின் விமானம் வேசர வகையினது. வட்ட வடிவில் சுதையால் ஆன இந்த விமானத்தில் அமைந்த உருவங்கள் மரபுவழி அமைந்தவை.

அ.கா. பெருமாள்

சிவன் கோவிலுக்கும் விஷ்ணு கோவிலுக்கும் நடுவில் உள்ள வெட்டவெளிப் பகுதியில் மரங்களும் பூச்செடிகளும் உள்ளன. இரண்டு கோவில்களும் தனித்தனியே இருந்தாலும் இரண்டையும் இணைக்கும் முன்பக்கச் சுவர், இவை ஒரே கோவில் என்னும் தோற்றத்தை உருவாக்குகிறது. இந்த இணைப்புச் சுவர் பிற்காலத்தில் கட்டப்பட்டது.

திருவிதாங்கோடு சிவன் கோவிலை பிற பதினோரு சிவாலயங்களிலிருந்தும் குமரி மாவட்டத்தில் உள்ள பிற கோவில்களிலிருந்தும் வேறுபட்டு காட்டும் சிறப்பு அம்சம் இக்கோவிலின் வெளிப்பிராகாரத் திருச்சுற்று மண்டபத் தூண் களில் அமைந்த விளக்குப் பாவைகள்தாம்.

நாஞ்சில் நாட்டில் வாழும் சாதாரண பக்தனுக்கு இட நாட்டுப் பகுதியான கல்குளம், விளவங்கோடு வட்டங்களில் உள்ள கோவில்களின் பழமையோ, சிறப்போ பெரிய அளவில் தெரியாது. திருவிதாங்கோடு கோவில் பற்றியோ இதன் சிற்பங் கள் பற்றியோ கொஞ்சமும் தெரியாது.

கிழக்குப் பிராகாரத்தில் 17, வடக்குப் பிராகாரத்தில் 13, மேற்குப் பிராகாரத்தில் 20, தெற்குப் பிராகாரத்தில் 14 என அமைந்துள்ள 61 தூண்களிலும் விளக்கேந்திய பெண்களின் சிற்பங்கள் உள்ளன. இவை தீபலட்சுமிகள் என்பது வழக்கு. கோவிலின் நான்கு மூலைத் தூண்களிலும் யாளிச் சிற்பங்கள் உள்ளன.

அருமையான இந்தச் சிற்பங்கள் மிகச் சிறிய அளவில் தான் சேதப்பட்டுள்ளன என்பது ஆறுதலான விஷயம். இந்தச் சிற்பங்கள் வெளிப்புறத்தில் பார்க்கும்படியாக இருப்பதும் சூரியஒளி முழுதுமாக இவற்றின் மேல்படுவதும் இவற்றின் சிறப்பு.

கிழக்குப் பிராகாரத்தின் ஆரம்பத்தில் பெரிய மார்புகளைக் கொண்ட துலிபங்க நிலையில் நிற்கும் பெண் சிற்பம் உள்ளது. இவள் பின் கொண்டையும் பத்ர குண்டலமும் உடையவள். இவள் கையிலிருப்பது அகல் விளக்கு அல்ல; இது பிடி உடைய விளக்கு. குமரி மாவட்டக் கோவில்களில் இத்தகு விளக்குச் சிற்பம் வேறெங்கும் இல்லை.

இந்தப் பிராகாரத் தூண்களில் உள்ள பிற விளக்குப் பாவைகளின் கையில் இருக்கும் விளக்குகளும் வேறுபட்ட வடிவமுடையவை; கைப்பிடி உடையவை. இந்தக் கைப்பிடி விளக்குகள் கோவில்களில் வழக்கத்தில் உள்ளவை. கோவில் ஸ்ரீபலி ஊர்வலத்தினுடனோ பிற இடங்களுக்கோ விளக்கேந்திச் சென்ற தேவதாசிகளைப் பற்றிய செய்திகளும் கோவில்களில் பயனற்று ஒதுக்கப்பட்டுக் கிடக்கும் விளக்குகளின் வடிவங் களும் இச்சிற்பங்களுடன் ஒத்துப்போகின்றன.

இந்த விளக்குப் பாவைச் சிற்பங்களில் பெரும்பாலானவை பெரிய மார்புகளை உடையனவாகக் காட்டப்பட்டிருக்கின்

றன. நாஞ்சில் நாட்டுக் கோவில் விளக்குப் பாவைகளிலிருந்து இடநாட்டுக் கோவில் விளக்குப் பாவைச் சிற்பங்கள் வேறு படும் இடம் இது. இவற்றின் ஒடுங்கிய இடையும் முக அமைப்பும் கொண்டை அலங்காரமும் மார்பின் வடிவ அளவும் இவற்றின் வயதைக்கூட தரம்பிரித்துக் காட்டுகின்றன.

கிழக்குப் பிராகாரம் விஷ்ணு கோவிலை ஒட்டிய தூணில் உள்ள தீபலட்சுமி திரிபங்க நிலையில் நிற்கிறாள். இவளது இடையிலுள்ள ஆடை அவிழ்ந்து கணுக்காலில் விழுந்து கிடக் கிறது. இவள் இந்த ஆடையின் நுனியை இடது கையால் பிடித்திருக்கிறாள். வலது கையில் விளக்கு இருக்கிறது. இந்த விளக்கு விரிந்த தாமரை மலர் போன்ற வேலைப்பாடு உடையது.

இச்சிற்பத்தின் ஒடுங்கிய இடையும் வயிற்றின் மடிப்பும் சிற்பத்தில் நுட்பமாகக் காட்டப்பட்டுள்ளன. இவளது கழுத்தில் தொங்கும் முத்துமாலை இரண்டு மார்புகளுக்கு இடையே நெருங்கிக் கிடந்து அணிசெய்கிறது. காதில் முத்துச்சரம் தொங்

கிக் கிடக்கிறது. இவளது கொணடையின் அழகுகூட வேலைப் பாடு உடையது. கொண்டையைச் சுற்றி முத்துக்கள் தொங்கு கின்றன. கைகளில் வளையல், தோளில் வங்கி என ஆபரணங் கள் அணி செய்கின்றன. இந்தச் சிற்பம் நிர்வாணமாக இருந் தாலும் ஆபாசமாகவோ கல்மிஷமாகவோ இல்லாத கலை நுட்பத்தை வெளிப்படுத்துகிறது.

இதே தூணில் தென்புறம் மூன்று ஆண்களின் சிற்பங்கள் உள்ளன. ஒருவரின் பின்னே ஒருவராய் நிற்கின்றனர். இவர் களுக்குத் தாடியும் மீசையும் உள்ளன. ஆடையற்ற நிலையில் நிற்கும் இவர்கள் முனிவர்களாகவோ துறவிகளாகவோ இருக்க லாம். இவர்களை அடுத்து ஒருவன் சாஷ்டாங்கமாய் குனிந்து விழுந்து வணங்குகிறான். இவனருகே உள்ள நிர்வாணப் பெண்ணை இவன் வணங்குவது போல் உள்ளது.

கிழக்குப் பிராகாரத்து ஓரத்தில் ஒரு தூணில் ஒரு பெண் நடனமாடும் பாணியில் கால்களை அகல விரித்துக்கொண்டு

துவிபங்கமாய் இடதுகையில் விளக்கு ஏந்தியபடி நிற்கிறாள். இவளது காலின்கீழ் அஞ்சலி ஹஸ்தமாய் ஒருவன் அமர்ந்திருக்கிறான். அவனது தலையின் மேல் இவளது வலதுகை இருக்கிறது. இவள் பத்ரகுண்டலம், முத்துச்சரம் ஆகிய அணி கலன்களுடன் இருக்கிறாள்.

இதை அடுத்து இருப்பது ஆணின் சிற்பம். இவனது இடுப்பில் ஒரு பெண். அவளை ஆலிங்கனம் செய்தபடி இருக்கிறாள். ஆணின் வலதுகை அவளின் முகத்தை அன்போடு வருடுவது போல் தொட்டு இருக்கிறது. இவளது இடது கையில் விளக்கு இருக்கிறது. ஆண் கிரீடா மகுடம் உடையவன். பெண்ணின் இடுப்பின் கீழ் ஆடை காட்டப்பட்டுள்ளது.

கிழக்குப் பிராகார கோடியில் தூணில் இருக்கும் யாளியின் துதிக்கையின் கீழ் ஒரு பெண் குனிந்தபடி அமர்ந்திருக்கிறாள். இவளது வலது கையில் அகல்விளக்கு உள்ளது. வடக்குப் பிராகாரத்தில் உள்ள 13 தூண்களிலும் விளக்கேந்திய பெண்களின் சிற்பங்கள் உள்ளன.

இந்தப் பிராகாரத்திலும் வலது கை அல்லது இடது கையில் விளக்குடனும் துவிபங்கம், திரிபங்கமாய் அமைந்த பெண் சிற்பங்கள் உள்ளன. இவை பெரிய மார்புகளுடன் இடுப்பில் ஆடையை நழுவவிட்டபடியும் கழுத்திலும் காதிலும் பலவகை ஆபரணங்களுடனும் உள்ளன.

இதே பிராகாரத்தில் ஒரு தூணில் பெண்ணின் அருகில் முப்புரிநூல் அணிந்த ஆண் நிற்கிறான். இவனது கழுத்தில் நீண்ட மாலை; பதக்கம். இவளது தலைமுடி வித்தியாசமானது. இவன் ஒருகையால் இப்பெண்ணை அணைத்திருக்கிறான்.

இந்தப் பிராகாரத்தில் துவிபங்க நிலையில் கர்ப்பிணிப் பெண் ஒருத்தி விளக்கேந்தியபடி நிற்கிறாள். இவளது வயிறு பருத்து இருக்கிறது. இவள் கர்ப்பிணி என்பதை மார்புகளின் வடிவம் காட்டுகிறது. இந்தப் பிராகாரத்தில் உள்ள யாளித் தூணில் யாளியின் துதிக்கையின் அடியில் குரங்கு ஒன்று குனிந்து நிற்கிறது. இது வித்தியாசமான வடிவம்.

மேற்குப் பிராகாரத்தில் உள்ள இருபது தூண்களிலும் ஆடையை நெகிழவிட்ட பெண், வயிறு பருத்த கர்ப்பிணி, தொங்கிய மார்பும் நெகிழ்ந்த ஆடையும் உடைய பெண், குழந்தையை ஏந்திய பெண் எனப் பலவகையான சிற்பங்கள் உள்ளன. வயதான பெண்ணின் சிற்பம் ஒன்று உள்ளது. தொங்கிய மார்புகளும் குழிந்த கன்னங்களுமாக இவள் தோற்றமளிக்கிறாள்.

இந்தப் பிராகாரத் தூணின் கோடியில் வலது கையில் விளக்கும் இடதுகையில் வெஞ்சாமரையுமாக இருக்கும் பெண் சிற்பம் உள்ளது. இத்தகு சிற்பம் வேறு இடங்களில் இல்லை.

இந்தச் சிற்பங்களைச் செய்தவர்கள் பற்றிய வழக்காறு உண்டு. சிற்பிகளின் தலைவன் பாண்டி நாட்டுக்காரன் என்றும், இவன் திருவிதாங்கோட்டு ஊரில் தங்கி இங்கேயே ஒரு மலையாளப் பெண்ணை மணம் செய்துகொண்டு வாழ்ந்தான் என்றும் அவன் மனைவியின் வேண்டுகோளுக்கு இணங்க இவற்றை அமைத்தான் என்றும் வாய்மொழிச் செய்திகள் உண்டு.

இச்சிற்பங்களின் வழி 16 – 17ஆம் நூற்றாண்டில் பெண்களின் ஆடை, தலையலங்காரம் போன்றவற்றைத் அறிய முடிகிறது. பெண்கள் இடைப்பகுதிக்கு மேல் ஆடையற்ற நிலையில் இருப்பது விகாரமாய்ப் படவில்லை. எல்லாச் சமூகப் பெண் களிடம் இது போன்ற ஒரு நிலை இருந்திருக்கிறது என்று சொல்வதற்குரிய சான்றுகளாகவும் இந்தச் சிற்பங்களைக் கூறலாம்.

திருவிதாங்கோடு மகாதேவர் ஆலயத்தின் எதிரிலும் விஷ்ணு கோவிலின் எதிரிலும் செம்பு பொதியப்பட்ட கொடி மரங்கள் உள்ளன. இரண்டு கோவில்களிலும் மார்கழி மாதம் ஒரே நாளில் திருவிழா ஆரம்பமாகிப் பத்து நாட்கள் நடக்கும். ஆழ்வார் கோவிலில் ஆராட்டு நடக்கிறது. பிற கோவில் விழாக்களைப் போன்றே இங்கும் விழா நடக்கிறது.

11

திருப்பன்றிக்கோடு கோவில்

பன்னிரு சிவாலயங்களில் பதினோராம் கோவில் திருப்பன்றிக்கோடு கோவில். பத்தாம் ஆலயமான திருவிதாங்கோடு மகாதேவர் ஆலயத்திலிருந்து மேற்கே இருப்பது இக்கோவில். இது நாகர்கோவிலிலிருந்து வடமேற்கே 14 கல் தொலைவில் உள்ளது.

திருப்பன்றிக்கோடு கோவிலின் மூலவரைப் பொது வாக மகாதேவர் என்று சொன்னாலும் மூலவரின் ஆரம்பகாலப் பெயர் பக்தவத்சலர் என்பது தான். ஆவணங்களிலும் இப்பெயரே உள்ளது.

திருப்பன்றிக்கோடு கோவில் இருக்கும் இடத்தில் நெருங்கிய குடியிருப்புகள் இல்லை. தோட்டங்களும் வயல்களும் நிறைந்த இடத்தில் இக்கோவில் உள்ளது. இது இருக்கும பகுதி கல்குளம் வட்டம், பள்ளியாடி பஞ்சாயத்தின் கீழ் வருகிறது.

இக்கோவிலில் மூன்று கல்வெட்டுகள் கிடைத்துள் ளன (பி.இ.எண் : 20). இவற்றின் அடிப்படையில் இது 13ஆம் நூற்றாண்டுக்கு முற்பட்டது என்று ஆதாரபூர்வ மாய்ச் சொல்லமுடியும். இரண்டு கல்வெட்டுகள் திருச் சுற்று மண்டபத்தில் காணப்படுவதால் கோவிலின் இன்றைய அமைப்பு 700 ஆண்டுகளுக்கு முற்பட்டது என்று ஊகிக்கலாம்.

கிழக்குப் பார்த்த இக்கோவிலைச் சுற்றிப் பெரிய மதில் உண்டு. பள்ளியாடி ஊரிலிருந்து வரும் முக்கிய பாதை தெற்கு வாசலில் முட்டித் தென்கிழக்காய் திரும்பி முக்கிய வாசல் இருக்கும் இடமான கிழக்கு நோக்கிச் செல்கிறது. அதனால் பக்தர்கள் பெரும்பாலும் தெற்கு வாசல் வழியே கோவிலுக்குச் செல்லுகின்றனர். கிழக்கு

வாசல் பாதை கோவிலின் மட்டத்திலிருந்து தாழ்ந்திருப்பதால் படியேறியே கோவில் வளாகத்தில் நுழைய முடியும்.

கோவிலுக்கு வெளியே வடபுறத்தில் 8 மீ. நீளமும் 8 மீ. அகலமும் உள்ள சிறிய நீராளி உள்ளது. இது குளிப்பதற்குப் பயன்படுவது. இது கோவிலுக்குச் சொந்தமான குளம். இதனருகே தனியார் குளமும் உண்டு.

இந்தக் கோவிலும் பெரிய வளாகத்தில் உள்ளது. கோவிலின் வெளியே சுற்றுச்சுவர் உண்டு. நிறைய மரங்களும் செடிகளும் பிராகார வெளியில் வளர்ந்து நிற்கின்றன. கோவில், கிழக்கு நோக்கி அமைந்தது. கீழ் வாசலின் எதிரே செம்புக் கொடிமரமும் பலிபீடமும் உண்டு.

கோவிலின் முன்வாசலை அடுத்து இருப்பது நீண்ட அரங்கு. நடுவில் வழிப்பாதை; இருபக்கமும் பரந்து கிடக்கும் இந்த அரங்கு அதிகம் பயன்பாட்டில் இல்லாதது. இந்த வாசலைக் கடந்து சென்றால் நமஸ்கார மண்டபத்தையும் கருவறையையும் திருச்சுற்று மண்டபத்தையும் பார்க்கலாம். இவை ஓட்டுப் பணியால் ஆனவை.

கிழக்குத் திருச்சுற்று மண்டபம் ஏழு தூண்களைக் கொண்டது. தெற்குத் திருச்சுற்று மண்டபத்தில் கோவிலுக்கு வெளியே செல்ல வாசல் உண்டு. தென்மேற்கு மூலையில் கணபதி கோவில் இருக்கிறது.

மேற்குத் திருச்சுற்று மண்டபம் எட்டுத் தூண்களைக் கொண்டது. வடமேற்கு மூலையில் ஸ்ரீஅம்மன் கோவில் இருக்கிறது. இந்த அம்மன் பார்வதியின் அம்சமாகக் கருதி பிரதிஷ்டை செய்யப்பட்டது. இவள் நின்றகோலமாக திரிபங்க வடிவம் உடையவள். இவளது இரண்டு கைகளில் ஒன்றில் தாமரை மலர் உள்ளது. இன்னொருகை அபய முத்திரை காட்டுகிறது.

வடக்குத் திருச்சுற்று மண்டபம் ஒன்பது தூண்களைக் கொண்டது. இதன் நடுவில் கோவிலிலிருந்து வெளியே செல்ல வாசல் உண்டு. வடகிழக்கில் கிணறு அமைந்துள்ளது.

நமஸ்கார மண்டபம் 14 தூண்களைக் கொண்டது. ஓடு வேயப்பட்ட இம்மண்டபத்தின் மரப்பணி சாதாரணமாக இருக்கிறது. இந்த மண்டபத்தின் நடுவே நந்திச் சிற்பம் உள்ளது.

ஸ்ரீகோவில் வட்டவடிவ கருங்கல் தளத்தின் மேல் இருப்பது. தரைமட்டத்திலிருந்து 120 செ.மீ. உயரமுடைய இந்தக்

கருவறையின் வெளிச்சுற்றில் 120 செ.மீ. அகலத் திண்ணை உண்டு. இதன் மேல் கருவறைக் கூரையில் தொங்குகூரை நீண்டு நிற்கிறது.

ஸ்ரீகோவிலின் மேற்கூரை கூம்பு வடிவிலானது. இடை விட்ட இரண்டு தட்டுகளை உடையது. மேல்கூரையின் மேல் பகுதிக்கும் கீழ்ப்பகுதிக்கும் இடைப்பட்ட நடுப்பகுதியின் நான்கு புறமும் முறையே கிழக்கு நோக்கி இந்திரன், தெற்குப் பார்த்து தட்சணாமூர்த்தி, மேற்கில் நரசிம்மன், வடக்கில் பிரம்மா ஆகியோர் உள்ளனர். இந்தச் சிற்பங்கள் மரத்தால் ஆனவை. நிறம் கொடுக்கப்பட்டவை. ஸ்ரீகோவில் உருவானபோது இவை இருந்தன. மேல்கூரை 5 செ.மீ. கனமுள்ள தேக்குப் பலகையால் வேயப்பட்டு செம்புத் தகட்டால் பொதியப்பட்டது.

கருவறை வட்ட வடிவில் இருந்தாலும் இதன் உள்பகுதி சதுர வடிவிலானது. இதைச் சுற்றிவர முடியும்.

மூலவரான சிவன் ஆவுடையில் பிரதிஷ்டை செய்யப்பட்ட வர். இந்த லிங்கத்தின் வலது பக்கம் சற்றுச் சிதைந்துள்ளது. இதற்கு முகிலன் படை எடுப்பைக் காரணமாகக் கூறுவர். இதற்கு வரலாற்று ரீதியான ஆதாரங்கள் கிடையா.

ஸ்ரீகோவிலின் வடபகுதியில் நிர்மால்யதேவரும் சாஸ்தா வும் உள்ளனர். இருவருக்கும் தனியான கோவில் இல்லை. இது வெட்டவெளியில்தான் உள்ளது. நிர்மால்ய தேவர் லிங்க வடிவமாக இருக்கிறார். சாஸ்தா அமர்ந்தகோலமாய் இருப்பவர். சாஸ்தாவுக்கு இரண்டு கைகள். ஒரு கையில் செண்டு. இன்னொரு கை சின்முத்திரை காட்டுகிறது.

திருப்பன்றிக்கோடு கோவில் உருவானதற்கு வாய்மொழி மரபுக் கதை உண்டு. இந்த இடத்தைச் சுற்றிய பகுதிகள் காடாக இருந்தன. இங்கு கோவில் கொண்டிருந்த சிவனும் மேற்கூரையின்றி இருந்தான். பூசகர்கூட இங்கே வரத் தயங்கி னார். ஒரு நாள் சிவன் வேணாட்டு அரசரின் கனவில் வந்து தனக்குக் கோவில் அமைக்க வேண்டினார். அப்போது திருவிதாங்கோடு, வேணாட்டின் தலைநகராக இருந்தது. அத னால் உடனேயே அரசன் தான் கண்ட கோவிலை அடை யாளம் கண்டுவிட்டான்.

மன்னன் கனவில் கண்ட இடத்தில் ஒரு கோவில் கட்டினான். இது நடந்தது 800 – 900 ஆண்டுகளுக்கு முன்பு என்பது கர்ண பரம்பரைக் கதை. கல்வெட்டுச் செய்திகளும் இதற்கு ஒத்துப்போகின்றன. கி.பி. 13ஆம் நூற்றாண்டில் எழுப்பப் பட்ட இக்கோவிலின் வட்டெழுத்துக் கல்வெட்டு கோவில்

அ.கா. பெருமாள்

கிழக்குத் திருச்சுற்று மண்டபச் சுவரில் உள்ளது. இது கோவிலுக்கு இறையிலியாக நிலம் அளித்த செய்தியைக் கூறு கிறது. இதனால் கி.பி. 13ஆம் நூற்றாண்டிற்கு முன்பே கோவிலின் சில பகுதிகள் இருந்திருக்க வேண்டும் என்று ஊகிக்கலாம்.

கல்குளம் வட்டம் அல்லூர் கோணம் என்ற ஊரைச் சார்ந்த ஒருவர் நந்தி மண்டபத்தையும் திருச்சுற்று மண்டபத்தை யும் கட்டினார் என்ற செய்தியும் உண்டு. இது மலையாள ஆண்டு 400 அளவில் நடந்தது என்கின்றனர். இதுவும் கல்வெட்டு ஆண்டுக்குப் பொருந்திவருகிறது. இதனால் இக்கோவில் கி.பி. 12ஆம் நூற்றாண்டுக்கு முற்பட்டது என்று எடுத்துக்கொள்ளலாம்.

இக்கோவிலின் பரிவார தெய்வங்கள் விநாயகர், அய்யப்பன், வள்ளி, தெய்வானை, நாகர் ஆகியன. இவை பிற்காலத்தில் பிரதிஷ்டை செய்யப்பட்டவை.

திருவிதாங்கூர் அரசரான மூலந்திருநாள் காலத்தில் (1885 – 1924) தென்திருவிதாங்கூர் கோவில்கள் பழுதுபார்க்கப்பட்ட போது இந்தக் கோவிலிலும் பணி நடந்திருக்கிறது.

திருப்பன்றிக்கோடு கோவில் தொடர்பான தலபுராணக் கதை மகாபாரதத்துடன் தொடர்புடையது. பாசுபதா அஸ்திரம் வேண்டி அர்ஜுனன் இமயமலையில் தவம் செய்தான். அப் போது அவன் அருகே பன்றி ஒன்று ஓடியது. அதை வேடனும் வேடத்தியும் துரத்திச் சென்றனர். அர்ஜுனன் தன் தவத்துக்கு இடையூறாக ஓடிய பன்றியின் மீது அம்பெய்தான். அதே சமயத்தில் வேடனும் அந்தப் பன்றியின் மீது அம்பெய்தான். பன்றி கீழே விழுந்தது.

வேடன் அந்தப் பன்றி தனக்கு உரியது என்றான். அர்ஜுனனோ அது எனக்கு உரியது என்றான். இருவரின் வாய்ச்சண்டையும் கைச்சண்டையானது. அர்ஜுனன் வேட னுடன் சண்டைபோட முடியவில்லை. தோற்று, வெறுத்து நின்றான்.

அந்த நேரத்தில் ஒரு அதிசயம் நிகழ்ந்தது. பன்றி நந்தியாக மாறியது. வேடனும் வேடத்தியும் சிவனும் பார்வதியும் ஆயினர். அர்ஜுனனுக்கு அப்போதுதான் புரிந்தது, தனக்கு அருள் செய்யவே சிவன் அப்படி நாடகம் ஆடினான் என்று. நந்தி பன்றியாகத் தோன்றி வந்த இடம் திருப்பன்றிக்கோடு என்று பெயர்பெற்றது. 'பன்றி' என்னும் சொல்லிலிருந்து இத்தலம் மகாபாரதக் கதையுடன் இணைக்கப்பட்டதாகக் கொள்ளலாம்.

தசாவதாரக் கதை ஒன்றையும் திருப்பன்றிக்கோடு கோவில் தலபுராணத்துடன் சார்த்திக் கூறுகின்றனர்.

இரணியன் என்னும் அசுரன் பூமியைச் சுருட்டிப் பாதாள உலகில் மறைத்துவைத்தான். தேவர்கள் திருமாலிடம் இச் செய்தியைச் சொன்னார்கள். திருமால் மூர்க்கமான வராகமாய் (பன்றி) மாறிப் பாதாள உலகிற்குச் சென்று பூமியை மீட்டு வந்தான்.

பன்றியின் மூர்க்கத்தனம் தணியவில்லை. தேவர்களும் மற்றவர்களும் இதைக்கண்டு அஞ்சினர். சிவனிடம் முறை யிட்டனர். சிவன் அந்த வராகத்தின் கொம்பை ஒடித்து அடக்கினான். பன்றி சிவனைப் பணிந்து வணங்கியது. அப்போது சிவன் பன்றிக்குக் காட்சியளித்த கோலமே திருப்பன்றிக்கோட் டில் இருக்கிறது. சிவன் பன்றியின் கொம்பை (கோடு) ஒடித்த தால் திருப்பன்றிக்கோடாயிற்று. இந்தக் கதையும் பன்றி என் னும் சொல்லின் அடிப்படையில் உருவானதுதான்.

பொதுவாகப் பிற சிவன் கோவில்களில் நடக்கும் அஷ்டமி விழா, மகாசிவராத்திரி விழா, விநாயகர் சதுர்த்திவிழா, சங்கடகர சதுர்த்தி, திருவாதிரை போன்ற சிறப்பு நிகழ்ச்சிகள் இங்கும் நடக்கின்றன.

மாசி மாத அஷ்டமியில் குன்னம்பாறை சாஸ்தா கோவிலி லிருந்து யானையின் மேல் களப கும்பத்தை ஊர்வலமாய்க் கொண்டுவந்து சிவனுக்கு அபிஷேகம் செய்வது ஒரு சிறப்பு நிகழ்வு.

இக்கோவிலின் பரிவார தெய்வமான ஸ்ரீ அம்மனுக்கு ஆடி மாதச் செவ்வாய்க்கிழமைகளில் சிறப்பு நிகழ்ச்சி நடக் கிறது. இது இப்போது பரவலாகி வருகிறது.

கார்த்திகை மாதம் சதுர்தசி தேய்பிறையில் இக்கோவி லின் கொடியேற்று விழா ஆரம்பமாகும். அஷ்டமி வளர்பிறை யில் முடிவுபெறும். அஷ்டமியில் ஆறாட்டு விழா நடக்கும். கோவில் திருவிழா பிறகோவில்களில் நடப்பதைப் போன்றே நடக்கிறது.

அ.கா. பெருமாள்

12

நட்டாலம் கோவில்

பன்னிரு சிவாலயங்களில் இறுதிச் சிவாலயமாக இருப்பது நட்டாலம் கோவில். பதினோராவது சிவாலயமான திருப்பன்றிக்கோடு ஆலயத்திலிருந்து மேற்கே 4 கி.மீ. தூரம் ஓடிவந்தால் நட்டாலத்தை அடையலாம்.

கல்குளம் வட்டத்தில் நட்டாலம் பஞ்சாயத்தின் கீழ் அடங்கிய ஊர் நட்டாலம். இதைச் சுற்றிய முக்கியமான ஊர்கள் ஈழத்து விளை, பள்ளியாடி போன்றன.

நட்டாலம் ஊரில் இரண்டு சிவன் கோவில்கள் உள்ளன. ஒன்று மகாதேவர் கோவில். இன்னொன்று சங்கர நாராயணர் கோவில் (பி.இ.எ. 20). இரண்டும் தரைமட்டத்திலிருந்து உயர்ந்திருப்பவை. இரண்டிற்கும்

இடையே பெரிய குளம் உள்ளது. இரண்டு கோவில்களும் கிழக்கு நோக்கியவை. நட்டாலம் ஊரின் முக்கிய பாதை வழியாக வருபவர் முதலில் சங்கர நாராயணர் கோவிலைத் தரிசிப்பார். இக்கோவிலின் பின்புறத்தில் இருக்கும் குளத்தை ஒட்டியிருக்கும் மகாதேவர் கோவிலைவிட 2 மீட்டர் தாழ்ந்து இருப்பது சங்கர நாராயணர் கோவில். இக்கோவிலின் மட்டத் திற்கும் சற்றுத் தாழ்ந்து திருக்குளம் இருக்கிறது.

கல்குளம் வட்டத்தில் செழிப்பான ஊர்களில் நட்டால மும் ஒன்று. இங்கே இருக்கும் இந்த இரண்டு கோவில்களுமே பெரிய தோட்டத்துக்குள் இருப்பது போன்ற தோற்றத்தைக் கொடுக்கின்றன.

குளத்தின் மேற்கே உள்ள சிவன் கோவில் சிறிய அளவி லானது. இந்த மகாதேவர் கோவில் சுமார் ஒரு ஏக்கர் பரப்புள்ள வெளியில் உள்ளது. கோவிலின் முன்பகுதியில் உள்ள பரந்த இடத்தில் பலிபீடம் இருக்கிறது. இதை அடுத்த முன்வாசலைக் கடந்தால் தெற்கு வடக்காக நீண்டு கிடக்கும் நீண்ட ஓட்டுக் கட்டடம் உள்ளது. இதை அடுத்த பகுதியில் நமஸ்கார மண்டப மும் கருவறையும் உள்ளன.

நான்கு தூண்களைக் கொண்ட ஓட்டுப்பணியால் ஆன நமஸ்கார மண்டபம் தரைமட்டத்திலிருந்து 75 செ.மீ. உயரத்தில் உள்ளது. இதன் நடுவே கருவறையின் நேர் எதிர்புறத்தில் நந்தி உள்ளது.

அ.கா. பெருமாள்

ஸ்ரீகோவில் வட்டமாய் கூம்பு வடிவில் ஓரடுக்கில் அமைந் திருக்கிறது. மேற்கூரை தேக்கு மரப்பலகையால் வேயப்பட்டு, செம்புத்தகடு போர்த்தப்பட்டது. ஸ்ரீகோவில் வட்ட வடிவில் இருந்தாலும் உள்பகுதி நீள் சதுரமானது. இதில் மூலவர் இருக்கும் கருவறையும் அதன் முன் சிறு மண்டபமும் (அர்த்த மண்டபம்) அடக்கம்.

கோவிலைச் சுற்றித் திறந்தவெளிப் பிராகாரம் உண்டு. வடக்குப் பகுதியில் மடப்பள்ளி இருக்கிறது. கன்னி மூலையில் விநாயகர் இருக்கிறார்.

தெற்குப் பிராகாரச் சுவரில் வெளிப்பகுதிக்கு வாசல் உண்டு. தென்கிழக்கில் கிணறு உண்டு. தெற்கு வெளிப்பிரா காரம் நமஸ்கார மண்டபத்தின் வடக்கில் நின்றகோலமாய் இரு கைகளை ஏந்தியபடி நிர்மால்யமூர்த்தி நிற்கிறார். இது கல் படிமம். 35 செ.மீ. உயரமுடைய இந்த விக்கிரகம் பீடத்தில் பிரதிஷ்டை செய்யப்பட்டது. வெட்டவெளியில் உள்ளது. இதை நிர்மால்யக் கொக்கு என்ற பெயரால் குறிப்பிடுகின்றனர்.

மூலவருக்கு அணிவித்த மாலையை இந்த மூர்த்திக்குப் போடுகின்றனர். இவரைச் சண்டேஸ்வர மூர்த்தியாகவே கொள்ளலாம் (பி.இ. எண் : 22). இவர் சிவனின் மைந்தனாகவும் சிவன் கோவில் சொத்துக்களுக்கு அதிபதியாகவும் கருதப்படு

பவர். வாய்மொழி மரபின்படி, பாவகரமான காரியங்களைச் செய்தவர், இவர் மேல் பாரத்தைப் போட்டு வழிபடலாம். கோவிலைச் சார்ந்தவர்கள் செய்யும் தவறை மன்னிப்பவர் என்று குறிப்பிடப்படுகிறார்.

இந்த மகாதேவரை அர்த்தநாரீஸ்வரர் என வாய்மொழி வழக்கில் குறிப்பிடுகின்றனர். இதற்குப் பழைய ஆவணங்களிலோ கோவில் பத்திரப் பதிவுகளிலோ சான்று இல்லை. மகா சிவராத்திரியில் ஓடும் சிவாலய ஓட்டக்காரர்கள் இந்த மூலவரை சிவனுக்குக் கண் கொடுத்தவராகக் கூறுகின்றனர். சேக்கிழாரின் பெரியபுராணத்தில் வரும் கண்ணப்ப நாயனார் புராணத் திற்கும் இக்கோவிலுக்கும் தொடர்பில்லை. இது குறித்த ஆவணச் சான்றுகளோ சிற்பங்களோ இங்கு இல்லை.

மகாதேவர் கோவிலுக்கு வெளியே வடபுறம் கிழக்கு நோக்கி துர்க்கையும் வேறு அம்மன் சிற்பங்களும் உள்ளன. இங்கு நாகர் சிற்பங்கள் அதிகம். இவை பிற்காலத்தில் பிரதிஷ்டை செய்யப்பட்டிருக்கலாம்.

இக்கோவிலின் தினப்பூஜை பிற கோவில்களைப் போலவே நடக்கிறது. இக்கோவிலில் ஆண்டுத் திருவிழா கிடையாது. கொடிமரமும் இல்லை. மகா சிவராத்திரி மட்டுமே இக்கோவி லில் நிகழும் முக்கிய விழா.

மகாதேவர் கோவிலின் எதிரே உள்ள பெரிய குளத்தைத் தொட்டு கிழக்கு நோக்கி இருக்கும் சங்கர நாராயணர் கோவிலையே பன்னிரு சிவாலயங்களில் ஒன்றாகக் கொள்ள முடியும்.

சங்கர நாராயணர் கோவில் இவ்வூர் முக்கிய சாலையின் தரைமட்டத்திலிருந்து சற்று உயரமான இடத்தில் உள்ளது. ஒன்றரை ஏக்கர் பரப்புள்ள பரந்த வெளியின் நடுவில் கிழக்கு நோக்கி இருக்கிறது இக்கோவில். இதன் முன்பகுதியில் ஓட்டுப் பணியால் ஆன முகப்புக் கோபுரம் உண்டு. இந்த முகப்பைத் தாண்டியதும் வெட்டவெளிப் பகுதியில் செம்புத் தகட்டால் வேயப்பட்ட கொடி மரம் இருக்கிறது.

மொத்த கோவிலைச் சுற்றிலும் உயர்ந்த கோட்டை மதில் சுவர் இருக்கிறது. வடக்கு வெளிப் பிராகாரத்தின் வடபகுதி யில் வாசல் இருக்கிறது. மேற்குப் பிராகாரத்தில் உள்ள வாசல் வழியாகவும் பக்தர்கள் வருகின்றனர். இந்த வாசலின் எதிரே திருக்குளமும் மேற்கே மகாதேவர் ஆலயமும் உள்ளன. தெற்கு வெளிப் பிராகாரத்திலிருந்து வெளியே செல்ல வாசல் இருக் கிறது. இப்பகுதியில் கோவில் அலுவலகம் உள்ளது. தென்கிழக் கில் திருக்கிணறு காணப்படுகிறது.

கோவிலின் முன்பகுதியில் ஓடு வேயப்பட்ட சிறிய அறை இருக்கிறது. இதை அடுத்து தெற்கு வடக்காக நீண்டு கிடக்கும் அரங்கு உள்ளது. 21 தூண்களைக் கொண்ட இக்கட்டடம்

சிவாலய ஓட்டம்

ஓடட்டுப்பணியால் ஆனது. பொதுவாகக் கோவிலின் முன்பகுதி யில் இருக்கும் இது போன்ற அரங்குகளில் புராணப் பாராயணம் நடப்பது வழக்கம். இந்தத் திண்ணை தரை மட்டத்திலிருந்து 100 செ.மீ. உயரமுடையது. இதன் நடுவே வழிப்பாதை உண்டு.

அந்தப்பாதையைக் கடந்ததும் கண்ணில்படுவது நமஸ்கார மண்டபம். கருங்கல்லால் ஆன இம்மண்டபம் 16 தூண்களைக் கொண்டது. இந்த மண்டபத்தின் நடுவில் 4 கால்களைக் கொண்ட சிறு மண்டபம் இருக்கிறது. இந்தச் சிறு மண்டபத் தில் கலச பூசையும் பிற சடங்குகளும் நடந்திருக்கின்றன.

நமஸ்கார மண்டபத் தூண்களில் பாவை விளக்குகளும் சிற்பங்களும் அரச குடும்பத்து ஆண்களின் நின்றகோல அஞ்சலி ஹஸ்த சிற்பங்களும் உள்ளன. இந்த மண்டபத்தின் நடு மண்டபத்தின் மேல் விதானத்தில் கஜலட்சுமி சிற்பம் இருக் கிறது.

ஸ்ரீகோவில் (கருவறை) வட்ட வடிவானது. இதற்கு விமானம் உண்டு. இதில் வேலைப்பாடில்லாத சிற்பங்கள் உள்ளன. இங்கு பிரம்மா, இந்திரன், நரசிம்மன் போன்றோரின் சிற்பங்களும் கோபுரம் தாங்கிப் பொம்மைகளும் உள்ளன. அவற்றில் கர்ணக்கூடும் உள்ளது. இந்த விமானம் வேசர விமான வகையைச் சார்ந்தது.

ஸ்ரீகோவில் அர்த்த மண்டபம், கருவறை என்னும் பாகு பாட்டை உடையது. ஸ்ரீகோவிலின் வெளிப்பகுதி வட்டமாக இருந்தாலும், உட்பகுதி சதுர வடிவினது. கருவறை வாசலில் வேலைப்பாடில்லாத சாதாரண நிலையில் அமைந்த துவாரபாலகர்களின் சிற்பங்கள் உள்ளன.

கருவறைக் கோவிலையும் நமஸ்கார மண்டபத்தையும் சுற்றி வெட்டவெளி உட்பிராகாரம் உண்டு. பிராகாரத்தைச் சுற்றி வடக்கு, மேற்கு, தெற்கு பகுதிகளில் சுற்றாலை மண்டபம் உண்டு.

வடக்குச் சுற்றாலை மண்டபத்தில் மடப்பள்ளி உள்ளது. இப்பகுதியில் உள்ள சுற்றாலை மண்டபத்தில் இருக்கும் பத்துத் தூண்களில் நான்கு தூண்களில் அஞ்சலி ஹஸ்த முழு உருவச் சிற்பங்கள் உள்ளன. இவை பெரும்பாலும் அரச குடும்பத் தினரின் சிற்பங்களாக இருக்கலாம்.

மேற்குப் பிராகாரச் சுற்றாலை மண்டபத்தில் எட்டுத் தூண்கள் உள்ளன. இவற்றில் இரண்டு தீப லட்சுமிகள் உள்ளனர். பிற அஞ்சலி ஹஸ்த ஆண் சிற்பங்கள். இவை அரச குடும்பத்தினராகவோ, வீரர்களாகவோ இருக்கலாம்.

கருவறையில் உறைந்த லிங்கவடிவ இறைவனைச் சங்கர நாராயணர் என்று கூறுகின்றனர் (பி.இ.எண் : 23). இந்த லிங்கத்தின் மேல் சங்கர நாராயணர் வடிவ வெள்ளிக் கவசம் சார்த்துகின்றனர். கோவிலின் முகப்பில் மேல் பகுதியில் கூட சங்கர நாராயணர் வடிவமே உள்ளது. கோவில் பத்திரப் பதிவுகளிலும் ஆவணங்களிலும் சங்கர நாராயணன் என்னும் பெயரே காணப்படுகிறது.

பன்னிரு சிவாலயங்களின் இறுதியான கோவில் சங்கர நாராயணர் கோவில்.

சிவாலய ஓட்டத்தின் அடிப்படை மையமே சைவ – வைணவ ஒற்றுமையை வலியுறுத்துவதுதான். சிவன் கோவில்களுக்குக் கோவிந்தா, கோபாலா எனக் கோஷமிட்டுச் செல்லும் முறையும் ஒற்றுமைப்படுத்தலின் அடையாளம். இதனாலேயே பன்னிரு சிவாலயங்களின் வரிசையில் கடைசியாக இக்கோவில் இருக்கிறது.

முதல் கோவிலான திருமலையிலும் சிவன், விஷ்ணு ஆகியோருக்குத் தனி சந்நிதிகள் உள்ளன. இறுதிக் கோவிலில் இது ஒன்றாக இணைவதாகக் காட்டப்பட்டுள்ளது.

நட்டாலத்தில் உள்ள இரண்டு சிவன் கோவில்களில் சங்கர நாராயணர் கோவிலில் மட்டுமே திருவிழா நடக்கிறது. இங்கு பங்குனி மாதம் ரோகிணி நட்சத்திரத்தில் கொடியேறுகிறது. திருவிழா பிற கோவில் திருவிழாக்களைப் போன்றதே.

ஒன்பதாம் நாள் வேட்டை நிகழ்ச்சி கோவிலின் எதிரே உள்ள குளத்தின் கரையில் நடக்கிறது. பத்தாம் நாள் ஆறாட்டு நிகழ்ச்சி கவ்வனூர் என்ற ஊரில் நடக்கிறது. ஐந்து ஆண்டுகளுக்கு முன்புவரை கோவில் அருகில் உள்ள தெப்பக்குளத்தில் நடந்தது. பக்தர்களின் முயற்சியால் இது இடம் மாற்றப்பட்டது.

நட்டாலம் கோவிலின் கட்டுமானம் பற்றிய செய்திகளை அறியத் தகவல்கள் கிடைக்கவில்லை. இக்கோவிலுக்கு வெளியே இரண்டு கல்வெட்டுக்கள் கிடைத்துள்ளன (பி.இ. எண் : 23). இவற்றின் மூலம் இக்கோவில் 16ஆம் நூற்றாண்டில் இருந்தது என்று ஊகிக்க முடியும்.

பின்னிணைப்பு 1

பிரதோஷம்

அமாவாசை அல்லது பௌர்ணமி முடிந்த மூன்றாம் நாளில் திரியோதசி வளர்பிறை அல்லது தேய்பிறையில் சிவன் கோவில்களில் பிரதோஷம் நிகழும்.

பாற்கடலைக் கடைந்தபோது விஷத்தைச் சிவன் உண்டு விட்டு அமைதியாக இருந்த நாள் ஏகாதசி எனப்படும். அப்போது தேவர்கள் விரதம் இருந்து சிவனைத் துதித்தனர். அவர்களின் விரதம் துவாதசியில் முடிந்தது. அடுத்தநாள் திரயோதசியில் சிவன் தமரு ஏந்தி சந்திய நிருத்தம் ஆடினார். அவரது நடனத்துக்கு உமா சாட்சியாக இருந்தாள். சரஸ்வதி வீணை மீட்டினாள். இந்திரன் குழல் ஊதினான். லட்சுமி வாய் திறந்து பாடினாள். விஷ்ணு மிருதங்கம் அடித்தார். பிரம்மா பிரணவ மந்திரத்தை ஓதினார். அப்போது சிவன் உமாவை அணைத்தபடி நின்றார். இந்தக் காட்சி சுமங்கலிகளின் வேண்டுகோளை நிவர்த்திக்கும் என்பது நம்பிக்கை.

பின்னிணைப்பு 2

சிவராத்திரி தொடர்பானப் புராணச் செய்திகள்

சிவபுராணத்தில் சோமவார விரதம், திருவாதிரை விரதம், கேதார விரதம், கல்யாணி விரதம், சுந்தர விரதம், உமா மகேஸ்வர விரதம், ஆலவிரதம், பிஷாப விரதம், பிரதோஷ விரதம் ஆகிய விரதங்கள் கூறப்படுகின்றன. இவற்றில் சிவராத்திரி விரதம் 4 யாமங்களில் இருப்பது. பொழுது புலரும் நேரம் பத்திர தீபம் ஏற்றுவது. இதற்கென்று தனிச் சிறப்பு உண்டு.

மாசி மாதம் *(Feb-March)* கிருஷ்ணபட்சம் சதுர்தசி இரவு. பதினான்கு நாழிகை லிங்கோற்பவ காலம். இதுவே மகாசிவ ராத்திரி புண்ணிய காலம். கிருஷ்ண பட்சம் திரியோதசி

30 நாழிகைக்குள் சதுர்தசி வியாபிப்பது உத்தமமாகக் கருதப் படும். திரயோதசி அல்லாமல் சதுர்தசி வியாபிப்பது அதர்ம மானது.

மகாசிவராத்திரியில் திரயோதசி சிவனின் தேகமாகவும் சதுர்தசி சக்தியாகவும் சிவமாகவும் கூறப்படும். சிவராத்திரி முதல் சாமம் முதலாக தொடர்ந்த நான்கு சாமங்களிலும் ஆத்மார்த்த யதார்த்த பூசைகள் நடத்த வேண்டும். தானம் செய்யவேண்டும். இதை அனுஷ்டிப்பவர்கள் நான்கு யுகங்களி லும் முறையே விநாயகர், முருகன், பிரம்மா, விஷ்ணுகளாகக் கருதப்படுவர்.

மாசி அமாவாசையின் முந்தின நாளான சதுர்தசியின் இரவை நான்காகப் பகுத்து முக்கிய ஜாமங்களாகக் கொள்ளுவர். ஜாமம் என்பது யமன் எனவும் படும். ஜாமம் (யாமம்) என்பதற்கு அழிவது என்பது பொருள். சிவராத்திரியை 5 ராத்திரிகளாகக் கூறுவர். இவை மகாசிவராத்திரி, யோக சிவராத்திரி (யோகம் பரிமாறுவது) நித்திய சிவராத்திரி (தினமும் சிவனை நினைப்பது) பக்ஷ சிவராத்திரி (15 நாட்களுக்கு ஒரு முறை சிவனை நினைப்பது) மாச சிவராத்திரி (மாதம் தோறும் சிவனை நினைப்பது) ஆகியனவாம்.

இந்தச் சிவராத்திரிகளில் விஷேசமானது மகா சிவராத்திரி. இந்த நாளில் விரதம் இருந்து இரவு முழுதும் சுத்தமான இடத்தில் விழித்திருப்பது இதன் சிறப்பு. விரத நாளில் ஆற்று நீரில் குளிக்க வேண்டும் என்பது கட்டாயம். நான்கு யாமங் களிலும் சிவ பூஜை செய்ய வேண்டும்.

முதல் யாமத்தில் தாமரை மலரால் சிவனை அர்ச்சிக்க வேண்டும். இந்த நேரத்தில் பருப்பு, அரிசி, பொங்கலைச் சிவனுக்குப் படைக்க வேண்டும். ரிக் வேத பாராயணம் செய்ய வேண்டும்.

இரண்டாம் யாமத்தில் சிவனைத் துளசி இலையால் அர்ச்சிக்க வேண்டும்; பாயசம் படைக்க வேண்டும். யஜுர் வேதப் பாராயணம் செய்ய வேண்டும். மூன்றாம் யாமம் வில்வ இலையால் அர்ச்சினை செய்ய வேண்டும். பச்சரிசிச் சாதம் படைக்க வேண்டும். சாம வேதம் பாராயணம் செய்ய வேண்டும்.

நாலாம் யாமத்தில் எல்லா மலர்களாலும் அர்ச்சிக்க வேண்டும். முக்கியமாக நீலோத்பவ மலர் (நீலத்தாமரை) அல்லது செங்கழுநீர் மலரால் சிறப்பாக அர்ச்சனை செய்து, எளிய நைவேத்தியம் படைக்கலாம். அதர்வண வேதம் பாராயணம் செய்ய வேண்டும்.

சிவராத்திரியைத் தத்துவார்த்தமாகத் துன்பமும் இன்பமும் கலந்து வருவதன் அடையாளம் என்பர். தமிழகத்தில் மகாசிவராத்திரி ஆயிரம் ஆண்டுகளுக்கு முன்பே கொண்டாடப்பட்டது என்பதற்குக் கல்வெட்டுச் சான்றுகள் உண்டு.

ஸ்ரீசைலம் மல்லிகார்ஜுன கோவில் முகமண்டபத்தில் உள்ள சகம் 1326 (கி.பி. 126) ஆண்டுக் கல்வெட்டு, விஜயநகர அரசன் இரண்டாம் ஹரிஹர மகாதேவன் என்பவன் மகா சிவராத்திரி விழா நடத்திக்கொடுத்த நிபந்தம் பற்றிக் கூறும்.

திருச்சி மாவட்டம் ரத்தினகிரி சாலேஸ்வரம் கோவிலுக்கு மூன்றாம் ராஜராஜ சோழன் மகாசிவராத்திரி விழா நடத்த ஆயிரம் காசு நிபந்தம் அளித்ததை இக்கோவில் கல்வெட்டு கூறும். இது கி.பி. 13ஆம் நூற்றாண்டினது.

வீர ராஜேந்திரன் ஆட்சிக்கு வந்து 14ஆவது ஆண்டில் வெட்டப்பட்ட கல்வெட்டு, கோவை விஜயமங்கலம் நாகேஸ்வர சாமி கோவிலில் சிவராத்திரி விழா கொண்டாடவும், இதில் 90 விளக்குகள் எரிக்கவும் நிபந்தம் கொடுத்ததை கூறும். இது கி.பி. 13ஆம் நூற்றாண்டினது.

விக்கிரம சோழனின் 24ஆவது ஆட்சி ஆண்டுக் கல்வெட்டில், வீர சோழபுரம் அல்லது கடம்பாடி ராஜராஜ ஈஸ்வர உடையார் கோவிலுக்கு விக்கிரம சோழன் மகாசிவராத்திரி விழா நடத்திக்கொடுத்த நிபந்தம் பற்றிய குறிப்பு உண்டு. இது கி.பி. 1029ஆம் ஆண்டினது.

சிவாலய ஓட்டம்

முதலியார் ஆவணம்

முஞ்சிறை திருமலை சிவன் கோவில் சிவராத்திரி விழா பற்றிய அழகிய பாண்டியபுரம் முதலியார் வீட்டு ஆவணம் *(கிபி 1726 ம.ஆ. 901 மாசி 21).*

திருமலையில் உள்ள சிவன் கோவிலில் சிவராத்திரி விழாவில் கிரிதாரை நடத்துவதற்குக் கொடுக்க வேண்டிய நிபந்தப் பொருட்கள் இந்த ஆவணத்தில் குறிப்பிடப்பட்டுள் ளன. வழுதலங்காய், பூசணிக்காய் ஆகிய காய்களும் அருவாள் மணை, கோருவை ஆகிய சமையல் பொருட்களும் ஒரு கோட்டைத் தயிரும் முஞ்சிறை ஊருக்குக் கொண்டு வர வேண்டும் என்ற ஆணையை இந்த ஆவணம் கூறுகிறது.

1. தன்பேரால் அழகிய பாண்டியபுரம் உள்ளிட்ட வற்றில் நின்னும் துளாயாயிர்த் தொந்நாமாண்டு மாசி மாதம்
2. இருபத்தி இரண்டாம் தியதி சிவன் ராத்திரி நாள் நயினார் திருமலை மகாதேவர்க்கு சிறுதாரை
3. ஆடி அருளுகின்ற வகைக்கு சறுவாணி பிராமணர்க்கு வைச்சூட்டு நிறுபலிக்குந்ந வகைக்கும்
4. கூட வர வேண்டும் வழுதிலங்காய், பூசணிக்காய் அருவா கோருவை நிலவா உட்பட சுமடு அன்பதும்
5. தயிர் கோட்டை ஒன்றும் உண்டாக்கி மெய்ப்படி மாதம் பதினாலாம் தேதி
6. முஞ்சிறை கொண்டு வந்து காச்சப் பண்டாரப் பினாயில் கொண்டு வந்து கையாளிக்கு
7. மாறும் செய்த இது மெய்ப்படி ஆண்டு மாசிமாதம் பதினாலாம் தெயதி கல்பித்தமைக்கு
8. பண்டாரெம் பனையிறை விக்கிறமன் சங்கரனு நீட்டு எழுதிவிடு எந்து திருவுள்ள மாயது நீட்டு

பின்னிணைப்பு 4

பன்னிரு சிவாலயங்களும் அவற்றில் அடங்கிய சாஸ்தா கோவில்களும்

1. **திருமலை** : முஞ்சிறை ஊரில் உள்ள சிவன் கோவில் பன்னிரு சிவாலயங்களில் முதற் கோவில்.
2. **திக்குறிச்சி** : முஞ்சிறை ஊரிலிருந்து மார்த்தாண்டம் சென்று நேசமணி பாலம் கடந்து 10 கி.மீ. சென்றால் திக்குறிச்சி சிவன் கோவிலை அடையலாம்.
3. **திற்பரப்பு** : திக்குறிச்சியிலிருந்து சிதறால் அரமனை கிராமம் வழி 15 கி.மீ. கடந்தால் திற்பரப்புக் கோவிலை அடையலாம்.
4. **திருநந்திக்கரை** : திற்பரப்புக் கோவிலிலிருந்து குலசேகரம் கடந்து 10 கி.மீ. நடந்து திருநந்திக்கரைக் கோவிலை அடையலாம்.
5. **பொன்மனை** : திருநந்திக்கரையிலிருந்து மங்கலம் ஊர் வழி 8 கி.மீ. நடந்து பொன்மனை கோவிலை அடையலாம்.
6. **திருப்பன்னிப்பாகம்** : பொன்மனையிலிருந்து குமாரபுரம் முட்டைக்காடு வழி 15 கி.மீ. கடந்தால் திருப்பன்னிப் பாகம் செல்லலாம்.
7. **கல்குளம்** : திருப்பன்னிப்பாகத்திலிருந்து பத்மநாபபுரம் வழி 7 கி.மீ நடந்தால் கல்குளம் நீலகண்டசுவாமி கோவிலை அடையலாம்.
8. **மேலாங்கோடு** : கல்குளத்திலிருந்து 4 கி.மீ. தூரம் ஓடினால் மேலாங்கோடு சிவன் கோவில் வரும்.
9. **திருவிடைக்கோடு** : மேலாங்கோட்டிலிருந்து குமார கோவில் விலக்கு வில்லுக்கீறி வழி 4 கி.மீ. நடந்தால் திருவிடைக்கோடு கோவிலை அடையலாம்.

10. **திருவிதாங்கோடு** : திருவிடைக்கோடு கோவிலிலிருந்து தேசிய நெடுஞ்சாலை வழி (N.H. 47) தக்கலை வந்து 2 கி.மீ. தொலைவு நடந்தால் திருவிதாங்கோட்டை அடையலாம்.

11. **திருப்பன்றிக்கோடு** : திருவிதாங்கோடு கோவிலிலிருந்து கோடியூர், பள்ளியாடி வழி 7 கி.மீ. நடந்தால் திருப்பன்றிக் கோடு செல்லலாம்.

12. **நட்டாலம்** : திருப்பன்றிக்கோடு கோவிலிலிருந்து 4 கி.மீ. ஓடினால் கடைசிக் கோவிலான நட்டாலம் கோவிலை அடையலாம்.

பன்னிரு சிவாலயங்களில் அடங்கிய சாஸ்தா கோவில்கள்

1. முஞ்சிறை திருமலை தேவர் (சூலபாணி) கோவில்
   நாட்டார் தோட்டம் சாஸ்தா

2. திக்குறிச்சி சிவன் கோவில்
   சாஸ்தா இல்லை

3. திற்பரப்பு சிவன் (வீரபத்திரர்) கோவில்
   செம்மருந்தங்காடி சாஸ்தா

4. திருநந்திக்கரை நந்திகேஸ்வரர் கோவில்
   தும்போடு சாஸ்தா
   கூடைதூக்கி சாஸ்தா

5. பொன்மனை (திம்பிலேஸ்வரர்) சிவன் கோவில்
   மேக்கோடு சாஸ்தா
   கோட்டாவிளை சாஸ்தா
   அணைக்கரை சாஸ்தா
   மரம் விலக்கி சாஸ்தா
   புலிமுகத்து சாஸ்தா
   அண்டூர் சாஸ்தா
   புலை திலத்து சாஸ்தா

6. பன்னிப்பாகம் (கிராதமூர்த்தி) சிவன் கோவில்
   ஆனையடி சாஸ்தா
   கண்டன் சாஸ்தா
   பூதம்காத்தான் சாஸ்தா

அ.கா. பெருமாள்

பாறையடி சாஸ்தா
ஆரியப்பன் சாஸ்தா
ஈத்தவிளை சாஸ்தா
பூமாலை சாஸ்தா
கைதபுரம் சாஸ்தா
இடத்தேரி சாஸ்தா

7. பத்மநாபபுரம் நீலகண்டர் சிவன் கோவில்
சொரிமுத்தையன் தம்புரான்

8. மேலாங்கோடு (பெரிய காலகாலர்) சிவன் கோவில்
நாறக்குழி சாஸ்தா
குண்டல சாஸ்தா

9. திருவிடைக்கோடு (கொடம்பீஸ்வரமுடையார்) சிவன் கோவில்
கோடியூர் சாஸ்தா
குழிக்கோடு சாஸ்தா

10. திருவிதாங்கோடு (பிரதிபாணி) சிவன் கோவில்
கோடியூர் சாஸ்தா
குழிக்கோடு சாஸ்தா

11. திருப்பன்றிக்கோடு (பக்தவத்சலர்) சிவன் கோவில்
ஆலம்பாற சாஸ்தா
அனுமாவிளை சாஸ்தா
கல்லேற்றிவிளை சாஸ்தா

12. திருநட்டாலம் (அர்த்தநாரீஸ்வரர்) சிவன் கோவில்
குன்னக்குழி சாஸ்தா
காவு மூலை சாஸ்தா
முளகுமூடு சாஸ்தா

சுசீந்திரத்தில் சிவராத்திரி

கன்னியாகுமரி மாவட்டத்தில் மகாசிவராத்திரி சிறப்பாகக் கொண்டாடப்படும் சிவன் கோவில்களில் சுசீந்திரம் தாணுமாலயன் கோவில் முக்கியமானது. இக்கோவிலில் மாத சிவராத்திரி அன்று 24 பிராமணர்கள் கருவறையின் முன்பகுதியில் உள்ள செண்பகராமன் மண்டபத்தில் வேதபாராயணம் செய்வார்கள். பின்னர் இரவு ஏழு மணிக்கு மூலவருக்கு அபிஷேகம் நடக்கும்.

அபிஷேகம் முடிந்ததும் 24 பிராமணர்களும் செண்பகராமன் மண்டபத்தில் களிமண்ணால் செய்த சிவனை மலர்களால் அர்ஜித்து பூஜை செய்வர். இதற்கென்று இவர்களுக்குத் தனியாகக் கூலி கொடுக்கப்படவில்லை. 2 கட்டிச் சோறும் பாயசமும்தான் கூலி. 1819க்கு முற்பட்ட ஆவணங்களில் இப்படியான பூஜை நடந்ததற்கு ஆதாரம் இல்லை.

இந்த வழக்கம் திருவிதாங்கூர் அரசரான கார்த்திகைத் திருநாள் தர்மராஜா (1791) காலத்தில் தோன்றியது. மாசிமாச சிவராத்திரியில் 108 பிராமணர்கள் களிமண் சிவலிங்கத்தை வைத்துப் பூஜை செய்தது பற்றியும் இதற்காக இவர்களுக்குக் கூலி கொடுத்தது பற்றியும் உள்ள ஆவணங்கள் கிடைத்துள்ளன (K.K. Pillai, *The Suchindrum Temple* 1953 p. 182).

பின்னிணைப்பு 6

சிவராத்திரி பற்றிய கதைகள்

1. தேவர்களும் அசுரர்களும் அமிர்தம் வேண்டிப் பாற் கடலைக் கடைந்தனர். கடலிலிருந்து வஜ்ராயுதம், லட்சுமி, காமதேனு எனப் பலவகையான பொருட்கள் வந்தன. அவற்றைப் பிரம்மா, இந்திரன் என ஒவ்வொருவரும் தங்களுக்கென எடுத்துக்கொண்டனர். அப்போது கடலிலிருந்து கொடிய நஞ்சு வந்தது.

   நஞ்சின் கொடிய வெப்பம் தாங்காமல் தேவர்களும் அசுரர்களும் அஞ்சினர். சூரியனும் அக்கினியும்கூட அந்த நஞ்சைக் கையில் எடுக்க அஞ்சினர். இந்த நிலையில் சிவன் உலக நன்மைக்காக அந்த நஞ்சை எடுத்து விழுங்கினார். தேவர்கள் அஞ்சினர். பார்வதியோ நஞ்சு அவன் கழுத்திலிருந்து இறங்காமல் இருக்கக் கழுத்தைப் பிடித்தாள். தேவர்கள் இரவு முழுக்க விழித்துத் தியானம் செய்தனர். சிவனின் உடம்பில் சென்ற நஞ்சின் வலிமை குறைய வேண்டினர். இதுவே பின்னர் சிவராத்திரி வழிபாடு ஆயிற்று.

2. பிரம்மாவும் விஷ்ணுவும் தங்களில் யார் பெரியவர் என்னும் விவாதத்தில் இறங்கினர். அப்போது அவர்களின் முன்னே ஒரு பிழம்பு தோன்றியது. ஆதியும் அந்தமும் இல்லா ஜோதியாக அது இருந்தது. அந்த ஒளிப்பிளம்பின் பாதத்தையோ முடியையோ காண்பவரே பெரியர் என பிரம்மாவும் விஷ்ணுவும் பேசிக் கொண்டனர்.

   பிரம்மா அன்னத்தில் ஏறி ஆகாயம் சென்றார் முடியைக் காண. விஷ்ணு பாதாளத்தைக் காண பன்றியாக மாறிப் பூமியைத் துளைத்துச் சென்றார். பல யுகங்கள் ஆயின. இருவராலும் அடிமுடியைக் காண முடியவில்லை.

அப்போது சிவன் நின்றகோலம் லிங்கோத்பவர் எனத்
தெரிந்தது. இதன் நினைவாகவே சிவராத்திரி கொண்
டாடுகின்றனர் என்பது சிவபுராணக் கதை.

3. ஒரு காட்டில் குருத்துவன் என்னும் வேடன் இருந்தான்.
அவன் ஒரு நாள் காட்டிற்கு வேட்டைக்குச் சென்றான்.
பகல் முழுக்க அலைந்தான். ஒரு விலங்கும் அகப்பட
வில்லை. அதனால் மனமும் உடலும் சோர்வுற்ற அவன்
ஒரு வில்வ மரத்தின் மேல் ஏறி அமர்ந்தான். அந்த
வழியே தப்பி வரும் விலங்கை வேட்டை ஆடலாம்
என்பது அவன் எண்ணம். இரவு முழுக்க விழித்திருந்
தான். பொழுது போகவில்லை. வில்வ மரத்தின் இலை
களைப் பறித்து ஒவ்வொன்றாகக் கீழே போட்டான்.
இரவு உறங்காமல் இருக்க இந்தக் காரியத்தைச் செய்தான்.

வேடன் வில்வ இலை போட்ட இடத்தில் ஒரு சிவ
லிங்கம் இருந்தது. முதல் யாமத்தில் அவன் வில்வ
இலையைப் போட்டுக்கொண்டிருந்தபோது ஒரு மான்
வந்தது. வேடன் இலையைப் போடுவதை நிறுத்திவிட்டு
வில்லில் அம்பை வைத்து மானைக் குறிபார்த்தான்.
வேடனைப் பார்த்துவிட்ட மான் "வேடனே என்னைக்
கொல்லாதே. என் குழந்தைக்குப் பால் கொடுக்கப்
போகிறேன். பால் கொடுத்த பின்பு அதை உறவினரிடம்
ஒப்படைத்துவிட்டு வருகிறேன்" என்று சொன்னது.
ஒரு சாம நேரமாக வில்வ இலையைப் போட்ட காரணத்
தால் வேடனின் மனம் பக்குவப்பட்டிருந்தது. நல்ல
மனத்துடன் மானின் வேண்டுகோளுக்கு இணங்கினான்.

மான் போய்விட்டது. என்றாலும் வேடன் வில்வ இலை
யைப் பறித்துக் கீழே போடுவதை நிறுத்தவில்லை. நேரம்
விடிய ஆரம்பித்தது. அப்போது மான் தன் குட்டியுடன்
வந்தது. வேடனைப் பார்த்து என்னையும் என் குட்டியை
யும் கொன்று தின்று பசியாறு எனக் கூறியது. வேடன்
இரவு முழுக்க சிவலிங்கத்தின் மீது வில்வ இலையைப்
போட்டதால் பக்குவப்பட்டிருந்தான். "மானே உன்னைக்
கொல்ல மாட்டேன். நீ போகலாம்" என்று மானைப்
பார்த்துக் கூறினான்.

இப்போது மான் நின்ற இடத்தில் தர்மதேவன் நின்றான்.
வேடனைப் பார்த்து தர்மன் பேசினான். "வேடனே
நீ இரவு முழுக்க விழித்திருந்து வில்வ இலையைச்
சிவனின் மேல் அர்ச்சனை செய்ததால் உனது இந்தப்
பிறவி ஒழிந்தது. நீ மறு ஜென்மத்தில் சிரிங்கிபேரம்

என்னும் காட்டில் குகன் என்ற பெயரில் வேடனாய்ப் பிறப்பாய். அப்போது ஸ்ரீராமனின் தொண்டனாய் இருந்து பிறவியை ஒழிப்பாய். நீ விழித்திருந்து வில்வ இலையைப் போட்ட நாள் சிவராத்திரி நிகழ்வாகக் கொண்டாடப்படும்" என்று வரம் அளித்தான். இப்படி ஒரு கதை உண்டு.

4. குணநிதி என்னும் பிராமணன் இருந்தான். இவன் ஏதோ காரணத்தால் பெற்றோரால் கைவிடப்பட்டவன். அத னால் ஊர் ஊராய் அலைந்துகொண்டிருந்தான். ஒரு நாள் அவனுக்குப் புசிக்க எதுவும் கிடைக்கவில்லை. அவனால் பசியைத் தாங்க முடியவில்லை. ஒரு சிவன் கோவிலுக்குச் சென்றான். கோவில் மடப்பள்ளியில் உள்ள நைவேத்தியத்தை எடுத்து உண்டான். கோவில் பணியாளர்கள் அவன் மடப்பள்ளியில் இருப்பது தெரி யாமல் கதவை அடைத்துவிட்டனர். ஒரே இருட்டாக இருந்தது. அவன், மடப்பள்ளி அடுப்பிலிருந்து நெருப்பை எடுத்து எரித்தான். அந்த வெளிச்சத்தில் அவனால் உறங்க முடியவில்லை. இரவு முழுக்கச் சிவனைத் தோத் திரம் செய்தான். இதனால் உயர்வு பெற்றான். இதன் நினைவாகக் கொண்டாடப்படுவது சிவராத்திரி.

5. ஒருமுறை சக்தி விளையாட்டாகச் சிவனின் மூன்று கண்களையும் கைகளால் மூடினாள். உடனே எல்லா உலகங்களும் இருண்டன. அந்தக் காலத்தில் உலக நன்மைக்காகத் தேவர்கள் சிவனை நோக்கி தவம் செய் தனர். இதன் நினைவாகச் சிவராத்திரி கொண்டாடப் பட்டது.

6. ஒரு காலத்தில் அண்டங்கள் எல்லாம் இருண்டுவிட்டன. அப்போது உருத்திரர் இருள் நீங்க சிவதலங்களைப் பூசித்த காலம் சிவராத்திரி ஆனது எனப் புராணங்கள் கூறும்.

பின்னிணைப்பு 7

பன்னிரு சிவாலய தோற்றம் குறித்த கதை

மகாபாரத யுத்தம் முடிந்ததும் தர்மர் தன் பாபத்தைத் தொலைக்க யாகம் செய்ய விரும்புகிறார். யாகத்தை நடத்திய முனிவர் தர்மர் நடத்தும் யாகத்தில் சொரிவதற்கு மனிதனும் சிங்கமும் கலந்த புருஷா மிருகத்தின் பால் வேண்டும் என்று கேட்கிறார். அதிக பலமும் கொடூரமான குணமும் கொண்ட அந்த மிருகத்திடம் பீமனைத் தவிர வேறு யாரும் நெருங்க முடியாது என்கிறான் கண்ணன். பீமன் முதலில் புருஷா மிருகத்திடம் பால் கறக்கத் தயங்கினாலும் கண்ணன் அளித்த ஆதரவால் அதற்கு இணங்குகிறான்.

கண்ணன் பீமனிடம் 12 உருத்திராட்சங்களைக் கொடுக்கிறார். "பீமா, இந்தப் புருஷா மிருகம் சிவனைத் தவிர வேறு யாரையும் வணங்காது. விஷ்ணுவின் நாமம் கேட்டாலே அதற்குக் கோபம் வந்துவிடும். அதனால் நீ கோபாலா கோவிந்தா என்று சொல்லிக்கொண்டு போ. அது உன்னைத் துரத்தும். அப்போது இந்த உருத்திராட்சத்தைத் தரையில் வை. இது சிவலிங்கமாக மாறும். உடனே அந்த மிருகம் லிங்க பூஜை செய்ய ஆரம்பித்துவிடும் அந்த நிலையில் அது மயங்கி நிற்கும். நீ உடனே அதனிடம் பால் கறந்துவிடலாம் என்று சொல்லுகிறான்.

பீமனும் கண்ணன் கொடுத்த உருத்திராட்சங்களுடன் புறப்பட்டான். புருஷா மிருகத்தைப் பார்த்ததும் "கோவிந்தா கோபாலா" என்று கூறினான். மிருகம் கோபத்துடன் பீமனைக் கொல்ல வந்தது. பீமன் ஓட ஆரம்பித்தான். கொஞ்சதூரம் போனதும் களைத்தான். அப்போது உருத்திராட்சத்தைத் தரையில் போட்டான். அது சிவலிங்கமானது. புருஷா மிருகம் அதைப் பார்த்ததும் நின்றுவிட்டது. தவம் செய்ய ஆரம்பித்தது. அது மயங்கிய நேரத்தில் பீமன் "கோவிந்தா கோபாலா"

என்று சொல்லிக்கொண்டே மிருகத்திடம் பால் கறக்க ஆரம்பித்தான். அது விழித்துக்கொண்டது. அவனைத் துரத்தியது. அவன் ஓட ஆரம்பித்தான்.

ஓட முடியாத நிலையில் பீமன் உருத்திராட்சத்தைக் கீழே வைத்தான். இப்படியாகப் பன்னிரண்டு உருத்திராட்சங்களையும் தரையில் வைத்தான். உருத்திராட்சங்கள் தீர்ந்த பிறகு வேறு வழியில்லாமல் பீமன் வேகமாக ஓடினான். மிருகம் துரத்தியது. அவன் அந்த மிருகத்திற்குச் சொந்தமான காட்டிற்கே சென்றுவிட்டான். பீமன் ஒரு காலை மிருகத்துக்குச் சொந்தமான காட்டில் பதித்தான். மிருகம் அந்த காலைப் பற்றிக்கொண்டு பீமன் எனக்கே சொந்தம்; என் பூமியில் அவன் கால் பட்டுவிட்டது என்றது. பீமனால் மிருகத்தின் பிடியிலிருந்து விடுபட முடியவில்லை. இந்த நிலையில் தர்மர் அங்கே வந்தார். மிருகத்திற்குச் சொந்தமான காட்டில் பதித்திருந்த பீமனின் ஒரு காலை புருஷா மிருகம் எடுத்துக் கொள்ளலாம் என்று தீர்ப்புக் கூறினார். இந்தச் சமயத்தில் 12 உருத்திராட்சங்களும் 12 விஷ்ணு உருவங்களாக மாறியதைப் புருஷா மிருகம் அகக்கண்ணால் கண்டது. அதற்கு ஞானம் வந்தது. பீமனும் தான் வலிமை உடையவன் என்ற அகங்காரத்தை ஒழித்தான்.

பீமன் ஸ்தாபித்த 12 லிங்கங்களும் 12 சிவாலயங்களாக மாறின.

முஞ்சிறை கோவில் கல்வெட்டுகள்

இக்கோவில் மிகப் பழமையானது என்பதற்குச் சான்றாக உள்ள ஒரு கல்வெட்டு பிராகாரப் பாறையில் உள்ளது (*T.A.S.* Vol. VII p. 21). தமிழ்மொழியில் வட்டெழுத்தால் ஆன இக்கல்வெட்டு முஞ்சிறை கோவில் பெரிய அம்பலமாக இருந்தது எனக் குறிப்பிடுகிறது. இதன் காலம் கி.பி. 9ஆம் நூற்றாண்டு.

சிங்கநல்லூர் சாத்தன், பாலையூர் கேசவன் காமன், பிராயூர் சேகரன் கோவிந்தன், ஆலப்புழை நாராயணன் மற்றும் சிலர் முஞ்சிறை மகாதேவர் கோவிலில் கலப்பணி செய்து நிலக்கொடை வழங்கியதை இக்கல்வெட்டு குறிப்பிடுகிறது.

கோவிலின் பிராகாரத்தில் உள்ள பாறைகளில் தமிழ் மொழியில் வட்டெழுத்தால் ஆன கல்வெட்டு உள்ளது. இது மழையிலும் வெயிலிலும் தாக்கப்பட்டுப் பெரும் சேதமுற்றுள் ளது (*T.A.S.* Vol. III p. 207).

இக்கல்வெட்டு பிற்காலச் சோழ அரசனான முதலாம் இராஜேந்திர சோழனின் காலத்தது. கி.பி. 11ஆம் நூற்றாண்டில் வெட்டப்பட்ட இக்கல்வெட்டில் முஞ்சிறை திருமலை படரார் என்ற பெயர் வருகிறது. இது நிபந்தக் கல்வெட்டு. இக்கோவில் கி.பி. 11ஆம் நூற்றாண்டிலேயே திருமலை என வழங்கப்பட்ட தற்கு இது சான்று.

கோவிலின் பின்புறப் பாறையில் உள்ள இக்கல்வெட்டைத் திருவிதாங்கூர் தொல்பொருள் துறையினர் ஆரம்ப காலத் திலேயே படி எடுத்தாலும் முழுமையாக அதைச் செய்ய வில்லை.

இக்கல்வெட்டு வட்டெழுத்து வடிவம் உடையது. இதன் காலம் கி.பி. 11ஆம் நூற்றாண்டு. தமிழக அரசு தொல்பொருள் துறையினர் 2004இல் இக்கல்வெட்டை மறுபடியும் படி எடுத்துள்ளனர் (த.நா.தொ.து. தொ. 6).

தமிழ் வட்டெழுத்தில் அமைந்த இக்கல்வெட்டு நிபந்தக் கல்வெட்டுதான். இதில் கோவில் மகேஸ்வர ரட்சைக்காகத் திருமலை சபையார் முன் கொடுத்த நிபந்தச் செய்தி உள்ளது. இக்கல்வெட்டின் வழி கி.பி. 11ஆம் நூற்றாண்டில் இக்கோவி லுக்கு என்று தனி சபை இருந்தது தெரிகிறது.

கோவிலின் பின்புறம் உள்ள பாறையில் தமிழ் வட்டெழுத் தால் ஆன மற்றொரு கல்வெட்டு உள்ளது. இதுவும் கி.பி. 11ஆம் நூற்றாண்டினது (*T.A.S.* Vol. III p. 21). இக்கல்வெட்டில் கோவி லில் விளக்கெரிக்க நிபந்தம் அளித்த செய்தி உள்ளது. இதிலும் கோவில் சபை இருந்த செய்தி உண்டு. இக்கோவில் இக்காலத் தில் திருமலை என்றே வழங்கப்பட்டிருக்கிறது.

திருமலை கோவிலின் பின்புறம், ஒரு நம்பூதிரி மடம் உள்ளது. இம்மடத்தில் சிதைந்த நிலையில் இரண்டு செப்புப் பட்டயங்கள் கிடைத்துள்ளன. இவற்றில் இக்கோவிலைப் பற்றிய குறிப்புகள் உள்ளன. இப்பட்டயங்களின் காலம் கி.பி. 13ஆம் நூற்றாண்டு (*T.A.S.* Vol. III p. 207).

இந்தச் செப்பேடு கோவிலுக்கு அளிக்கப்பட்ட நிபந்தம் பற்றிப் பேசுகிறது. இதில் துவாதசியில் 12 பேருக்கு உணவு வழங்க 67 அச்சு நாணயம் கொடுத்த விவரம் உள்ளது. மேலும் திருவோணம், பௌர்ணமி, அயன சங்ககிராந்தி நாட்களில் குறிப்பிட்ட சிலரின் பிறந்த நாள் ஆகிய நாட்களில் பிராமண ருக்குச் சாப்பாடு போடுவது பற்றிய விரிவான செய்திகள் இதில் வருகின்றன.

கோவிலின் உள்பிராகாரத் தரையில் தமிழ் வட்டெழுத் துக் கல்வெட்டு உள்ளது (*T.A.S.* Vol. VII p. 213). இது கீழப்பேரூர் வீரகேரள மார்த்தாண்டவர்மா என்னும் வேணாட்டு அரசன் காலத்தது. கி.பி. 1435இல் வெட்டப்பட்ட இக்கல்வெட்டும் கோவிலுக்குக் கொடுக்கப்பட்ட நிபந்தம் பற்றிப் பேசுகிறது. இந்தக் கல்வெட்டிலும் முஞ்சிறை திருமலை என்னும் சொற் றொடர் வருகிறது. வீரகேரள மார்த்தாண்டவர்மா முஞ்சிறை திருமலை மகாதேவருக்கு நியதி ஊட்டு நடத்த நிலம் நிபந்த மாகக் கொடுத்திருக்கிறான். ஆலப்புழை நாராயணன் என்பவன் முஞ்சிறை சபையாரிடம் கோவிலில் தினமும் விளக்கு எரிக்க முப்பது ஈழக்காசு கொடுத்திருக்கிறான்.

இக்கல்வெட்டில் முஞ்சிறை கோவிலை நிர்வாகம் செய்ய சபை இருந்தது பற்றிய குறிப்பு வருகிறது.

கோவிலின் பின்புறம் உள்ள மடத்தில் கிடைத்த செப்புப் பட்டயத்தில் கோவில் பற்றிய செய்தி உள்ளது. இது மலையாள வட்டெழுத்து வடிவில் அமைந்தது. இதன் காலம் கி.பி. 1770 (*T.A.S.* Vol. I p. 427).

இந்த மடத்தின் சுவாமியார் இறந்த பிறகு, பறவூர் நம்பூதிரி ஒருவர் இந்த மடத்தின் நிர்வாகத்தை வகித்தது பற்றியும் அதனால் வந்த முரண்பாடு பற்றியும் இச்செப்பேடு கூறுகிறது. இந்த மடத்துக்குச் சொந்தமான நிலங்கள் நாஞ்சில் நாட்டில் இருந்திருக்கின்றன.

இக்கோவிலின் கொடிமர மண்டபத்தில் உள்ள தூண் ஒன்றைப் பார்த்திபசேகரம் ஊர் நீலகண்டபிள்ளை என்பவர் அமைத்த செய்தி ஒரு கல்வெட்டில் வருகிறது (*T.A.S.* Vol.

VII p. 23). இது கி.பி. 1829ஆம் ஆண்டினது. இது சுவாதித்திரு நாள் அரசரது காலம்.

கொடிமர மண்டபத் தூண் ஒன்றை சித்தக் குறுமங்காட்டு ராமன் ரவி வகையார் அமைத்த செய்தி (*த.நா.தொ.து.* தொ. 6 ப. 582) ஒரு கல்வெட்டில் உள்ளது.

பனங்குளம் பாலகுட்டி காளியாம் பிள்ளை என்பவர் கொடிமர மண்டபத்தில் ஒரு தூணை அமைத்துள்ளார். இக் கல்வெட்டு கி.பி. 1829ஆம் ஆண்டினது (*த.நா.தொ.து.* தொ. 6 ப. 585)

கி.பி 1829ஆம் ஆண்டில் உள்ள இன்னொரு கல்வெட்டு (*T.A.S.* Vol. VII p. 23) திருமலை தண்டல் குமரன் பத்மநாபன் என்பவன் கோவில் மண்டபத்தில் ஒரு தூண் அமைத்ததைக் கூறும்.

இக்கோவிலில் உள்ள சில தூண்களைச் செப்பனிட்டவர்கள், அமைத்தவர்கள் பெயர்கள் கல்வெட்டில் உள்ளது (*T.A.S.* Vol. VII p. 22). இப்பெயர்கள் வருமாறு : இதன் காலம் கி.பி. 1830.

திருமலை பண்டாரக் கணக்கு கரும்பன வீடு
கொச்சப்ப பிள்ளை
குஞ்ஞுத்தூர் செண்பகராமன் புதுத்தெரு
செட்டு ஈஸ்வர மூர்த்தி தாணுவன்
திருமலை தண்டால குமரன் பத்மநாபன்
குன்னத்தூர் செண்பகராமன் புதுத்தெரு
ஆதிச்சன்
கல்லாறு மாதவன்
பார்வதி சேகரபுரம் ராமச்சம் விளாகம்
நீலகண்ட பிள்ளை.

கி.பி. 1831ஆம் ஆண்டுக் கல்வெட்டு கொடிமர மண்டபத் தூண்கள் கட்ட உதவிய திருமலை தண்டல் குமாரன் பத்மநாபன் என்பவன் பெயரைக் குறிக்கிறது (*T.A.S.* Vol VII p. 23).

பாலக்காட்டு தேவதேவன் என்பவன் உள்பகுதிச் சுற்றுக் கட்டைச் செப்பனிட உதவியதை கி.பி. 1838ஆம் ஆண்டுக் கல்வெட்டு கூறும் (*T.A.S. Vol. VII p. 23*).

கொடிமரம் மண்டபத் தூணில் உள்ள இக்கல்வெட்டை இந்த நூலாசிரியரும் செம்பவள ஆய்வுத்தளம் தலைவர்

செந்தீ நடராசனும் அடையாளம் கண்டனர். இதில் கணக்கு திருமுத்து செண்பகராமன் என்பவன், கோவிலில் ஒரு தூணை நன்கொடையாக கொடுத்த செய்தி உள்ளது. இது கி.பி. *19ஆம் நூற்றாண்டைச் சேர்ந்தது.*

பேயாடிவிளை அய்யப்பன் தாணுவன் என்பவன் கோவிலில் கொடிமர மண்டபத் தூண் ஒன்று கட்டியதை ஒரு கல்வெட்டு கூறும். இது *19*ஆம் நூற்றாண்டினது *(த.நா.தொ.து. தொ. 6 ப. 586),*

குன்னத்தூர் மேல் லங்கம் புத்தன்வீட்டு ஊமப்பிள்ளை என்பவர் கொடிமர மண்டபத்தில் ஒரு தூண் கட்ட நிபந்தம் கொடுத்துள்ளார். இதுவும் *19*ஆம் நூற்றாண்டினது *(த.நா.தொ.து. தொ. 6 ப. 587).*

பின்னிணைப்பு 9

கிரிதாரை

பன்னிரு சிவாலயங்களில் கிரிதாரைச் சடங்கு ஒன்றாகவோ தனித்தனியாகவோ நடக்கும். வட்ட வடிவ சிறிய செம்பின் நடுவில் இருக்கும் துவாரம் வழி தண்ணீர் சொட்டு சொட்டாய் சிவன் உச்சியில் விழவைப்பது கிரிதாரை எனப்படும்.

இச்செம்பின் நடுவில் உள்ள சிறு துவாரத்தில் தர்ப்பைப் புல்லைச் சொருகிவைத்திருப்பர். செம்பில் நெய், நீர், பால் என ஏதாவது ஒன்று இருக்கும். தாரைச் செம்பு வைப்பதற்கென்றே உருவாக்கப்பட்ட முக்காலியின் மேல் செம்பு வைக்கப்பட்டிருக்கும். இந்த முக்காலி, மூலவரான சிவலிங்கத்தின் பின்புறம் இருக்கும். செம்பிலிருக்கும் நீரோ பாலோ தர்ப்பைப் புல் வழி சிவலிங்கத்தின் உச்சியில் சொட்டு சொட்டாய் விழும்படி முக்காலியின் அமைப்பு இருக்கும்.

இந்த அபிஷேக முறை கேரள மேற்குக் கடற்கரை ஓரத்தில் எல்லா சிவன் கோவில்களிலும் உள்ளது. பொதுவாக இது தாரா பூஜை எனப்படும். செம்பில் நெய் இருந்தால் கிரிதாரை என்றும், நீர் இருந்தால் ஜலதாரை என்றும் பால் இருந்தால் க்ஷீரதாரை என்றும் அழைக்கப்படும்.

பன்னிரு சிவாலயங்களில் நட்டாலத்தில் மட்டுமே ஜலதாரை அபிஷேகம் நடக்கும். பிற கோவில்களில் நெய், பால் போன்றவையும் அபிஷேகப் பொருளாய் இருக்கும். இத்தகைய பூஜை ஒவ்வொரு ஆண்டிலும் ஒவ்வொரு சிவாலயத்திலும் நடக்கும். பன்னிரண்டு ஆண்டுகளுக்கு ஒருமுறை பன்னிரு சிவாலயங்களிலும் ஒன்றாகக் கூட்டுக் கிரிதாரை நிகழ்ச்சி நடப்பதும் உண்டு.

பின்னிணைப்பு 10

அருவியும் குகையும்

திற்பரப்பு மகாதேவர் கோவிலின் வடபுறத்தில் உள்ள அருவி இயற்கை எழில் வாய்ந்தது, ஆண்டின் பெரும்பாலான நாட்களில் ஒழுகிக்கொண்டிருப்பது என்றெல்லாம் கூறப்பட்டாலும் இதற்கு வேறு முகமும் உண்டு. இந்தக் கோவிலுக்கும் அருவிக்கும் பழமை, சடங்கு, வழிபாடு தொடர்பான உறவுகள் உண்டு.

சிவனுடன் காளி தவம் செய்வதற்காக இக்காட்டுப் பகுதியில் அமர்ந்தபோது, இந்த அருவியின் அருகே உள்ள கயத்தில் நீராடினாள் என்பது ஐதீகம். கயம் என்பதற்கு ஆழமான சிறு நீர்நிலை என்னும் பொருள் உண்டு. அருவியில் நீர்விழும் இடத்தில் உள்ள கயத்தைப் பத்திரகாளி கயம் என்று கூறும் வழக்கு உள்ளது. இந்த இடத்தில் ஒரு கிணறு இருந்தது. பாதுகாப்புக்காக அதைப் பெரிய பாறையால் மூடி வைத்திருக்கின்றனர். இந்தக் கிணற்றுப் பகுதிக்குக் கிணற்று மூடிப் பாறை என்னும் பெயர் வழங்கப்பட்டிருக்கிறது.

குமரிக் குற்றாலம் எனப்படும் இந்த அருவியின் மேற்பகுதியில் ஓடும் கோதையாறு 85 மீ. முதல் 90 மீ. வரை அகலம் உடையது. இந்த ஆற்று நீரே 15 மீ. உயரத்திலிருந்து விழுகிறது. ஜூன் மாதத்தில் அருவியின் வேகம் கூடும்.

இந்த அருவி இருக்கும் பாதையில் குகை இருக்கிறது. இது வெறும் நம்பிக்கையோ ஐதீகமோ அல்ல. ஆதாரபூர்வமானது. 1929ஆம் ஆண்டில் தென் திருவிதாங்கூரில் பெரும் மழை பெய்தது. கோதையாறு பெருக்கெடுத்து ஓடியது. இந்த அருவியில் பெரும் வெள்ளம். கல் மண் எனக் கலந்து விழுந்தது. மழை வெறித்ததும் ஆறு வற்றியது. அப்போது அருவியின் அருகே ஒரு குகை வழி தெரிந்தது. இச்செய்தி ஊர் முழுக்கப் பரவியது.

குகையின் வாசல் வழியாக உள்ளே செல்ல திற்பரப்பு ஊர் இளைஞர் சிலர் முன்வந்தனர். என்.கோபாலகிருஷ்ண பிள்ளை என்பவர் தீப்பந்தத்துடன் குகையின் உள்ளே நுழைந்தார். இளைஞர்கள் பின்னே சென்றனர். குகை விரிந்து கோவிலாக மாறுவதைக் கண்டனர். குகையின் உள்ளே சென்று முழுவதுமாய்ப் பார்வையிட்டபின், அச்செய்தியைத் திருவனந்த புரத்திற்குத் தெரிவித்தனர். இதன் பின்னர் தொல்லியல் அறிஞர்களின் குழு குகையைப் பற்றிய செய்தியைச் சேகரித்தது. இந்த விவரங்கள் Kerala Society Papers பத்திரிகையில் வெளியானது (Series I p. 50 - 51).

திற்பரப்புக் குகையின் முகப்பகுதி 2.10 மீ. உயரமும் 90 செ.மீ. அகலமும் உடையது. இதன் வழி நுழைந்தால் குகையின் உள்ளே செல்வதற்குப் பாதை தெரியும். இந்தப் பாதை 45 மீ. வரை செல்கிறது. இப்பாதையின் இரண்டு புறமும் வாசல்கள் உண்டு. வலதுபுறம் வாசலை அடுத்து 4.50 மீ. நீளமும் 2.15 மீ. உயரமும் 2 மீ. அகலமும் உடைய சிறிய அறை இருக்கிறது. இதில் பத்திரகாளி புடைப்புச் சிற்பமாக இருக்கிறாள். இந்த அறையின் எதிரே உள்ள வாசலை அடுத்து 6.25 மீ. நீளமும் 3 மீ. அகலமும் 2.10 மீ. உயரமும் உடைய அறை இருக்கிறது. இந்த அறையை இரும்புத் தூண்கள் தாங்கியிருந்தன.

இந்த அறையில் தாந்திரிக பூசை நடத்தப்பட்டதற்கான அடையாளத்தை ஆராய்ச்சியாளர்கள் கண்டிருக்கின்றனர். அஸ்தி கலசங்கள் இங்கே இருந்தன. இந்தக் குகையில் தொடர்ந்து

நடந்தால் குகையின் வழி சுருங்கிச் செல்வதையும் கண்டிருக் கின்றனர். இதன் இறுதிப் பகுதி 60 செ.மீ. அகலமுடையதாய் இருந்தது. இப்பாதையின் முடிவில் 24 மீ. நீளம் 6 மீ. அகலம் 2.50 மீ. உயரமும் உடைய விசாலமான கூடம் இருந்தது.

இந்தக் கூடம் அருவி பாயும் இடத்திலிருந்து 180 மீ. தூரத்தில் இருப்பதாயும் கணக்கிட்டார்கள். இந்தக் கூடத்தில் இருந்தால் அருவி பாயும் சப்தம் கேட்கும். இக்கூடத்தின் சுவர் சுட்ட செங்கலால் கட்டப்பட்டது. இந்தக் கூடத்தின் மேல் வடகிழக்கில் மகாதேவர் கோவில் இருக்கிறது. சிவன் கோவிலின் தெற்கே உள்ள திருச்சுற்று மண்டபத்தில் இருக்கும் நிலவறை வழியும் இக்குகை கூடத்திற்கு வரலாம். இதையும் ஆய்வாளர் சோதனை செய்திருக்கின்றனர். இப்போது இந்த நிலவறை அடைக்கப்பட்டுள்ளது.

அருவியின் அருகே இருந்த குகை வழியையும் அடைத்து விட்டனர்.

இந்தப் பத்திரகாளி குகை கோவிலுக்கு குகை முகம் வழியும் சிவன் கோவில் திருச்சுற்று மண்டப நிலவறை வழியும் சென்றிருக்க வேண்டும். தாந்திரிக வழிபாடு இங்கே நடை பெற்றது என்றும் இதை நம்பூதிரிகள் மட்டுமே செய்தனர் என்பதும் வாய்மொழிச் செய்தி.

குகை பற்றிய வேறு ஒரு கதையும் உண்டு. இந்த ஊரில் உள்ளவர்கள் தங்களின் திருமணத்திற்கோ வேறு நிகழ்ச்சி களுக்கோ தங்க நகை அணிந்து செல்ல வேண்டும் என்ற நிலை ஏற்பட்டால் குகையின் முன்னே வந்து நின்று கண்ணை மூடிக்கொண்டு நிற்பார்களாம். உடனே ஒரு தட்டில் நகைகள் வருமாம். அதை எடுத்துச் சென்று அணிவர். அவசியம் முடிந்த பின் குகை வாசலுக்கு வந்து தட்டில் நகையை வைத்துவிடுவர். இது வழக்கம். ஒருமுறை, ஒருவர் நகையைத் திருப்பிக்கொடுக்கப் போனார். நகையைத் தட்டில் வைத்ததும் அவருக்கு ஒரு யோசனை தோன்றியது. நகையை யார் எடுத்துச் செல்கிறார் கள் என்பதை அறிய விரும்பி குகை வாசலில் மறைந்து நின்றார். அப்போது பொன்னிற துறவி ஒருவர் வருவதைக் கண்டு, "கண்டேன் கண்டேன்" எனச் சப்தமிட்டார். உடனே குகையின் வாசல் அடைக்கப்பட்டது.

இப்படி ஒரு கதை தோவாளை வட்டம் குறத்தியறை ஊர் அவ்வையார் அம்மன் குகை தொடர்பாகவும் பேசப் படுகிறது.

திற்பரப்புக் கோவில் கல்வெட்டுக்கள்

திற்பரப்பு மகாதேவர் கோவிலின் பழமை குறித்தும் கட்டுமானம் குறித்தும் அறியச் சான்றுகள் குறைவாகவே கிடைத்துள்ளன. இக்கோவிலில் கிடைத்துள்ள இரண்டு செப்புப் பட்டயங்களும் கல்வெட்டுகளும் கோவிலுக்கு அளிக்கப் பட்ட நிபந்தச் செய்திகளையே சொல்லுகின்றன. கோவிலுக் குத் தொடர்பற்ற சில அரசியல் செய்திகளும் இவற்றில் உண்டு. இந்த ஆவணங்கள் சமஸ்கிருதம், தமிழ், வட்டெழுத்து மலையாளம் ஆகிய மொழிகளால் ஆனவை.

மகாதேவர் கோவிலிலிருந்து கிடைத்த இரண்டு செப்புப் பட்டயங்களும் ஆய் அரசனான கருந்தடக்கனின் காலத்தவை. இவற்றின் காலம் கி.பி. 9ஆம் நூற்றாண்டு என்பதைத் தொல்லியலார் கணித்துள்ளனர். (*T.A.S.* Vol. I p. 291) இச்செப்பேடு கள் பாண்டியப் பேரரசுக்கும் (இவன் விக்கிரமாதித்ய வரகுண னாக இருக்கலாம்) ஆய் பேரரசுக்கும் இடையே நிலவிய அரசியல் தொடர்பைக் குறிப்பிடுகின்றன. இந்தச் செப்பேடுகள் வழி திற்பரப்பு ஊர் ஆய் பேரரசின் ஆட்சிக்கு உட்பட்டு இருந்தது என்று கொள்ளலாம்.

செப்பேட்டின் ஆரம்ப வரிகள் சிவனை வாழ்த்திச் செல் கின்றன. இதனால் திற்பரப்பு மகாதேவர் கி.பி. 9ஆம் நூற்றாண் டிற்கு முன்பே வழிபாட்டுக்கு உரியவராக இருந்திருக்கிறார் என்பதை ஆதாரபூர்வமாகக் கூறலாம். இதுவும் நிபந்தச் செப் பேடுதான். இந்த ஆவணத்தின் முதல்பகுதி சமஸ்கிருதத்தில் அமைந்தது. இரண்டாம் பகுதியின் ஒன்பது வரிகள் தமிழில் உள்ளன. இதில் கடிகைப் பட்டிணத்து உதார வீரன்னாயின கோரகந்கேந்தனின் நிலம் பற்றிய செய்தி வருகிறது.

1. கோவிலின் வடபுறச் சுவரில் ஒரு கல்வெட்டு உள்ளது. இது மலையாள ஆண்டு 407இல் (கி.பி. 1232) வெட்டப் பட்டது. தமிழ் வட்டெழுத்தால் அமைந்தது.

மதுரைவாசியான இரவி ஜடாதரன் என்பவன் இக் கோவிலுக்குப் பல கவர்கள் கொண்ட ஒரு விளக்கை நிபந்தமாக அளித்த செய்தி உள்ளது. இதனால் இக்கோவில் கி.பி. 13ஆம் நூற்றாண்டில் வழிபாட்டுக்கு உரியதாக இருந்திருக்கிறது என்று தெரிகிறது. இப்போது இந்தக் கல்வெட்டு சிதைந்த நிலையில் காணப்படுகிறது (*T.A.S.* Vol. VI p. 74).

2. கோவிலின் பிராகாரத் தூண் ஒன்றின் நான்கு பட்டை களிலும் தமிழ் வட்டெழுத்தால் ஆன கல்வெட்டு உள்ளது. இது கி.பி. 1469ஆம் ஆண்டினது (*T.A.S.* Vol. VI p. 76). இது நிபந்தக் கல்வெட்டு. கோவிலுக்கு நிபந்தம் அளித்த வர்களின் பெயர்கள் இதில் உள்ளன. இக்கல்வெட்டில் தான் முதல்முதலில் திற்பரப்பு மகாதேவர் என்னும் பெயர் வருகிறது.

3. கோவிலின் இரண்டாம் பிராகாரம் சாஸ்தா கோவிலின் முகப்பு இடது பக்கச் சுவரில் சிதைந்து போன ஒரு கல்வெட்டு உள்ளது. இதன் அமைப்பின்படி இது கி.பி. 12, 13ஆம் நூற்றாண்டைச் சேர்ந்தது என்கின்றனர் (த.நா.தொ.து. தொ. 4 ப. *109*).

4. கோவிலின் பூஜா மண்டபத் தூண் ஒன்றில் தமிழ் கல் வெட்டு உள்ளது. இது 1489ஆம் ஆண்டினது. இக்கோவி லில் தனிப்பட்டவர்கள் செய்த கட்டுமானத்தைக் குறிப்பிடுகிறது. மேலும் தென் மண்கோணம் நாராயணன்

கோவிலுக்கு விளக்கு நல்லெண்ணெய் நிபந்தம் அளித்த செய்தியும் இதில் உள்ளது.

5. கோவில் கருவறையின் முன்பக்கத் தூண் ஒன்றில் சிதைந்த கல்வெட்டு உள்ளது (த.நா.தொ.து. தொ. 4 ப. 108). இது கி.பி. 1598ஆம் ஆண்டினது.

6. கோவிலின் தென்புறப் பாறையில் சமஸ்கிருத மொழியில் தேவநாகரி லிபியில் அமைந்த கல்வெட்டு உள்ளது. இது "வெற்றியின் செல்வத்தையும் நோயற்ற வாழ்வையும் அளிக்கின்ற இறைவன் இக்கோவிலில் பூரணமாய் அமர்ந்திருக்கிறான்" எனக் கூறும். இக்கல்வெட்டு கி.பி. 17ஆம் நூற்றாண்டினது (*T.A.S.* Vol. IV p. 78).

7. அருவியின் அருகே பாறை ஒன்றில் உள்ள கல்வெட்டு "தவமுனிவர்களை ஆதரிப்பவனும் சம்புவை வணங்குபவரும் ஆன வஞ்சிநாட்டு மன்னன் பசு மடம் எடுத்ததையும் இவன் பிராமணர்களின் பாதுகாப்பாளனாகவும் வேதங்களைப் புரப்பவனாகவும் இருக்கின்றான் எனக் கூறும். இந்தக் கல்வெட்டும் சமஸ்கிருத மொழியில் தேவநாகரி லிபியில் அமைந்தது. இதுவும் கி.பி. 17ஆம் நூற்றாண்டினது (*T.A.S.* Vol. VI p. 78).

8. அருவியின் அருகே உள்ள மண்டபத்தில் விசாகம் திருநாள் ராமவர்மாவின் (1880 – 1885) கல்வெட்டு உள்ளது. இது மலையாள மொழியில் மலையாள லிபியில் அமைந்தது. இந்த மண்டபத்தில் உள்ள சிற்பம் விசாகம் திருநாளுடையது என்றும், இவரே இந்த மண்டபத்தைக் கட்டினார் என்றும் இக்கோவிலுக்கு இவர் அடிக்கடி வருவார் என்றும் கூறப்படுகிறது.

9. கோவில் பிராகாரத்தில் உள்ள ஒரு கல்வெட்டு தெற்குப் பக்கம் உள்ள சிறு மண்டபத்தை இராமவர்மா கி.பி. 1884இல் கட்டியதைக் கூறும் (*T.A.S.* Vol. VI p. 77). இங்கு குறிப்பிடப்படும் மன்னனும் விசாகம்திருநாள்தான்.

இந்தக் கல்வெட்டுகளின்படி இக்கோவிலின் கட்டுமானம் கி.பி. 9ஆம் நூற்றாண்டில் ஆரம்பித்து கி.பி. 19ஆம் நூற்றாண்டுவரை நடந்திருக்கிறது என்றும் பெரும்பாலான பகுதிகள் கி.பி. 16, 17 நூற்றாண்டுகளில் கட்டப்பட்டன என்றும் தெரிகிறது.

பின்னிணைப்பு 12

திருநந்திக்கரை குகைக்கோவில்

நந்தி ஓடையைக் கடந்து கிழக்குப் பக்கம் பாதையில் உள்ள படிகளில் ஏறிக் குகைக் கோவிலுக்குச் செல்லலாம். குகைக்கோவில் இப்போது மத்திய அரசு தொல்பொருள் துறையின் கட்டுப்பாட்டில் உள்ளது. திருவிதாங்கூர் தொல் பொருள் துறை ஆரம்பித்த காலகட்டத்தில் தொல்லியலார் செய்தி சேகரிக்கத் தேர்ந்தெடுத்த இடங்களில் இது முக்கிய மானதாக இருந்தது.

நந்தீஸ்வரர் சிவன் கோவிலின் பின்புறம் உளுத்துப் பாறை என்னும் சிறு பாறையில் இந்தக் குடைவரைக் கோவில் உள்ளது. உளுத்துப்பாறை பற்றிய பழைய வழக்காறுகளில் ஒன்று இங்கு சமண முனிவர்கள் தங்கியிருந்தனர் என்பது.

இந்தக் குடைவரைக் கோவிலின் பழமை கி.பி. 8ஆம் நூற்றாண்டுவரை செல்கிறது. இந்த நூற்றாண்டில் வெட்டப் பட்ட கல்வெட்டு இக்குடைவரைக் கோவிலில் உள்ளது. இதில் இந்த ஊர் ஸ்ரீ நந்திமங்கலம் எனக் குறிப்பிடப்படுகிறது. ஒரு சமண முனிவரின் பெயரால் வழங்கப்பட்ட இந்த ஊரின் பெயர் பிற்காலத்தில் குடைவரைக் கோவிலுக்கும் நந்தி ஆறுக் கும் ஆகி வந்திருக்கலாம்.

இக்குடைவரைக் கோவில் மண்டபத்தில் ஏறுவதற்குப் பாறையை ஒட்டி மூன்று படிகள் உள்ளன. இதன் முன்பக்க மண்டபம் 5.30 மீ. நீளமும் 2.50 மீ. அகலமும் கொண்டது. இதன் தென்புறம் முன்வெளித் திண்ணை 5.70 மீ. நீளமும் 8 செ.மீ. அகலமும் உடையது. இதன் நடுவே இரண்டு தூண் கள் உள்ளன. முன்மண்டபத்தில் இரண்டு கோடியிலும் இரண்டு அரைத் தூண்கள் உள்ளன. மேற்குப் புறத்தூண் 150 செ.மீ. உயரமும் கிழக்குப் புறத்தூண் 130 செ.மீ. உயரமும் கொண்டது. இரண்டு தூண்களுக்கும் இடையில் 150 செ.மீ. இடைவெளி உண்டு.

முன்மண்டபத்தின் இடதுபுறம் உள்ள சிறிய அறையில் சிவலிங்கம் பிரதிஷ்டை செய்யப்பட்டுள்ளது. இக்குடைவரைக் கோவிலின் சுவரில் தாவரச்சாய ஓவியங்கள் இருந்தன. ஆரம்ப காலத்தில் இங்கே ஆய்வுக்காக வந்த திருவிதாங்கூர் தொல்லியலார் இந்த ஓவியங்களைப் பார்த்திருக்கின்றனர். 1922ஆம் ஆண்டில் ஆனந்த குமாரசாமி கேரளத்தில் உள்ள ஏற்றுமானூர் சிவன் கோவில் சுவர் ஓவியத்தைப் பற்றி எழுதிய பின்பு கேரளச் சுவர் ஓவியங்களைப் பற்றிய விழிப்புணர்வு பரவலானது. அப்போதுதான் திருநந்திக்கரை ஓவியம் வெளிச்சத்துக்கு வந்தது.

சுமார் எழுபதாண்டுகளுக்கு முன்பு இக்குடைவரைக் கோவிலைப் பார்த்தவர்கள் இங்கு கணபதி, வீணாதர தட்சணாமூர்த்தி, காளி, நடராஜர் போன்ற கடவுளரின் ஓவியங்கள் மங்கலாகத் தெரிந்ததைப் பதிவுசெய்திருக்கின்றனர். இப்போதும் இந்த ஓவியங்களின் சாயலையும் வரைபட அடையாளத்தையும் காணமுடியும். இந்த ஓவியங்கள் பிற்காலச் சோழர் காலத்தவை.

இந்தக் குடைவரைக் கோவிலில் ஏழு அறைகள் இருந்தன என்பது வாய்மொழிச் செய்தி. ஆனால் தொல்லியலார் இதை ஆராய்ந்தபோது இங்கு வேறு அறைகளோ குகைகளோ இல்லை என்பதைத் தெளிவாய்ப் பதிவுசெய்துள்ளனர். இவர்கள் இங்கு ஆய்வு செய்தபோது குடைவரைக் கோவிலின் உள்ளேயும் வெளியேயும் வராகி, வைஷ்ணவி, சிவன் ஆகியோரின் சிற்பங்கள் இருப்பதைக் கண்டிருக்கின்றனர். அப்போதே இவற்றை

அருங்காட்சியகத்துக்குக் கொண்டு சென்றுவிட்டனர். இப்போது குடைவரைக் கோவிலின் தென்புறம் தட்சணாமூர்த்தி, துர்க்கை ஆகியோரின் சிற்பங்கள் உள்ளன.

உளுத்துப் பாறையின் நேர் மேல்புறம் ஒரு அயனி மரம் நிற்கிறது. இதனருகே ஒரு சிறு சுனை உண்டு. சில ஆண்டுகளுக்கு முன்பு (2002 அக்டோபர் 31) இந்த இடத்தில் சிவனின் பாதங்கள் தோன்றுவதாகச் செய்தி பரவியது. தினமலர் பத்திரிகையிலும் (2002 நவம்பர் 3) செய்தி வந்தது. அப்போது இங்கே பக்தர்கள் பெருமளவில் வரும்படியான சூழ்நிலை உருவானது.

இந்தக் குடைவரைக் கோவில் ஆரம்பத்தில் சமணர்களுக்கு உரியதாக இருந்தது. கி.பி. 9ஆம் நூற்றாண்டு அளவில், இது சைவக் கோவிலாக மாற்றப்பட்டது. இதற்குப் பிற்காலச் சோழர்களின் மறைமுக ஆட்சி ஒரு காரணமாயிருந்திருக்கலாம்.

திருநந்திக்கரை கல்வெட்டுச் செய்திகள்

திருநந்திக்கரைக் குடைவரைக் கோவில் தொடர்பாகவும் மகாதேவர் தொடர்பாகவும் 6 கல்வெட்டுகள் கிடைத்துள்ளன. இவை எல்லாமே திருவிதாங்கூர் தொல்லியல் துறையினரால் ஆரம்பகாலத்தில் தொகுக்கப்பட்டவை.

இக்கல்வெட்டுகள் தமிழிலும் வட்டெழுத்திலும் கிரந்த தமிழிலும் அமைந்தவை.

1. குடைவரைக் கோவிலின் நுழைவாயிலில் கிழக்குப் பக்கம் உள்ள கல்வெட்டு தமிழ்மொழியில் வட்டெழுத்தால் ஆனது. கி.பி. 8ஆம் நூற்றாண்டினது (*T.A.S.* Vol. III Part II p. 202).

திருநந்திக்கரை பெருமக்களும் தனியாள்வார்கள் என்னும் கோவில் அதிகாரிகளும் கண் குருந்தம் பாக்கம் என்னும் இடத்தில் கூடி நம்பி கணபதி என்பவன் வழி திருநந்திக்கரை மகாதேவருக்கு அர்த்த சாம பூஜை கழித்து திரு அமிர்து கொடுக்க நிலம் அளிக்கப் பட்டதை இக்கல்வெட்டு கூறும்.

14 வரிகளைக் கொண்ட இக்கல்வெட்டு ஸ்வஸ்தி ஸ்ரீ திருநந்திக்கரை பெருமக்கள் எனத் தொடங்குகிறது. திருநந்திக்கரை என்னும் பெயர் இக்கல்வெட்டில்தான் முதன்முதலாக வருகிறது. இதனால் கி.பி.8 ஆம் நூற்றாண்டிற்கு முற்பட்டு, இவ்வூர் இப்பெயரால் அழைக்கப் பட்டிருக்கிறது. குடைவரைக் கோவிலை நிர்வகித்த அதிகாரிகள் தனியாள்வார் எனப்பட்டனர். இக்காலத் தில் நந்தியாறு மிகப் பெரிதாய் ஊரின் எல்லையைக் காட்டுவதாய் அமைந்திருந்தது. கோவில் நிர்வாகத்தில் ஊர் மக்களும் பங்கு பெற்றிருக்கின்றனர்.

அ.கா. பெருமாள்

2. குடைவரைக் கோவிலின் நுழைவாயிலின் மேற்குப் பக்கத் தூணில் உள்ள கல்வெட்டு கி.பி. 9ஆம் நூற்றாண்டினது (*T.A.S.* Vol III Part II p. 204). தமிழ் வட்டெழுத்தில் அமைந்தது இக்கல்வெட்டு. இரண்டு வரிகள் கிரந்த எழுத்தில் உள்ளன.

ஸ்வஸ்தி ஸ்ரீ திருநந்திக்கரை திருவல்லவாழ் படரார்க்கு எனத் தொடங்கும் இக்கல்வெட்டு 40 வரிகளைக் கொண்டது.

மங்கலச் சேரியில் வாழும் நாராயணன் திவாகரன் என்பவன் திருநந்திக்கரையில் உள்ள திருவல்லவாழ் படராருக்கு வழிபாட்டிற்கும் ஸ்ரீபலி பூஜைக்கும் நந்தா விளக்கு எரிக்கவும் நிலம் நிபந்தமாக அளித்த செய்தி இக்கல்வெட்டில் உள்ளது.

திருநந்திக்கரை சிவனுக்குப் பூஜை செய்யவும் வழிபாடு செய்யவும் அளிக்கப்பட்ட நிலம் பற்றிய குறிப்பு இதில் உள்ளது.

கோவிலில் 6 நாழி அரிசி தினமும் பொங்கிப் படைக்க வேண்டும். ஒரு விளக்கு எரிய வேண்டும் என்னும் நிபந்தனை இக்கல்வெட்டில் காணப்படுகிறது. அதோடு இக்கோவில் பணியாளருக்குக் கொடுக்கப்பட வேண்டிய சம்பள விவரம்

சாந்தி குளிக்க 4 கலம் நெல்
தவில் நாதஸ்வரம் இசைக்க 5 கலம் நெல்
கோவில் நிர்வாகத்துக்கு 5 கலம் நெல்
பலி தூவுபவர்க்கு 1 கலம் நெல்
துப்புரவுப் பணியாளர் 1 கலம் நெல்

என்று இதில் குறிக்கப்படுகிறது.

இக்கல்வெட்டில் குறிக்கப்படும் ஊர்கள் வாழைக்கோடு (இன்றைய வாளோடு) கரைக்கோடு (தலக்குளம்) அருவிக்கரை (நட்டாலம் பகுதி) மேக்கோடு (முட்டம் அருகே இரணியல்) இன்னும் அதே பெயரில் வழங்கப்படுகின்றன.

இக்கோவில் மூலவரான சிவன் திருவல்லவாழ் படரார் எனக் குறிக்கப்படுகிறார். இப்போது (2009) சிவாலய ஓட்டக்காரர்கள் பன்னிரு சிவாலயங்களின் சந்நிதியை அடைந்ததும் "சிவனே வல்லபா" என்று கூறியே வணங்குகின்றனர்.

முழிக்களம் சபையார் என்பவர்கள் இக்கோவிலை நிர்வகித்தனர். கோவில் வேலை சரியாக நடக்கவில்லை என்றால் பணியாளருக்குத் தண்டனை கொடுக்க சபையாருக்கு அதிகாரம் உண்டு.

3. மகாதேவர் கோவிலின் வெளியே கல்லில் உள்ள இக்கல் வெட்டு, கி.பி. 10ஆம் நூற்றாண்டினது (*T.A.S.* Vol. IV p. 144 - 145). இக்கல்வெட்டு தமிழ் வட்டெழுத்தால் ஆனது.

திருநந்திக்கரை சிவன் கோவிலுக்குக் குலசேகர தேவர் மகன் விசயராகவ தேவியார் கிழான் அடிகள் என்பவள் திருநந்தா விளக்கு எரிக்க முப்பது களஞ்சு *(132 கிராம்)* பொன் கொடுத்துள்ளார். இப்பொன்னைத் திருநந்திக்கரை கோவில் கணக்கன் கோவில் அதிகாரி (தளியாள்வார்) ஆகியோர் கூடி ஏற்றுக்கொண்டனர்.

இங்கு குறிப்பிடப்படும் விஜயராகவ தேவி என்பவள், வேணாட்டு அரசன் இந்து கோதவர்மனின் மகள் எனத் திருவிதாங்கூர் தொல்லியலார் கூறுவர். இதற்கு முதல் பராந்தகச் சோழனின் கி.பி. 936ஆம் ஆண்டில் வெட்டப்பட்ட திருவொற்றியூர் கல்வெட்டை ஆதாரமாகக் கூறுகின்றனர். இக்கல்வெட்டில் வேணாட்டு அரசன் ஒருவனின் மகள் விஜய ராகவதேவி என்பவள் அளித்த நிபந்தம் பற்றிய குறிப்பு வருகிறது.

இக்கல்வெட்டில் திருநந்திக்கரை பெருமக்களும் தளியாள் வாரும் கணக்கனும் பிற உறுப்பினர்களும் மாடக்கோவி லில் கூடியதாகச் செய்தி உள்ளது. திருநந்திக்கரையில் குடைவரைக் கோவில் மட்டுமே உண்டு. மேலும் இக்கல் வெட்டில் தளியாள்வார் என்ற அதிகாரியின் பெயரில் உள்ள தளி என்பது கல்லின் மேல் கல்லை அடுக்கிச் செய்யப்பட்ட கோவிலைக் குறிப்பது. தளி என்பதற்குக் கோவில் என்பது பொருள். இதனால் திருநந்திக்கரை யில் குடைவரைக் கோவில் தவிர இன்னொரு கோவில் (மாடக்கோவில்) இருந்தது என்று தெளிவாகத் தெரிகிறது. இந்த மாடக்கோவில் மகாதேவர் கோவிலே. இது இன்றைய கோவிலின் முந்தைய கட்டுமான அமைப்பாக இருந்திருக்கலாம்.

இக்கல்வெட்டு "ஸ்வஸ்தி ஸ்ரீ திருநந்திக்கரைப் பெருமக்க ளும் தளியாள்வானும் கணக்கனும் கூடி மாடக்கோயிக் கல்" எனத் தொடங்குகிறது. இது மூன்று நீண்ட வரிகளை உடைய கல்வெட்டு.

4. பிற்காலச் சோழ அரசர்களில் பேரரசனாகத் திகழ்ந்த முதல் ராஜராஜனின் *(985 – 1014)* கல்வெட்டு குடைவரைக் கோவிலின் கிழக்குப் பக்கச் சுவரில் காணப்படுகிறது. இது தமிழ் வட்டெழுத்தில் அமைந்தது. இதன் காலம் கி.பி. *1003* (*T.A.S.* Vol. I p. 413).

இராசராசத் தென்னாட்டு வள்ளுவ நாட்டைச் சார்ந்த திருநந்திக்கரையில் உள்ள மகாதேவர் கோயிலுக்குத் திருவிழா நடத்தவும் ஐப்பசி சதைய விழா நடத்தவும் இரண்டு சந்தி விளக்குகள் எரிக்கவும் நிபந்தம் அளித் ததைக் கூறும்.

இக்கல்வெட்டு "திருமகள் போலப் பெருநிலச் செல்வி யும் தனக்கே உரிமை பூண்ட மனக்கொள காந்தளூர் சாலை கலமறுத்தருளி . . ." எனத் தொடங்குகிறது.

இக்கல்வெட்டில், முதல் ராஜராஜன் தன் பிறந்த நாளான ஐப்பசி சதயம் நாளில் விழா நடத்தவும் விளக்கு எரிக்க வும் முட்டம் என்ற மும்முடிச் சோழநல்லூரில் இருந்து உத்தரவு பிறப்பித்ததாக வருகிறது.

இக்கல்வெட்டின் வழி திருநந்திக்கரை வள்ளுவ நாட்டின் ஒரு பகுதியாக இருந்த செய்தி தெரிகிறது. கோக்கருநந்தடக்கனின் 8ஆம் நூற்றாண்டு கல்வெட்டும் கூட (*T.A.S.* Vol. I p. 8) திருநந்திக்கரை என்ற ஊர் வள்ளுவ நாட்டின் ஒருபகுதி எனக் கூறும்.

இன்னொரு கல்வெட்டு, இராஜாதித்திய தேவர் பெரும் படை நாயகர் மலைநாட்டு நந்திக்கரை புதூர் வல்லன் குமரன் என்பவனைக் கூறுகிறது. இங்கு குறிப்பிடப்படும் வல்லன் குமரன் சோழ மன்னனான ராஜராஜனால் நியமிக்கப்பட்ட படைத் தலைவன்.

இப்படியாக சோழர் படைத்தலைவனான வல்லன் குமரன் முதல் இன்றைய (2009) இஸ்ரோ தலைவர் மாதவன் நாயர் உட்பட புகழ்பெற்றவர்கள் தோன்றிய இடம் இவ்வூர்.

5. குடைவரைக் கோவிலின் கிழக்குப் பக்கச் சுவரின் வலதுபுறம் உள்ள கல்வெட்டு கி.பி. 12ஆம் நூற்றாண் டினது. (*T.A.S.* Vol. III Part II p. 206) தமிழ் மொழியில் வட்டெழுத்தில் எழுதப்பட்ட இக்கல்வெட்டு 17 வரி களை உடையது.

திருநந்திக்கரை படாரகர்க்கு நந்தா விளக்கு எரிக்க சித்தகுட்டி அம்பி என்னும் அஞ்ஞூற்று முத்தரையன் ஒன்பது எருமைகளை நிபந்தமாக அளித்ததை இக் கல்வெட்டு கூறும்.

இந்த நிபந்தத்தை அளித்தவன் நாஞ்சில் நாட்டு வேய் கோட்டுமலை ஊரினன். இவன் சோழர் படைகளின் தலைவருள் ஒருவன். அஞ்ஞூற்று முத்தரையன் என்பது இவனது தானப் பெயர். இக்கல்வெட்டின் வழி நாஞ்சில் நாட்டு எல்லையும் பரந்து இருந்ததாகத் தெரியவருகிறது.

அ.கா. பெருமாள்

பின்னிணைப்பு 14

திருப்பன்னிப்பாகம் காட்டாளைக் கோவில்

திருப்பன்னிப்பாகம் கோவிலுடன் தொடர்புடையதாகக் காட்டாளை அம்மன் கோவிலையும் காட்டாளை சிவன் கோவிலையும் கூறுகின்றனர். காட்டாளை என்பது அடர்ந்த காட்டைக் குறிப்பது. பன்னிப்பாகம் கோவில் தொடர்பான தலபுராணக்கதை மகாபாரதத்தில் வருகிறது. அர்ஜுனன் தபசும் சிவன் வரம் நல்கியதுமான இந்தக் கதையைப் பன்றிக் கோடு கோவிலுடன் இணைத்துக் கூறுகின்றனர்.

காட்டாளை அம்மன் கோவில், பன்னிப்பாகம் கால்வாயின் கிழக்கில் உள்ள சாலையிலிருந்து 6 கி.மீ. தொலைவில் உள்ளது. கால்வாயைக் கடந்து காட்டுவழி 6 கி.மீ. நடந்துதான் இக்கோவிலுக்குச் செல்லமுடியும். இங்கு செப்பனிட்ட பாதை கிடையாது. வாழை, கமுகு, தென்னை, கூவை, காய்கறித் தோட்டங்களைக் கடந்து அடர்ந்த காட்டு வழியாகச் சென்றால் இக்கோவிலை அடையலாம்.

காட்டாளை கோவில் இப்போது செட்டியார் சாதிக் குடும்பத்திற்கு தனிப்பட்ட உரிமையாய் உள்ளது. இங்கு குடி கொண்ட பெண் தெய்வத்தை யட்சியாகவே வழிபடுகின்றனர். இந்த அம்மன் நின்ற கோலமுடையவள். இவளது இரண்டு கைகளும் அபய வரத முத்திரை காட்டுகின்றன. வரத ஹஸ்தம் காட்டும் கையில் சிறு கப்பறை உள்ளது. இவளது தலைக்கு மேல் நாகக்குடை காட்டப்பட்டுள்ளது. இந்தக் கல் சிற்பத்தின் அருகே ஒரு செம்பு விக்கிரகமும் உள்ளது. இது கிழக்குப் பார்த்த கோவில். இக்கோவில் அண்மையில் கட்டப்பட்டது. மூலவிக்கிரகமும் அண்மையில் பிரதிஷ்டை செய்யப்பட்டது. இதற்கு முன் சுடுமண் சிற்பமே இங்கு இருந்தது.

இக்கோவிலின் அருகே வடக்குப் பார்த்தபடி நாகமும் பெண் தெய்வங்களும் உள்ளன. இவை வெட்டவெளியில் இருப்பவை. இவை எல்லாமே கல்லால் ஆனவை. இதே இடத்தில் இசக்கியம்மனைப் போன்ற ஓட்டுருவச் சிற்பம் உள்ளது. இதில் இசக்கியின் கோரம் இல்லை. அம்மன் கோவி லின் எதிரே நின்றகோல கல்லாலான சுடலை மாடனும் சுடலை பேய்ச்சியும் உள்ளனர்.

இந்தக் கோவில்களைச் சுற்றிய பகுதிகளில் ஆள் அரவம் இல்லை. பறவைகள், விலங்குகளின் சப்தம் கேட்கின்றன. மரங்களும் செடிகளும் நிறைந்து வளர்ந்து கிடக்கும் இந்த இடம் ஒரு காலத்தில் ஊராக இருந்தது என்கின்றனர். இதற் குரிய அடையாளங்கள் பத்தாண்டுகளுக்கு முன்புவரை காணப் பட்டதாம். ஆட்டுரல், அம்மி, சிறு குதிர், விவசாயக் கருவிகள் போன்றன இங்கு கிடந்தனவாம். இப்போதும் சிறிய மண் பானை சட்டிகள் ஆட்டுரல் போன்றன கிடக்கின்றன.

காட்டாளை அம்மன் இருக்கும் இப்பகுதியில் மருமக்கள் வழி கிருஷ்ண வகை சாதியினர் வாழ்ந்து வந்தார்களாம். இவர்கள் தோட்ட விவசாயிகள். ஒருமுறை கொடும் விஷக் காய்ச்சல் வந்தபோது ஊர் மக்களில் சிலர் இறந்தார்கள். காய்ச்சல் வேகமாகப் பரவியது. இதனால் இந்த ஊர்மக்கள் அனைவரும் முட்டைக்காடு ஊருக்குள் குடிபெயர்ந்தனர். இதன்பிறகு ஊர் பாழடைந்தது.

இதன் பிறகு இந்த ஊருடன் தொடர்பை முறித்துக்கொண்டனர் கிருஷ்ண வகைக்காரர். அதே சமயம் பெருஞ்சிலம்பு ஊர் வணிகச் செட்டியார்கள் இந்த ஊர் அம்மனைத் தெய்வமாக ஏற்றுக்கொண்டனர். நாளடைவில் இது தனிக் குடும்பத்திற்கு சொந்தமான கோவிலாக மாறியது.

காட்டாளை சிவன் கோவில் பன்னிப்பாகம் கோவிலிலிருந்து 3 கி.மீ. தொலைவில் காட்டுப் பகுதியில் உள்ளது. சுற்றிலும் தென்னந்தோப்புகளும் வாழைத் தோட்டங்களும் நிறைந்து கிடக்கின்றன. இங்குள்ள சிவன் கோவில் சுற்றுச் சுவரும் சிறிய விமானமும் கூடிய கருவறையும் கொண்டது. இக்கோவிலின் கட்டுமான அமைப்பு இதை 16ஆம் நூற்றாண்டுக்குக் கொண்டு செல்கிறது. இங்கு கல்வெட்டுக்கள் இல்லை. இக்கோவிலைச் சுற்றிய இடங்களில் மக்கள் குடியிருந்திருக்கின்றனர். இதற்குரிய அடையாளம் இப்போதும் தெரிகிறது. வீட்டு இடிபாடுகளும் வீட்டு சாதனங்களும் மக்கிய நிலையில் கிடந்ததைப் பார்த்தவர்கள் இன்றும் உள்ளனர். இந்த ஊரிலும் விஷக்காய்ச்சல் பரவியபோது மக்கள் அனைவரும் முட்டைக் காடு ஊருக்குக் குடிபெயர்ந்தனர். சிலர் பெருஞ்சிலம்பு ஊருக்குக் குடிபெயர்ந்தனர்.

காட்டாளையை அடுத்து இருக்கும் பெருஞ்சிலம்பு ஊர் சுற்றுவட்டார இடங்களிலுள்ள மக்கள் குடியேறியதால் உருவானது. இந்தக் குடியேற்றத்துக்கும் விஷக்காய்ச்சல் காரணமாகச் சொல்லப்பட்டது. பெருஞ்சிலம்பு வணிகச்செட்டி சமூகத்தினர், திருப்பன்னிப்பாகச் சிவனுக்கும் காட்டாளை சிவனுக்கும் சடங்குரீதியான தொடர்பு இருந்ததையும் பன்னிப்பாகத்து சிவனை வழிபடுபவர் காட்டாளை சிவனை வழிபடவேண்டும் என்ற கட்டாயம் இருந்ததையும் கூறுகின்றனர்.

பின்னிணைப்பு 15

திருப்பன்னிப்பாகம் கோவில் கல்வெட்டுகள்

திருப்பன்னிப்பாகம் கோவிலில் 4 கல்வெட்டுகள் காணப் படுகின்றன. இவை தமிழ்மொழியில் தமிழ் லிபியில் அமைந்தவை.

1. இக்கோவிலின் திருச்சுற்றில் நடப்பட்டுள்ள ஒரு கல்லில் காணப்படும் கல்வெட்டு மிகப் பழமையானது. இக் கல்வெட்டின் காலம், அரசன் பற்றிய குறிப்புகள் இல்லை. இக்கல்வெட்டை முதலில் படி எடுத்த டி.ஏ. கோபிநாத ராவ் இக்கல்வெட்டின் மொழிநடை, அமைப்பு ஆகிய வற்றின் அடிப்படையில் இதைக் கி.பி. 9ஆம் நூற்றாண் டினது என்கிறார் (*T.A.S.* Vol. III p. 65). இது ஒரு நிபந்தக் கல்வெட்டு.

இக்கோவில் மகாதேவரின் பூஜையின் போது நந்தா விளக்கு எரிக்க விகனங்கன் என்ற செட்டியார் என்பவர் இந்த ஊர் சபைக்கு 20 பழங்காசு கொடுத்திருக்கிறான். இந்தப் பணத்தில் வரும் வட்டிக்கு நெய் வாங்கி விளக் கெரிக்க வேண்டும் என்று கோவில் சபையிடம் ஏற்பாடு செய்துள்ளான்.

இந்தக் கல்வெட்டு இக்கோவில் சபையை ஊரார் என்று குறிப்பிடப்படுகிறது. இந்தக் கிராமசபையின் உறுப்பினர் தேவகன்மிகள் எனப்பட்டனர். திருப்பன்னிப்பாகம் ஊர் தேவகன்மி சபையில் குழிக்கோடு, பிரம்ம மங்கலம் (பிரம்மபுரம்) திருப்பண்ணைக்குளம் (மணலிக்கரை) மாகூர் கோணம் (கோதநல்லூர்) ஆகிய ஊர்களில் உள்ளவர்கள் உறுப்பினராய் இருந்தனர்.

இக்கல்வெட்டில், இக்கோவில் 'மகாதேவர்க்கு திருப்பனைக் குளம்' என்னும் அடைமொழி வருகிறது. திரு என்பது முன்ஒட்டு சிறப்பு விகுதி. இக்கோவில் இருக்குமிடம்

அ.கா. பெருமாள்

பனைக்குளம் என்று வழங்கப்பட்டிருக்கிறது. பனைக்குளம் என்பது தலபுராணக்கதையின் வழியாக பன்னிப்பாகம் ஆயிருக்கலாம். எப்படியாயினும் இந்தக் கோவில் இருந்த இடத்தின் பழைய பெயர் “பனைக்குளம்” தான்.

2. இக்கோவில் நந்தி மண்டபத்தின் வடக்கு பக்கச் சுவரில் தமிழ்க் கல்வெட்டின் சிதைந்த பகுதி உள்ளது. இதுவும் நிபந்தக் கல்வெட்டு. இது கி.பி. 14ஆம் நூற்றாண்டினது. இங்கு நிபந்தம் அளிக்கப்பட்ட இடம் ‘வள்ளி ஆறில் நீருண்டு நெல்விளையும் துண்டம்’ என வருகிறது. இந்த நிலம் குசத்தியறை அருகே இருந்தது. இங்கு குறிப்பிடப்படும் குசத்தியறை, தோவாளை வட்டம், அழகியபாண்டியபுரம் அருகே உள்ள குறத்தியறை கிராமம் ஆகும்.

3. நந்தி மண்டபம் வடக்குச் சுவரில் ஒரு தமிழ்க் கல்வெட்டு உள்ளது. இதன் காலம் கி.பி. 1559 (*T.A.S.* Vol. III p. 67). இதுவும் நிபந்தக் கல்வெட்டுதான். ஆனால் இது அபூர்வ மான ஒரு செய்தியைக் கூறுகிறது.

மலையாள ஆண்டு 735 (கி.பி. 1559) கார்த்திகை மாதம் 6ஆம் தேதி புதன்கிழமை நயினார் திருப்பன்றிப் பாகத்து மகாதேவர் கோவிலில் மூன்று நேரமும் குழல் (Pluete) இசைக்கருவி வாசிக்க நயினான் அழகன் அய்யாக்குட்டி என்பவனுக்கு வள்ளியாற்றின் கரையில் கொடுக்கப்பட்ட நிலம் பற்றிய செய்தி இக்கல்வெட்டில் உள்ளது.

பொதுவாகக் கோவிலில் நாதஸ்வரம், தவல் இசைப்பது, பாணி கொட்டுவது சங்கு ஊதுவது பற்றிய செய்திகளே கல்வெட்டுகளில் வருகின்றன. கன்னியாகுமரி மாவட்டக் கல்வெட்டுகளில் கோவிலில் பூஜையின்போது காலை, பகல், மாலை நேரங்களில் புல்லாங்குழல் இசைத்தது பற்றிய செய்திகள் இல்லை. இந்தக் கோவிலில் மட்டும் குழல் இசைக்கப்பட்டிருக்கிறது. இதை இசைத்த கலைஞனின் பெயரும் இதில் வருகிறது.

நந்தி மண்டபம் கிழக்குச் சுவரில் சிதைந்துபோன தமிழ்க் கல்வெட்டு உள்ளது. இது நிபந்தம் கொடுத்த நிலம் பற்றிப் பேசுகிறது.

பின்னிணைப்பு 16

கல்குளம் கோவில் கல்வெட்டுக்கள்

கல்குளம் சிவன் கோவிலிலும் ஊரிலும் 15 கல்வெட்டுக்கள் கிடைத்துள்ளன. இவை தமிழ், வட்டெழுத்து, மலையாள மொழியில் அமைந்தவை. தமிழ்க் கல்வெட்டுக்களில்கூட மலை யாளக் கலப்பு அதிகம் உள்ளது. இக்கோவிலில் கிடைக்கப் பட்ட பழமையான கல்வெட்டு கி.பி. 1237 ஆண்டினது. இறுதி யாக எழுதப்பட்ட கல்வெட்டு 1877ஆம் ஆண்டைச் சேர்ந்தது.

1. வீரகேரள வர்மன் என்னும் வேணாட்டு மன்னனின் கி.பி. 1237ஆம் ஆண்டுக் கல்வெட்டு இக்கோவிலில் காணப் படுகிறது. இந்த வேணாட்டு அரசன் திருவனந்தபுரத்தில் இருந்தபோது கல்குளம் கோவிலுக்கு இரணியசிங்க நல்லூரில் நிலம் விட்டுக்கொடுத்ததும் நிபந்தம் அளித்தது மான செய்தி வருகிறது. இக்கோவிலில் புத்தரிசி நிகழ்ச்சி நடக்கும்போது பிராமணருக்கு உணவு வழங்க ஏற்பாடு செய்யப்பட்டதும் இதற்குரிய செலவு விவரமும் இதில் உள்ளது (*T.A.S.* Vol. VIII Part II p. 126).

2. பத்மநாபபுரம் அரண்மனை அருங்காட்சியகத்தில் உள்ள ஒரு கல்வெட்டு, இந்த ஊர் சாலை அகத்துப் பிள்ளையார் கோவிலுக்கு நிபந்தம் அளித்த செய்தியைக் கூறுகிறது. இதே கல்வெட்டில் சிவ மாந்தர்களுக்கு அஞ்சினான் புகலிடம் அளித்த செய்தியும் மக்களிடையே வலங்கை இடங்கை மாறுபாட்டால் கலவரம் வரக்கூடாது என்று எச்சரிக்கை செய்யப்பட்ட செய்தியும் உள்ளது (*த.நா.தொ.து.* தொ. 6 ப. 533). இந்தக் கல்வெட்டு கி.பி. 1495 ஆண்டு காலத்தது.

   இதனால் கி.பி. 15ஆம் நூற்றாண்டில் தென்திருவிதாங்கூர் பகுதியில் வலங்கை, இடங்கை சாதிகளுக்கிடையே மாறு பாட்டுக் கலவரம் நடந்ததும் சைவசமயச் சார்பாளர் களுக்கு எதிர்ப்பிருந்ததும் தெரிகிறது.

3. பத்மநாபபுரம் அரண்மனை அருங்காட்சியகத்தில் உள்ள ஒரு கல்வெட்டு (*த.நா.தொ.து.* தொ. 6 ப. 531) கல்குளம் கோட்டைக்குள் குலசேகரப் பெருமாளை பிரதிஷ்டை செய்த நிகழ்ச்சியும் இதை அரசரே செய்த செய்தியும் வருகிறது. இதில் குறிப்பிடப்படும் அரசன் இரவிவர்மன் சிறைவாய் மூத்த தம்பிரான் என்ற வேணாட்டு அரசன். இதன் காலம் கி.பி.1533.

4. கல்குளம் மகாதேவர் கோவில் கலச மண்டபம் மேற்குப் பக்கம் திண்ணைப் பக்கச் சுவரில் ஒரு தமிழ்க் கல்வெட்டு உள்ளது. இது மிக முக்கியமான கல்வெட்டு. இதன் காலம் கி.பி.1577 (*T.A.S.* Vol. VII Part II p. 127).

   மலையாள ஆண்டு 753 (1577) இல் ஐப்பசி மாதம் 9ஆம் தேதி புதன்கிழமை உத்திர நட்சத்திரம் அமரபட்சத்துத் திரயோதசியில் இக்கோவிலின் கும்பாபிஷேகம் நடந்திருக்கிறது.

   கல்குளம் மகாதேவரின் சுற்றுப்பிராகாரத்தில் நான்கு புறமும் கல்தளம் பதித்ததும் சுற்று அம்பலத்தில் கல்தூமப் பட்டிகை வைத்ததும் கிழக்கு நடை வைத்ததும் தளம் பதித்ததும் கலச பூஜை செய்ததும் இந்த வருடத்தில் நிகழ்ந்திருக்கின்றன.

   இதனால் கி.பி. 16ஆம் நூற்றாண்டில் இக்கோவிலின் வெளிப்பகுதிக் கட்டுமானப் பணி நடந்திருக்கிறது என்று ஊகிக்கலாம்.

5. இக்கோவிலின் கலச மண்டபம் திண்ணைப் பக்கச் சுவரில் ஒரு கல்வெட்டு உள்ளது. இதன் காலம் கி.பி. 1579. இரவிவர்மன் என்ற வேணாட்டரசன் இக்கோவிலுக்கு வந்து தங்கி மராமத்துப்பணி செய்ய உத்தரவிட்டிருக்கிறான். கோவிலின் கிழக்குப் பகுதியில் முழு மராமத்து வேலை நடந்திருக்கிறது. பணி முடிந்ததும் 1579 கார்த்திகை 1ஆம் நாள் கலசபூஜை நடந்தது.

6. கலசமண்டபம் வலது பக்கத்தூணில் தமிழ்க் கல்வெட்டுள்ளது (*T.A.S.* Vol. VII p. 127 &128). இதில் திருப்பாப்பூர் இரவிவர்மன் என்ற வேணாட்டு அரசன் மலையாள ஆண்டு 770 கார்த்திகை மாதம் அனுஷ நட்சத்திரத்தில் பூர்வபட்ச திதியில் கல்குளம் மகாதேவரை வணங்கி விட்டு நிபந்தம் கொடுத்த செய்தி உள்ளது. இதன் காலம் கி.பி. 1593.

கோவிலின் மடப்பள்ளி வாயில் இடது பக்க நிலையில் உள்ள தமிழ்க் கல்வெட்டு கி.பி. 1600 ஆண்டினது. இதில், வாரியன் வார்த்தா நாதன் என்பவன் கோவிலின் ஒரு வரிசைத் தூண்களை அமைத்துக் கொடுத்த விவரம் உள்ளது.

8. கல்குளம் ஊர் தெற்குத் தெருவில் பிள்ளையார் கோவிலில் ஒரு கல்வெட்டு காணப்படுகிறது (*T.A.S.* Vol. VII Part II p. 129). சிறைவாய் மூத்த தம்பிரான் என்பவன் கல்குளம் கன்னி மூலையில் உள்ள விநாயகரைப் பிரதிஷ்டை செய்து குலசேகரப்பெருமாள் பிள்ளையார் எனப் பெயரிட்டு நிபந்தம் கொடுத்ததை இக்கல்வெட்டு கூறும். இது சிதைந்த கல்வெட்டு.

9. கல்குளம் அரண்மனை பூஜைபுரையில் உள்ள இக் கல்வெட்டு, மகாதேவர் கோவில் தொடர்பானது (*T.A.S.* Vol. VII Part II p. 127). இதன் காலம் கி.பி. *1665*. வேணாட்டரசன் பத்மநாபபுரத்தில் இருந்தபோது திருவட்டாறு தேசத்தைச் சார்ந்த தம்பி ரவி ரவி என்பவன், கல்குளம் கோட்டைக்ககம் வடக்குத் தெருவில் வடசிறகில் அரசனால் கட்டப்பட்ட கல்மடத்தில் பிரதிஷ்டை செய்யப்பட்ட ஆசாரப் பிள்ளையாருக்கும் கைலாசநாதன் பூஜைக்கும் நிபந்தம் கொடுத்திருக்கிறான்.

மேலும் தம்பி ரவி ரவி கல்குளம் மகாதேவருக்குப் பங்குனி மாதம் ஆட்டைத் திருநாளில், மகாதேவர்

சிவாலய ஓட்டம்

கல்மடத்தில் எழுந்தருளி இருப்பதற்கும் இந்த விழாவில் பங்குகொள்பவருக்கு நீராகாரம் செய்வதற்குரிய செல விற்கு மேற்படி மடத்திற்குப் பலசரக்கு வாங்க நிபந்தம் கொடுத்துள்ளான்.

இந்தக் கல்வெட்டால் கி.பி. 16ஆம் நூற்றாண்டில் இங்கு திருவிழா நடந்தது என்பதும் மகாதேவரின் விழாப் படிமம் ஊரின் வீதிவழியாக எடுத்துச் செல்லப்பட்டதும் தெரிகிறது.

10. இந்தக் கல்வெட்டு தனிக்கல்லில் உள்ளது. கல்குளம் மகாதேவர் கோவில் நிபந்தம் தொடர்பானது (T.A.S. Vol. VII Part II p.128). இதன் காலம் 1681.

இது ஒரு தன்மதானப் பிரமாணக் கல்வெட்டு. திருவட்டாறு தேசம் இரவிக்குட்டி, ஸ்ரீபத்மநாபன் குட்டி, தம்பி ரவி ஸ்ரீ பத்மநாபன் ஆகியோர் கல்குளம் வடக்குத் தெருவில் கல்மடத்தில் மகேந்திர பூசைக்கு நிலம் நிபந்தம் கொடுத்துள்ளான். இந்த நிபந்த நிலம் நாஞ்சில் நாடு மத்திபூரு விளாகத்தில் இருந்தது. இக்கல்வெட்டு வழி கல்குளம் மகாதேவர் கோவிலுக்குரிய சொத்துகள் நாஞ்சில் நாட்டில் இருந்தன என்று தெரிகிறது.

11. பத்மநாபபுரம் அரண்மனை அருங்காட்சியகத்தில் உள்ள கல்வெட்டில் (த.நா.தொ.து. தொ. 6 ப. 527) திருவட்டாறு ரவி என்பவன் கல்குளம் கோட்டை வடக்குத் தெருவில் உள்ள கல்மடத்தில் இருக்கும் ஆச்சார பிள்ளையாரின் மகேஸ்வர பூசைக்கும் மகாதேவர் இங்கு எழுந்தருளுவ தற்கும் தானப் பிரமாணமாக நிலம்விட்ட செய்தி உள்ளது. இதன் காலம் கி.பி. 1684.

12. பத்மநாபபுரம் அரண்மனையில் உள்ள கி.பி. 1686ஆம் ஆண்டுக் கல்வெட்டு (த.நா.தொ.து. தொ. 6 ப. 527) திருவட்டாறு தேசம் இரவி பத்மநாபன் என்பவன் இந்த ஊர் மேற்குத் தெருக் கல்மடத்தைக் கட்டி அதில் மகேஸ்வர பூஜை செய்ய நிபந்தம் அளித்த செய்தி கூறுகிறது. இந்த மடத்தில் கல்குளம் மகாதேவர் எழுந்தருளியிருக்கிறார்.

13. பத்மநாபபுரம் அரண்மனை அருங்காட்சியகத்தில் உள்ள இக்கல்வெட்டு கல்குளம் நீலகண்டசுவாமி கோவில் தொடர்பானது (த.நா.தொ.து. தொ. 6 ப. 530). இதன் காலம் கி.பி. 1710. இது தானப் பிரமாணக் கல்வெட்டு.

கல்குளம் தேசம் சாறைக்கோணத்தில் உள்ள நீலகண்ட சுவாமி கோவிலில் மகாதேவருக்கும் அம்மனுக்கும் மாலை

சாத்தவும் துவாதசியில் இரண்டு பிராமணர்களுக்கு உணவு அளிக்கவும் நந்தவனம் அமைக்கவும் திருவிதாங் கோடு முத்தலைக் குறிச்சி வலங்கை செண்பகராமன் பெருந்தெரு செட்டு வேலாயுதப் பெருமாள் மாதவன் பிள்ளை, திருநீலகண்டன் மாதவன்பிள்ளை ஆகியோர் நிலம் நிபந்தமாகக் கொடுத்த செய்தி இக்கல்வெட்டில் உள்ளது.

இக்கல்வெட்டில் மகாதேவர், நீலகண்டசுவாமி எனக் குறிப்பிடப்படுகிறார். இக்கோவில் இருந்த பகுதி சாறக் கோணம் எனப்பட்டது என்னும் புதிய செய்தியும் இதில் உள்ளது.

14. பத்மநாபபுரம் அருங்காட்சியகத்தில் உள்ள ஒரு கல் வெட்டில் (த.நா.தொ.து. தொ. 6 ப. 1731) கல்குளம் ஊரில் உள்ள அயணிக்குளம் கோவிலில் துவாதசி நாளில் நடந்த ஊட்டுக்குச் செலவு செய்வதற்காக கேசவன் உள்ளிட்டோர் நிலம் தானம் அளித்த செய்தி உள்ளது.

15. கோவில் கலச மண்டபத்தில் இடது பக்கத் தூணில் உள்ள கல்வெட்டு (த.நா.தொ.து. தொ. 4 ப. 117) இக் கோவிலில் மார்த்தாண்டன் நாராயணன் என்பவன் கோவிலில் ஒரு வரிசைத் தூண் அமைத்ததைக் கூறும்.

இதனால் இக்கோவிலின் திருச்சுற்றுக் கட்டுமானம் கி.பி. 17ஆம் நூற்றாண்டில் நடந்ததாகக் கொள்ளலாம்.

மேலாங்கோட்டு இசக்கி அம்மன்

தமிழகத்தின் தென்மாவட்டங்களில் வழிபாடு பெறும் நாட்டார் தெய்வங்களில் இசக்கியம்மன், முத்தாரம்மன் இரண்டும் முக்கியமானவை. முத்தாரம்மன் கதைப் பாடல் வழியும் இதன் வழிபாட்டுக் கூறுகளின் அடிப்படையிலும் இதைப் புராணச் சார்பு உள்ள தெய்வமாகக் கருதலாம்.

இசக்கியம்மன் என்னும் தெய்வம் புராணச் சார்போ, பெருநெறி சார்போ இல்லாதது. இது முழுக்கவும் ஆவி வழிபாடு *(animism)* தொடர்புடையது. இயக்கியம்மன் என்னும் பெயர் இசக்கி, நீலி என்னும் வேறு பெயர்களால் வழங்கப் படுகிறது. தமிழகத்தில் இயக்கி என்னும் பெண் தெய்வத்தின் பெயர் பல்வேறு வழிபாட்டுக் கூறுகளில் பரவிக் கிடக்கிறது.

கி.பி. 7ஆம் நூற்றாண்டு நீலகேசி காப்பியத்தின் அவை யட க்கப்பாடல் “ஆய் நீலி உண்கண் அடங்காமை செய்யும் பேய் நீலி” எனக் குறிப்பிடும்.

தென்மாவட்டங்களில் கன்னியாகுமரி, தூத்துக்குடி, திருநெல்வேலி ஆகியவற்றில் மட்டுமே வழிபாடு பெறும் இயக்கியம்மனுக்கு என்று தனிக் கதைப் பாடல் உண்டு.

பழகை நல்லூர் 61 சிறு பார்ப்பனர்களில் ஒருவன் சிவகாமி என்னும் தாசியின் மகள் லட்சுமியிடம் தன் பொருளை எல்லாம் இழந்தான். ஒரு நாள் அவளைக் கொல்லவும் செய் தான். இதன் பிறகு அவன் இறந்தான். அடுத்த ஜென்மத்தில் அவள் நீலியாக வருகிறாள். ஆனந்தன் என்னும் பெயரில் செட்டியாகப் பிறக்கும் பார்ப்பானைப் பழிவாங்குகிறாள். இசக்கியம்மன் கதையில் பல்வேறு வடிவங்கள் உள்ளன. தொண்டை மண்டல சதகம் ஒரு இயக்கி கதையைக் குறிப்பிடு கிறது. கரிராஜன் என்ற பெயரில் ஒரு கதை உண்டு. இவை தவிர வட்டாரரீதியாகப் பல கதைகள் வாய்மொழியாகவும் ஏட்டு வடிவிலும் உள்ளன.

நாட்டார் தெய்வத்தின் பொதுப்பெயர் ஏதோ காரணத் தால் (பெரும்பாலும் நிகழ்வு, இடம், பயம் தொடர்பான சூழ்நிலை) சிறப்பு அடைமொழி பெற்றுப் பொதுப்பெயருடன் இணைந்து பெயர் பெறுவது வழக்கம். எடுத்துக்காட்டு சம்பங் கரை இசக்கி, பொட்டல் இசக்கி, குலைவாழை இசக்கி.

மேலாங்கோடு இசக்கி ஊர்ப்பெயரால் அப்படி அழைக்கப் படுகிறது. மேலாங்கோட்டு ஊரில் செண்பகவல்லி, நீலா என்னும் அக்கா, தங்கை இருவருக்கும் கோவில் உள்ளது. மேலாங்கோடு சிவன் கோவிலை அடுத்து இருக்கும் அக்கா கோவில் (செண்பகவல்லி) பழமையானது. இது பற்றிய வாய் மொழி வரலாறு 200 ஆண்டுகளுக்கு முற்பட்டது எனக் கூறும்.

இக்கோவிலை இப்போது மாரியப்ப பிள்ளை, செண்பகம் பிள்ளை ஆகிய இரண்டு சகோதரர்களும் பராமரித்துவருகின்ற னர். இவர்களது குடும்பக்கோவில் இது. இவர்கள் ஐந்து தலை முறையாக வழிபட்டதற்கு ஆவணச் சான்று உண்டு. கல் மண்டபத்தாலான இக்கோவிலில் செண்பகவல்லி அம்மன், வடுகச்சி அம்மன், குலசேகரத் தம்புரான் ஆகிய மூவருக்கும் தனிக் கருவறைகள் உள்ளன. மூன்று தெய்வங்களின் வடிவங் களும் கல்லால் ஆனவை.

இக்கோவிலில் சைவ வழிபாடு நடக்கிறது. முந்தைய காலங்களில் பலி கொடுக்கப்பட்டிருக்கிறது. சேதுலட்சுமிபாய் ராணி காலத்தில் (1924 – 1931) கோவில்களில் பலி தடைச்சட் டம் வந்தபோது, மண்டைக்காடு மற்றும் மேலாங்கோடு

சிவாலய ஓட்டம்

இரண்டு ஊர்களிலும் முதலில் அமல்படுத்தப்பட்டது. அக்கா இசக்கி தொடர்பான தொன்மம் (Myth) சைவமாக இருப்ப தற்கு வசதியாக இருந்ததால் இந்த வழக்கம் தொடர்ந்தது. இக்கோவிலுக்கு வரும் பக்தர்களில் 60 சதவிகிதம் பேர் கேரளத்தைச் சேர்ந்தவர்கள்.

கார்த்திகை மாத அஷ்டமியில் புலியூர்குறிச்சி கிராமத்துப் பிராமணர்கள் இக்கோவிலுக்கு வருகின்றனர். இங்கே பூஜை செய்து சிறப்பு வழிபாடு நடத்திவிட்டு அம்மனின் அம்சத் தைப் புலியூர்குறிச்சி பிராமண மடத்திற்குக் கொண்டு செல் கின்றனர்.

பொதுவாக இயக்கி, மாடன் குறித்த நாட்டார் கருத்தாக் கம் ஒன்று உண்டு. அகால மரணமடைந்தவருக்கு உருவாகும் வழிபாடு, அது குறித்த நம்பிக்கை, பயம், விளைவு அடிப் படையில் பரவ ஆரம்பிக்கும். இதற்கு அடுத்தபடி அகால மரணமடைந்த பெண் இயக்கியுடனோ ஆண் மாடனுடனோ இணையும்.

தென்மாவட்ட இயக்கி கோவில்களில் பல 50 ஆண்டு களுக்கு முன்புவரை சுமைதாங்கியாக குத்துக்கல் வடிவிலாக வேப்பமரமாக இருந்தவைதாம். இன்று அவை பழைய அடை யாளங்களை இழந்து புதிய வடிவில் உள்ளன.

மேலாங்கோடு இயக்கி தொடர்பாக செம்பைக்குட்டி, நீலமைக்குட்டி கதை என்னும் கதைப் பாடல் உண்டு.

காஞ்சிபுரத்தை ஆண்ட சோழ அரசனின் மக்கள் செண்பக வல்லி நீலம்மைவல்லி. பேரழகிகளான இவர்களை வடுக அரசன் (கன்னடனோ தெலுங்கனோ) ஒருவன் மணம்செய்ய விரும்பினான். காஞ்சி அரசனுக்கு அதில் விருப்பமில்லை. வடுகனை எதிர்த்து நிற்கவும் காஞ்சி அரசனால் முடியாது. காஞ்சி அரசன் சிறு படையை மட்டுமே உடையவன். இதனால் வடுகனை எதிர்க்க முடியாமல் தன் மக்களுடன் திருவிதாங் கூருக்குக் குடிபெயர்ந்தான்.

காஞ்சித் தலைவன், திருவிதாங்கூர் மன்னனிடம் உரிமை பெற்றுப் பள்ளிக்கரை என்னும் இடத்தில் மண்கோட்டை கட்டி வாழ்ந்தான். இந்தக் காலத்து அரசரான மார்த்தாண்ட வர்மா, சோழனின் பிள்ளைகளான செண்பகத்தையும் நீலாவை யும் மணக்க விரும்பினார். சோழனுக்கோ அந்நிய மொழி பேசிய ஒருவனுக்குத் தன் மக்களைக் கொடுக்க விருப்பமில்லை. அதனால் தன் பள்ளிக்கரை வீட்டின் பின்புறமிருந்த உறை கிணற்றில் இரண்டு மக்களையும் தள்ளிவிட்டு மண்ணை மூடினான். அவர்கள் இறந்த பின் தெய்வமாயினர்.

அ.கா. பெருமாள்

மேலாங்கோட்டு இயக்கி தொடர்பாக வாய்மொழியாக இன்னொரு கதை உள்ளது.

திருவிதாங்கூர் நாட்டின் நிறுவனரான மார்த்தாண்ட வர்மாவின் உள்நாட்டுக் கலகத்தின்போது அவருக்கு உதவி யாக இருந்தவர் அனந்தபத்மநாப நாடார் என்பவர். மாபெரும் வீரனான இவரை அக்கா – தங்கைகள் ஆன இரண்டு பிராமணப் பெண்கள் விரும்பினர். இவர்களின் திருமணத்தைத் தடுக்க முடியாத நிலையில் இவர்களின் பெற்றோர் இரண்டு பெண்களையும் கிணற்றில் தள்ளிக் கொன்றுவிட்டனர். அந்தப் பெண்கள் அக்கா – தங்கை இசக்கி ஆயினர்.

மார்த்தாண்ட வர்மாவுடன் உள்நாட்டுப் போர் தொடுத்த பப்புத்தம்பி, இராமன்தம்பி ஆகியோரின் தங்கையே இசக்கி யானாள். தம்பிமார்களின் இறப்பிற்குப் பிறகு, இவள் (உம்மணித் தங்கை) நாக்கைப் பிடுங்கித் தற்கொலை செய்துகொண்டாள். இவளது வழிபாடே பின்னர் இயக்கி வழிபாடானது என்பது ஒரு கதை.

அக்கா கோவிலில் வடுகச்சி அம்மன், குலசேகரத் தம்புரான் என்னும் இரண்டு தெய்வங்கள் உள்ளன. இவை தென்மாவட் டங்களில் வடுகர் படை எடுப்புடன் தொடர்புடையவை. இவை தொடர்பாக 12 கதைப்பாடல்கள் உள்ளன. (முக்கிய மானது ஐவர்ராசாக்கள் கதை). இந்தக் கதைகளுக்குள் சில வேறுபாடுகள் இருந்தாலும் அடிப்படையான ஒற்றுமை உண்டு.

தென்மாவட்டங்களை ஆண்ட பாண்டிய மன்னர்களில் குலசேகரப் பாண்டியனும் ஒருவன். இவனைக் கன்னட இளவரசி ஒருத்தி விரும்பினாள். பாண்டியனோ தன் பரம்பரைப் பெருமையைச் சொல்லி அந்தப் பெண்ணை மணம் செய்ய மறுத்துவிட்டான். அதனால் கன்னட இளவரசியின் தந்தை பாண்டியனுடன் போரிட்டு அவனைச் சிறைப்பிடித்துச் சென்றான். பாண்டியன் பல்லக்கில் போகும்போது தற்கொலை செய்துகொண்டான். பாண்டியன் இறந்த செய்தியைக் கேட்ட கன்னட இளவரசியும் தற்கொலை செய்துகொண்டாள்.

இந்த நிகழ்ச்சி நடந்த இடம், திருநெல்வேலி மாவட்டம் வள்ளியூர் அருகே உள்ள டோனாவூரை அடுத்து இருக்கும் வடுகச்சி மதில் என்று கதைப்பாடல் கூறுகிறது. இங்கு இவர் களுக்கு வழிபாடு உண்டு.

கதையின்படி இளவரசியைக் கன்னடப் பெண் என்று கூறினாலும் தெலுங்குப் பெண் என்றே எடுத்துக் கொள்ள

வேண்டும். இந்த வடுகப் பெண்ணும் குலசேகரப் பாண்டியனும் தெய்வமாகி வழிபாடு பெற்ற பின்பு நாஞ்சில் நாட்டிலும் வழிபாடு பெற்றனர். திருவிதாங்கூரின் ஆட்சிக்கு உட்பட்ட பகுதியில் களக்காடு இருந்ததால் வடுகச்சியின் வழிபாடு பத்மநாபபுரம் பகுதிக்குப் பரவியிருக்க வேண்டும்.

இந்த வழிபாடு, இயக்கி வழிபாட்டுடன் இணைக்கப் பட்டதாலோ வேறு காரணத்தாலோ வடுகச்சியம்மனுக்கும் குலசேகரத் தம்புரானுக்கும் இங்கே சிற்பம் அமைக்கப்பட் டிருக்கலாம்.

மேலாங்கோடு சிவன் கோவிலிலிருந்து சற்றுத் தொலை வில் தங்கச்சி இசக்கிக் கோவில் உள்ளது. இது அசைவ தெய்வம். இங்கு பலி உண்டு.

அ.கா. பெருமாள்

பின்னிணைப்பு 18

திருவிடைக்கோடு கோவில் கல்வெட்டுக்கள்

திருவிடைக்கோடு மகாதேவர் கோவிலில் 27 கல்வெட்டுக்கள் காணப்படுகின்றன. இவற்றில் தமிழ் மொழியிலும் வட்டெழுத்திலும் அமைந்த கல்வெட்டுக்கள் 4; தமிழில் அமைந்தவை 23 என்னும் அளவில் உள்ளன. கல்வெட்டுகள் தவிர இக்கோவில் தொடர்பாக கி.பி. 13ஆம் நூற்றாண்டில் எழுதப்பட்ட மலையாள ஓலை ஆவணம் ஒன்றும் கிடைத்துள்ளது.

இக்கல்வெட்டுக்கள் தெற்கு வெளிப்பிராகாரம் (7) சுற்றாலை மண்டபம் (3) கருவறைத்தூண் (9) வெளிமண்டபத்தூண் (1) வெளிப்பிராகாரக் குத்துக்கல் (1) நந்தி மண்டபத்தரை (1) தெப்பக்குளப்படி (2) ஆகிய இடங்களில் காணப்படுகின்றன.

இக்கல்வெட்டுக்கள் கி.பி. 9ஆம் நூற்றாண்டு அரசனான கோக்கருநந்தடக்கனின் கல்வெட்டுக்கள் இரண்டும், கி.பி.10ஆம் நூற்றாண்டில் ஒன்றும், கி.பி. 12 – 13ஆம் நூற்றாண்டுகளில் உள்ளவை மூன்றும், கி.பி. 14ஆம் நூற்றாண்டினதாக இரண்டும், கி.பி. 16 – 17ஆம் நூற்றாண்டுகளில் எழுதப்பட்டதாகப் பதினைந்தும் என்னும் அளவில் காணப்படுகின்றன.

1. திருவிடைக்கோடு கோவிலில் கிடைத்த மிகப் பழமையான கல்வெட்டு கி.பி. 869ஆம் ஆண்டைச் சார்ந்தது. ஆய் அரசனான கோக்கருநந்தடக்கனின் இக்கல்வெட்டு கோவில் தெற்கு வெளிப்பிராகாரப் பாறையில் காணப்படுகிறது (*T.A.S.* Vol. I p. 34). இது தமிழ்மொழியில் வட்டெழுத்தில் அமைந்த கல்வெட்டு.

   முதுகுளம் ஊரைச் சார்ந்த புல்ல முருகன் என்னும் வாணிபச் செட்டி சாதிக்காரர் திருவிடைக்கோடு மகாதேவர் கோவிலில் நந்தா விளக்கு எரிக்க நெய் வேண்டி 25 பசுக்களை நிபந்தமாகக் கொடுத்ததை இக்கல்வெட்டு கூறும்.

இக்கல்வெட்டைத் தொல்லியல் துறையினர் கி.பி. 1911 ஆம் ஆண்டில் கண்டுபிடித்தனர். அப்போது இது சிதைந் திருந்ததாகக் குறிப்பிடுகின்றனர். இப்போது (2009) இக் கல்வெட்டு பெரிதும் சிதைந்துள்ளது.

2. கி.பி. 877ஆம் ஆண்டுக் கல்வெட்டொன்று தெற்கு வெளிப் பிராகாரப் பாறையில் உள்ளது. தமிழ் மொழியில் வட்டெழுத்தில் அமைந்த (*T.A.S.* Vol. I p 37) இக்கல்வெட் டும் கோக்கருநந்தடக்கன் காலத்தது.

இக்கல்வெட்டு மகாதேவர் கோவிலில் விளக்கு எரிக்க தினமும் உழக்கு நெய் நிபந்தம் கொடுத்ததைக் குறிப் பிடும். இதில் நிபந்தமளித்தவர் பெயரில்லை. இது சிதைந் துள்ளது.

3. கி.பி. 10ஆம் நூற்றாண்டில் வெட்டப்பட்ட தமிழ் வட் டெழுத்து கல்வெட்டு தெற்கு வெளிப்பிராகாரப் பாறை யில் காணப்படுகிறது (*T.A.S.* Vol. III Part II p. 199).

இக்கல்வெட்டில் ஓமாய நாட்டு அரையன் என்பவரின் நினைவாக, அந்த நாட்டைச் சார்ந்த ஊர் வேளான் என்பவன் இக்கோவிலுக்கு விளக்கு ஒன்று எரிக்கவும் கருவறை மூலவருக்கு நைவேத்திய திரு அமிர்து கிடைக்க வும் நிலம் நிபந்தமாக விடப்பட்ட செய்தி உள்ளது.

இந்தக் கல்வெட்டின் வழி திருவிடைக்கோடு ஊர், ஆளூர் பகுதியில் இரணியல் தேசத்தில் அடங்கியது எனத் தெரிகிறது. இங்கு குறிப்பிடப்படும் ஓமாய நாடும் ஆய் நாட்டின் ஒரு பகுதி எனக் கோக்கருநந்தடக்கனின் இன்னொரு செப்பேடு கூறும்.

திருவிடைக்கோடு ஊருக்கு மருதத்தூர் என்ற அடை மொழியை இக்கல்வெட்டு கூறுகிறது. மருதத்தூர் என்பது திருவிடைக்கோடு அடங்கிய குறுநாட்டு (இன்றைய கடிகைப்பட்டிணம்) பகுதியைச் சார்ந்தது என்பதை இன்னொரு கல்வெட்டு கூறும் (*T.A.S.* Vol. V p. 144 -145). இதனால் திருவிடைக்கோடு மருதத்தூர் பகுதியிலும் அடங்கி இருந்திருக்க வேண்டும்.

4. கி.பி. 12 அல்லது 13ஆம் நூற்றாண்டில் வெட்டப்பட்டதாக ஊகிக்கப்படும் கல்வெட்டொன்று தெற்கு வெளிப்பிரா காரப் பாறையில் உள்ளது (த.நா.தொ.து. 1969 – 94). இது மிகவும் சிதைந்து காணப்படுகிறது. இதில் கோவி லுக்கு விளக்கெரிக்கக் கொடுத்த நிபந்தச் செய்தி உள்ளது.

5. கி.பி. 12ஆம் நூற்றாண்டினதாகக் கருதப்படும் தமிழ்க் கல்வெட்டு, தெற்கு வெளிப்பிராகாரப் பாறையில் உள்ளது (*T.A.S.* Vol. V p. 144).

ஆளூரைச் சேர்ந்த கற்பகச் செட்டி என்பவன் அமாவாசை திதி நாளில் திருவிடைக்கோடு சிவன் கோவிலில் 12 பிராமணர்களுக்கு உணவு அளிக்க ஏற்பாடு செய்ததை இக்கல்வெட்டு குறிப்பிடுகிறது.

இக்கல்வெட்டில் ஆளூர் என்ற ஊருக்கு விக்கிர சோழ பாண்டியபுரம் என்னும் அடைமொழி உள்ளது. பிற்காலச் சோழர் காலத்து சோழ பாண்டிய வைசிராய்கள் ஆளூரில் ஆண்டதன் அடையாளமாக விடப்பட்டது இந்தப் பெயர். இதனால் முதல் ராஜேந்திர சோழனின் ஆளுகையில் திருவிடைக்கோடு இருந்ததாகக் கொள்ளலாம்.

6. கோவிலின் தெற்கு வெளிப்பிராகாரப் பாறையில் கி.பி. 12 அல்லது 13ஆம் நூற்றாண்டைச் சார்ந்ததாகக் கருதப் படும் கல்வெட்டு தமிழ் வடிவில் உள்ளது (*T.A.S.* Vol. V p. 144-145).

குறுநாட்டு (இன்றைய கடிகைப்பட்டிணம்) மருவத்தூர் ஊரைச் சார்ந்த உதையன் பொன்னாண்டி, உதையன் மங்கல நங்கை ஆகிய இருவரும் இக்கோவில் இறைவனுக்கு அமுது படைக்கவும் ஏழு பிராமணர்களுக்குத் துலா

மாத துவாதசி நாளில் உணவு அளிக்கவும் நிபந்தமாக நிலம் கொடுத்ததை இக்கல்வெட்டு கூறும்.

இப்படி அளிக்கப்பட்ட நிபந்தச் சாமானங்களின் பட்டியல் இக்கல்வெட்டில் உள்ளது.

7 பிராமணர்கள் சாப்பிட அரிசி 10 நாழி
கருவறை நைவேத்தியம் 8 நாழி
நெய் 12 உழக்கு
தேங்காய் 1
நல்லமிளகு 1/2 உழக்கு
தயிர் 3 நாழி
தேவையான உப்பு; விறகு

சாப்பிட்டபின் வெற்றிலை போட ஒருகட்டு வெற்றிலை யும் 7 பாக்கும் கொடுக்க வேண்டும் எனக் குறிப்பிடப் பட்டுள்ளது.

8. திருவிதாங்கூர் தொல்லியல் துறையினர், தென்திருவிதாங் கூரில் இடநாட்டில் சேகரித்த ஓலை ஒன்று திருவிடைக் கோடு தொடர்பான செய்தியைக் கூறுகிறது. கி.பி. 1373ஆம் ஆண்டில் எழுதப்பட்ட இந்த ஓலை கீழப்பேரூர் ரவி வர்மா திருவடியின் காலத்தது. இது சோழ கிரந்த எழுத் தால் ஆனது என்றாலும் மலையாள மொழியில் அமைந் தது. இதன் மலையாள நடை ராமாயண காவியத்தை எழுதிய துஞ்சத்து எழுத்துக்களின் நடையை ஒத்தது. இது சமஸ்கிருதமும் மலையாளமும் கலந்த மணிப் பிரவாள நடையிலானது.

இந்த ஓலையில் திருவிடைக்கோடு மகாதேவர் கோவி லில் கன்னிமாதம் விசாக நாளில் 9 நாழி அரிசி பொங்கி 12 பிராமணர்களுக்கு உணவு வழங்க நிபந்தம் அளித்த செய்தி உள்ளது.

திருவிடைக்கோடு கோவிலுக்கு நிபந்தமாக விடப்பட்ட நிலம் மணத்தட்டை ஊரில் (இன்றைய தோவாளை வட்டம்) உள்ளது. நிபந்த விபரமும் ஓலையில் உள்ளது.

9. தெற்கு வெளிப்பிராகாரத்தில் பாறையில் 13 அல்லது 14ஆம் நூற்றாண்டு எனக் கருதப்பட்ட கல்வெட்டு உள்ளது (T.A.S. Vol. III p.199). வீரபாண்டியன் வேளான் என்பவன் இக்கோவிலுக்கு இன்றைய கட்டிமாங்கோடு (இரணியல் பகுதி) கிராமத்தில் 12 கலம் நெல் விளையும் நிலத்தை நிபந்தமாகக் கொடுத்த செய்தி உள்ளது.

10. கி.பி. 1593ஆம் ஆண்டுக் கல்வெட்டு ஒன்று கோவிலின் திருச்சுற்று மண்டபத் தூணில் உள்ளது. தமிழில் அமைந்த இக்கல்வெட்டில் திருச்சுற்று மண்டபம் கட்டத் தூண் கொடுத்தவர்கள் பெயர்கள் உள்ளன. இவை கீழ் வருமாறு :

பாறச்சாலை கணக்கு நாதன் ஆதிச்சன்
பள்ளன் பள்ள கனக மும்பையன் கண்ணன்
கழைக்கூட்டம் இராமதேவன்
பார்த்திபசேகர மங்கலம் ஒற்றிவிளாக வீட்டு
குட்டமங்கலம் கணக்கு பெருமனைத் தர்மன் கிட்டிணன்
மருதத்தூர் கணக்கு ஈஸ்வரன் அய்யப்பன்
திருவிடைக்கோட்டு தேவபுத்திரனின்
புதுவூர் கடையன் சங்கரன்
குழிக்காட்டு சாத்தன் அரங்கன்
பள்ளம் சிறபள்ளி மருதன் நாகன்
நடுவில் விளாட்டுரை நலத்தாள் பெருமான்
கொட்டு முறவம் புறத்து பெரிய திருவடி
நயினார் திருவனந்தத்தாழ்வான் மருத்துவன் தேவன்

இந்தக் கல்வெட்டில்தான் முதல்முதலில் கருவறைத் தெய்வம் சடையப்பர் எனக் குறிப்பிடப்படுகிறது. மேலும் திருவிடைக்கோடு கோவிலில் தேவதாசிகளும் பணிபுரிந் திருக்கின்றனர் என்பது இவ்வூரைச் சார்ந்த ஒருவன் (தேவ புத்திரர்) தூண் நிபந்தம் அளித்தான் என்ற செய்தி யிலிருந்து தெரிந்துகொள்ளலாம்.

11. இக்கோவிலின் கருவறைத் தூணில் உள்ள ஒரு தமிழ்க் கல்வெட்டு (த.நா.தொ.து. 1969 – 91) மாச்சகோட்டு முடவம்புறத்தைச் சேர்த்த பெரிய திருநயினார் திரு வளந்தாழ்வாள் என்பவன் ஒரு தூண் அமைக்க 120 பணம் கொடுத்ததைக் கூறும்.

இந்தக் கல்வெட்டு மூலம் 1594இல் ஒரு கல்தூண் அமைக்க 120 பணம் ஆயிருக்கிறது என்று தெரிகிறது.

முன் குறித்த இரண்டு கல்வெட்டுக்களின் வழியாக இக்கோவிலின் திருச்சுற்று மண்டபப் பணி 16ஆம் நூற்றாண்டில் நடந்திருக்கிறது என்று ஊகிக்கலாம்.

12. கோவில் வெளிமண்டபத் தூணில் அக்கரை தேசத்து, விஷ்ணு நாராயணன் என்பவர் ஒரு வரிசைத் தூணை இந்த மண்டபத்தில் அமைக்கவும் நான்கு மாலை கட்ட வும் இரண்டு குறுணி விதைப்பாடு வயல் நிபந்தமாக அளித்ததையும் கூறும். இக்கல்வெட்டு கி.பி. 1604ஆம் ஆண்டைச் சேர்ந்தது (த.நா.தொ.து. ப. 103).

13. வடக்கு வெளிப்பிராகாரத்தில் உள்ள ஒருபட்டைக் கல்லில் கி.பி. *1727*ஆம் ஆண்டுக் கல்வெட்டு உள்ளது (*T.A.S.* Vol. V p. 149). இது வேணாட்டு அரசர் ராமவர்மாவின் கடைசி காலத்தைச் சேர்ந்தது. தமிழில் அமைந்த இக்கல்வெட்டு இராஜராஜத் தென்னாட்டுக் குறு நாட்டு கடிகைப்பட்டணத்தின் அருகே உள்ள மணவாளக்குறிச்சி என்னும் ஊரைச் சார்ந்த கணக்கு பெருமாள் கண்டன் என்பவன் திருவிடைக்கோடு கொடம்பீசுவரமுடைய நயினார் கோவிலில் 54 பிராமணர்களுக்குத் துவாதசி திதியில் உணவளிக்க நிலம் நிபந்தமாகக் கொடுத்த செய்தி உள்ளது.

இக்கல்வெட்டில் திருவிடைக்கோடு மகாதேவர், கொடம்பீஸ்வரமுடையார் என்னும் பெயரில் குறிப்பிடப்படுகிறார். இப்பெயர் வேறு கல்வெட்டுக்களில் இல்லை. கோடு என்ற சொல்லுடன் ஈஸ்வரர் இணைந்து உருவாக்கப்பட்டது இப்பெயர்.

இக்கோவிலில் பிராமணர்களுக்கு உணவளிக்கும் இடமான ஊட்டுப்புரை ஒன்று இருந்திருக்கிறது. இதன் பொறுப்பு ஊர்சபைக்கு. இதனால் ஊர்சபையே கோவிலையும் பராமரித்தது என்று கொள்ளலாம்.

14. கோவில் திருச்சுற்று மண்டபத்தின் சுவரில் கி.பி. *1659*ஆம் ஆண்டுக் கல்வெட்டு உள்ளது (*T.A.S.* Vol. VI p. 147). இதில் கோவில் தொடர்பான செய்திகள் இல்லை.

பெருமாள் தாணுவன் என்பவன், இவ்வூரில் உள்ள நாச்சியார் குளத்தின் கரையில் அம்பலம், குடிப்பதற்கு நீர் எடுக்க நீராழி, குளிப்பவர்கள் உடைமாற்ற ஒய்வறை ஆகியவற்றைக் கட்டுவதற்கும் குளத்தின் கரையில் ஓய் வாகத் தங்குபவர்களுக்கு மாங்காய் ஊறுகாயும் மோரும் கொடுப்பதற்கும் வெற்றிலை பாக்கு போடுபவர்களுக் குச் சுண்ணாம்பு கொடுக்கவும் நிபந்தம்விட்ட செய்தி இக்கல்வெட்டில் உள்ளது. இதற்காகக் கொடுக்கப்பட்ட நிபந்த நிலம் நாஞ்சில் நாட்டு எறச்ச குளத்தில் இருந்தது. இந்த நிலம் பற்றிய விவரமும் கல்வெட்டில் உள்ளது. இதில் எடுத்த பாதம் பிள்ளை என்னும் அழகான தமிழ்ப் பெயர் குறிப்பிடப்படுகிறது.

இக்கல்வெட்டின் தொடக்கத்தில் "திருநீலகண்டரும் ஆனந்தவல்லியும் பாதுகாக்கட்டும்" என்ற வரி வருகிறது. இங்கு குறிப்பிடப்பட்ட தெய்வங்கள் பத்மநாபபுரத்தில் கோவில் கொண்டவர்கள். பன்னிரு சிவாலயங்களில் ஒன்றான கல்குளம் நீலகண்டசுவாமியே இங்கு குறிக்கப் படுகிறார். இந்தக் கல்வெட்டிலும் 'தேவபுத்திரன்' என்ற சொல் வருகிறது.

15. கருவறைச் சுவரிலும் திருச்சுற்று மண்டபத்துத் தூண்களி லும் பத்துக்கு மேற்பட்ட கல்வெட்டுக்கள் உள்ளன. இவற்றில் தூண்களை நிபந்தமாக அளித்தவர்களின் பெயர்களும் அவர்களின் கட்டுமானப் பணியும் பற்றிக் குறிக்கப்பட்டுள்ளன.

கழைக்கூட்டம் கணக்கு ராமன்
கேரளம் கரபள்ளி மருதன்நாகன்
பள்ளம் மணியம் கண்ணன்
பாறச்சாலை நாகன் ஆதித்தன்
குட்டமங்கலம் காமன் கிருஷ்ணன் பெருமான்
மருதத்தூர் கணக்கு ஈச்சுரன்
மாக்கங்கோட்டு முடவம்புறம் திருவனந்தாழ்வான்
பிச்சிமாலை (தெப்பக்குளம் படிக்கட்டு கட்டியவர்)
கணக்குமாடன் (தெப்பக்குளம் படிக்கட்டு கட்டியவர்)

பின்னிணைப்பு 19

திருவிதாங்கோடு கோவில் கல்வெட்டுகள்

திருவிதாங்கோடு மகாதேவர் கோவிலிலும் ஊரிலும் 11 கல்வெட்டுக்கள் காணப்படுகின்றன. இவற்றில் மிகப் பழமை யான கல்வெட்டு கி.பி. 866ஆம் ஆண்டில் எழுதப்பட்டது. மிக அண்மைக் காலத்தது கி.பி. 1860ஆம் ஆண்டில் செதுக்கப் பட்டது. இது கத்தோலிக்க சர்ச்சில் உள்ள கல்வெட்டு. இவ்வூர் கல்வெட்டுக்கள் வட்டெழுத்து வடிவில் தமிழ்மொழி யிலும் தமிழ் வடிவிலும் சமஸ்கிருத மொழியில் மலையாள லிபியிலும் அமைந்தவை.

1. திருவிதாங்கோட்டு மகாதேவர் கோவிலுக்கும் இதை அடுத்த விஷ்ணு கோவிலுக்கும் இடைப்பட்ட பகுதியில் சிவன் கோவில் சுவரில் தமிழ் வட்டெழுத்து வடிவில் உள்ள கல்வெட்டு கி.பி. 866ஆம் ஆண்டினது (T.A.S. Vol. VI p. 142).

ஓமாய நாட்டுத் தலைவனான சிங்கன் குன்றப் போழன் என்பவன் ஆறு கலம் நெல்லை மகாதேவர் கோவில் சபையாரிடம் கொடுத்து அதனால் கிடைக்கும் வட்டி யிலிருந்து மகாதேவருக்கு இரண்டு வேளை பூஜை செய்ய அளித்த நிபந்தத்தை இக்கல்வெட்டு குறிப்பிடுகிறது.

இந்த வட்டெழுத்துக் கல்வெட்டு ஸ்வஸ்திஸ்ரீ மகா தேவர்க்கு என ஆரம்பிக்கிறது. இந்த மொழி நடையும் கல்வெட்டு இறுதியில் உள்ள அடையாளமும் இது கோக்கருநந்தடக்கன் என்ற ஆய் அரசனின் காலத்தது என்பதைக் குறிப்பால் உணர்த்தும். ஆய் அரசன் கோக்கருநந்தடக்கன் பிற சைவ வைணவ கோவில் களுக்குக் கொடுத்த நிபந்தம் பற்றிய கல்வெட்டுகள் கிடைத்துள்ளன.

அ.கா. பெருமாள்

2. மகாதேவர் கோவிலின் மேற்குப் பக்கப் பட்டியில் கி.பி. 10 ஆம் நூற்றாண்டுக் கல்வெட்டுக் காணப்படுகிறது (*T.A.S.* Vol. VI p. 79). இக்கல்வெட்டு தமிழ் வட்டெழுத்தில் அமைந்தது.

இந்த நிபந்தக் கல்வெட்டு. ஈசான மகாதேவருக்கு கார்த்திகை மாதத்தில் விருச்சிக விளக்கு எடுப்பதற்கும் விளக்கு எடுக்கும் நாளில் சுவாமிக்குத் திருவமுது படைப் பதற்கும் விளக்கைக் கண்காணித்து வருகின்ற ஒருவருக்கு நித்தியச் செலவிற்குமாக நிலம் நிபந்தமாக அளிக்கப் பட்டதைக் கூறும்.

இக்கல்வெட்டு வழி இக்கோவிலில் கார்த்திகை மாதம் விளக்கு வைக்கும் நிகழ்ச்சி நடந்தது தெரிகிறது.

3. மகாதேவர் கோவிலின் உள்பகுதியில் தென்மேற்குப் பக்கப் பாறையில் தமிழ் வட்டெழுத்துக் கல்வெட்டு உள்ளது (*T.A.S.* Vol.VI p. 139). இக்கல்வெட்டு பிற்காலச் சோழ அரசர்களில் கி.பி. 11ஆம் நூற்றாண்டு அரசனான ஜடாவர்மன் சுந்தரசோழ பாண்டியன் காலத்தது.

திருக்கண்ணன்கோட்டு ஊரில் வேளாண் குடியிருப்பில் உள்ள சருநட்டவி என்பவன் திருவிதாங்கோட்டு மகா தேவருக்கு திருநந்தா விளக்கு எடுப்பதற்கு 20 களஞ்சு பொன் கொடையாக அளித்ததையும், இந்த விளக்கில் தினமும் உழக்கு நெய் ஊற்ற கட்டளை பிறப்பிக்கப் பட்டுள்ளது என்பதையும் இந்த நிபந்தம் கூறுகிறது.

4. மகாதேவர் கோவிலின் வடக்குச் சுவரில் தமிழ் வட் டெழுத்து வடிவில் ஒரு கல்வெட்டு உள்ளது (*T.A.S.* Vol. VI p. 80). இது கி.பி. 12ஆம் நூற்றாண்டினது.

இராஜராஜத் தென்னாட்டு வேம்பனூரைச் சார்ந்த அரங்கன் என்பவன், திருவாய்பாடியைச் சார்ந்த செந்திலங்கை என்பவனின் நினைவாக மகாதேவர் கோவிலில் ஒரு நந்தா விளக்கு எரிப்பதற்குரிய நெய்யைக் கொடுக்க ஐந்து எருமைகளைக் கோவில் சபையாரிடம் கொடுத்ததை இக்கல்வெட்டு கூறும்.

இந்தக் கல்வெட்டின் மூலம் திருவிதாங்கோடு கோவிலில் கி.பி. 12ஆம் நூற்றாண்டில் தனிச்சபை இருந்தது தெரிகிறது.

5. கோவிலில் துவாரபாலகர் இருக்கும் மண்டபத்தின் கிழக்குப் பக்கத் திண்ணையில் கி.பி. 1611ஆம் ஆண்டுக் கல்வெட்டு உள்ளது. இது தமிழ் மொழியில் அமைந்தது. கல்வெட்டு சிதைந்துள்ளது. இதில் இக்கோவிலில் மாசி

மாதம் சிறப்புக்குக் கொடுக்கப்பட்ட நிபந்தம் பற்றிச் செய்தி வருகிறது.

6. மகாதேவர் கோவில் வடக்கு மண்டபச் சுவரில் கி.பி. 1639 ஆம் ஆண்டுக் கல்வெட்டு உள்ளது (*T.A.S.* Vol. VI p. 78). இது சமஸ்கிருத மொழியில் மலையாள லிபியில் அமைந்தது.

வேணாட்டை ஆண்ட ரவிவர்மன் என்னும் அரசன் (1626 – 1648) இக்கோவிலில் மராமத்துப் பணி செய்ததையும் சடங்குகள் செய்ததையும் இக்கல்வெட்டு கூறும் (*T.A.S.* Vol. VI p. 78).

இந்தக் கோவில் சடங்குகளைக் கல்பகமங்கலம் போத்தி வாசுதேவன் என்பவர் நடத்துகிறார். இவரே பாலாலயம் இளங்கோவில் பூசையையும் செய்தார்.

மகாதேவர் கோவிலை அடுத்து இருக்கும் விஷ்ணு கோவில் தீட்டுக் கழித்துப் புனிதமாக்கும் சடங்கையும் கல்பகமங்கலம் போத்தியே செய்தார். இந்த நிகழ்ச்சி கி.பி. 1655இல் நடந்தது. இதைத் திருவிதாங்கூர் தொல் பொருள் துறையின் ஒரு கல்வெட்டு கூறுகிறது. இக் கல்வெட்டில் குறிப்பிடப்படும் செய்திக்கும் வடக்கு மண்டபச் சுவரில் உள்ள 1639ஆம் ஆண்டுக் கல்வெட்டுக்கும் தொடர்பு உண்டு.

இக்கல்வெட்டில் யாதவ குலத்து அரசனான ரவிவர்மன் மகாதேவர் கோவிலில் புனிதச் சடங்கு நடத்திய செய்தி உள்ளது. இதைக் கல்பகமங்கலம் வாசுதேவன் போத்தியே நடத்தினார்.

சடங்கைக் குறிக்கும் இந்தக் கல்வெட்டு ஆலமரப் பொந்தில் இருந்த ஈஸ்வரனுக்கு வழிபாடு செய்து பிராமணருக்கு உணவும் இனிப்புப் பொருட்களும் வழங்கப்பட்டது என்று குறிக்கிறது. இதனால் இங்குள்ள சிவனைத் தட்சணாமூர்த்தியாகக் கருதியதாகவும் கொள்ளலாம். இதில் திருவிதாங்கோடு சிவன் ஈசான சிவன் எனப் படுகிறான்.

திருவிதாங்கோடு ஊர்க் கல்வெட்டுக்கள்

திருவிதாங்கோடு சிவன் கோவிலில் மட்டுமன்றி ஊரில் சில இடங்களிலும் 4 கல்வெட்டுகள் கிடைத்துள்ளன. இவற்றில் உள்ள செய்திகள் வரலாற்று சமூக முக்கியத்துவம் உடையதால் அவை இங்கே தரப்பட்டுள்ளன.

1. திருவிதாங்கோடு மகளிர் பள்ளியின் வளாகத்தில் நடப் பட்டிருந்த இரண்டு கல் பலகைகளில் உள்ள கல்வெட்டைத் திருவிதாங்கூரின் தொல்பொருள் துறையினர் 1921இல் கண்டுபிடித்தனர் (*T.A.S.* Vol .V p. 90). இக்கல்வெட்டு வட்டெழுத்தில் அமைந்தது.

   இக்கல்வெட்டின் காலம் கி.பி. 1453. இது சாதி பற்றிய முரண்பாடான செய்தியைக் கூறும் கல்வெட்டு.

   வேளாளர் என்ற சாதிப் பிரிவினருக்கும் வெள்ள நாடர் என்னும் சாதிப் பிரிவினருக்கும் இடையே நிகழ்ந்த முரண்பாடு பூசல் பற்றிய செய்திகளையும் சில முடிபு களையும் இக்கல்வெட்டு கூறுகிறது.

   வேளாளர் சாதியினர் வெள்ள நாடர் சாதியினருக்கு எதிராகக் கூடி எடுத்த முடிவு பற்றியும் வெள்ள நாடரைப் புறக்கணித்தது பற்றியும் இதில் செய்தி உள்ளது. வேளாளர் கள் கூடி எடுத்த முடிவின்படி உள்ள செய்திகள் கீழ்வருவன.

   வெள்ள நாடர்கள் தமிழ் பேசும் பகுதியில் எந்தப் பெண்ணையும் மணமுடிக்கக் கூடாது. இவர்கள் தமிழ் பேசும் பகுதியில் கூலிவேலை செய்யக்கூடாது.

   பொதுமக்களுக்குரிய கணக்குவழக்குகளைக்கூட இவர்கள் எழுதக்கூடாது. இவர்கள் ஊர் நிர்வாக விஷயத்தில் தலையிடக்கூடாது. வேறு எந்தத் தொடர்பையும் இப் பகுதியில் இவர்கள் வைத்துக்கொள்ளக்கூடாது.

இத்தீர்மானங்களின் இறுதியில் 23 பெயர்கள் உள்ளன (மழவராயன், நம்பன் தொண்டைமான் போன்று). இங்கு குறிப்பிடப்படும் வெள்ள நாடர் என்பவர்கள் எந்தச் சாதிப் பிரிவினரைச் சார்ந்தவர் என்று தெரியவில்லை. நாடர் என்றே கல்வெட்டு குறிப்பிடுகிறது. இவர்கள் வேளாளரின் ஒரு பிரிவினராகவும் இருக்கலாம். ஏதோ ஒரு காரணத்தால் வந்த மாறுபாட்டால் வேளாளர் வெள்ள நாடரைப் புறக்கணித்துள்ளனர்.

2. திருவிதாங்கோடு ஊரில் கிடைத்த இக்கல்வெட்டு (த.நா. தொ.து. தொ. 6 ப. 526) தமிழ்மொழியில் அமைந்தது. காலம் கி.பி. 1513.

   சிறைவாய் மூத்த திருவடியான வேணாட்டு அரசர் திருவிதாங்கோட்டு ஊரில் அரண்மனையில் வீற்றிருந்த போது 15,000 பொன்னைத் தன் மாமாவின் விருப்பப்படி தானமாக அளித்த செய்தி வருகிறது.

   இக்கல்வெட்டில் கிள்ளியாறு என்ற பெயர் வருகிறது. திருவிதாங்கோட்டில் வேணாட்டு மன்னர்களுக்குரிய ஒரு அரண்மனை இருந்தது பற்றிய செய்தியும் இதில் உள்ளது. திருவிதாங்கோடு அரண்மனை மகாதேவர் கோவிலை அடுத்து இருந்தது என்று கூறும் வாய்மொழி மரபு இப்போதும் உண்டு.

3. கி.பி. 1689ஆம் ஆண்டைச் சேர்ந்த தமிழ்க் கல்வெட்டு ஊரின் ஒரு புறத்தில் கண்டுபிடிக்கப்பட்டது (T.A.S. Vol. V p. 86). இது 135 வரிகள் கொண்ட பெரிய கல்வெட்டு. இதில் இந்த ஊரில் கோவிலுக்கு அதிதிகளாக வருபவர் களும் பயணிகளும் தங்குவதற்கு ஒரு சாவடி கட்டிக் கொடுத்த செய்தி உள்ளது.

4. மகாதேவர் கோவிலுக்கு வெளியே சாலை ஓரத்தில் நின்ற கல்லின் மூன்று பக்கமும் உள்ள கல்வெட்டைத் திருவிதாங்கூர் தொல்லியலார் 1920இல் அடையாளம் கண்டனர் (T.A.S. Vol. VII p. 28).

   இக்கல்வெட்டு தமிழில் அமைந்தது. இதன் காலம் கி.பி. 1690. இக்கல்வெட்டு வேணாட்டு ஆட்சியில் இருந்த புலைப்பேடி, மண்ணார்பேடி என்னும் வித்தியாசமான சமூக வழக்கம் நிறுத்தப்பட்டது பற்றிக் குறிப்பிடுகிறது.

   புலையர் என்ற விவசாயக் கூலி சாதியினர் ஒடுக்கப் பட்ட பிரிவினர். இவர்களால் பிடிக்கும் வழக்கம் அல்லது புலையரைப் பற்றிய பயம் என்பதுதான் புலைப்பேடி யின் விளக்கம்.

மண்ணார் என்பவர் கீழ்சாதிக்காரர்களுக்குத் துணி வெளுப்பவர். இவர்களைப் பற்றிய பயம் அல்லது இவர்களால் பிடிக்கும் வழக்கம் என்பது மண்ணார் பேடி.

உயர்சாதிப் பெண் குறிப்பிட்ட காலத்தில் (இது ஆடி மாதமாக இருக்கலாம்) சூரியன் அஸ்தமனம் ஆனபின்பு வீட்டைவிட்டு வெளியே போகக்கூடாது. மீறிப் போனால் புலையர் அல்லது மண்ணார் சாதிக்காரர் அவள் உடம்பில் ஒரு சிறு கல்லைத் தூக்கிப் போடலாம். அதன் பின் அந்தப் பெண் புலையன் அல்லது மண்ணானுக்கு உரிமையாகி விடுவாள்.

இந்தச் செயல் கும்பப்பூ அறுவடையில் [மேடம் (சித்திரை) 10ஆம் தேதி] நடக்கும் என்பது ஒரு கருத்து.

சூரிய அஸ்தமனத்தின் பின் பெண், மூன்று வயதுக் குழந்தையை இடுப்பில் எடுத்துக்கொண்டு சென்றால் புலையர் / மண்ணார் அவள் மேல் கல்லைவிட்டு எறியக் கூடாது.

கர்ப்பமான பெண்ணின் மீது புலையரோ மண்ணரோ சிறு கல்லை எறிந்தால் அந்தக் கர்ப்பிணி குழந்தை பெறுவதுவரை காத்திருக்க வேண்டும். அவள் ஆண் குழந்தை பெற்றால் புலையன் ஒதுங்கிவிட வேண்டும். பெண் குழந்தை பெற்றால் அவள் புலையனுக்கு உரிமை யாக வேண்டும்.

இப்படியாக இருந்த வழக்கம் நிறுத்தப்பட்டதை கி.பி. 1690ஆம் ஆண்டில் உள்ள இக்கல்வெட்டு விளக்குகிறது.

இந்த வழக்கம் நாட்டில் இருக்கக்கூடாது. மீறி யாவ ரேனும் இதைக் கைக்கொள்வதாய் இருந்தால் அவர்கள் கொல்லப்படுவார்கள். அவர்களின் பெண்டு, பிள்ளை கள் கொல்லப்படுவர். அவர்களில் பெண்கள் கர்ப்பமா யிருந்தாலும் கரு தோண்டி எடுத்து அழிக்கப்படும். அவர்களால் தீண்டப்பட்ட பெண் குளத்தில் குளித்துக் கரையேறித் தீட்டைப் போக்கலாம் என்றும் இக் கல்வெட்டு எச்சரிக்கிறது.

இக்கல்வெட்டை வீரகேரள வர்மா என்ற சிறைவாய் மூத்த தம்புரான் கல்குளத்திலிருந்து கல்பித்திருக்கிறார்.

பின்னிணைப்பு 20

திருபன்றிக்கோடு கோவில் கல்வெட்டுகள்

திருப்பன்றிக்கோடு கோவிலில் மூன்று கல்வெட்டுக்கள் கண்டுபிடிக்கப்பட்டன. இவற்றை அடையாளம் கண்ட தமிழகத் தொல்லியலார் இக்கல்வெட்டுக்களைப் பள்ளியாடி ஊரின் பெயரால் பதிவுசெய்துள்ளனர்.

1. திருப்பன்றிக்கோடு திருச்சுற்று மண்டபத்தின் கிழக்குப் பக்கச் சுவரில் தமிழ்மொழியில் அமைந்த தமிழ்க் கல் வெட்டு ஒன்று காணப்படுகிறது. இரண்டு நீண்ட வரியில் அமைந்த இக்கல்வெட்டின் காலம் கி.பி. 1276.

   மலையாள ஆண்டு 451இல் (கி.பி. 1276) வெட்டப்பட்ட இக்கல்வெட்டு, இக்கோவிலுக்கு ஒரு பெண், நந்தா விளக்கு அமைத்து அது எரிய எண்ணெய் கொடுத்த செய்தியைக் குறிப்பிடுகிறது. இந்த நிபந்தத்தை இவள் பொன்னாகக் கொடுத்துள்ளாள். இக்கல்வெட்டின் வழி இக்கோவில் கி.பி. 13ஆம் நூற்றாண்டுக்கு முற்பட்டது என்று கொள்ளலாம்.

2. கோவிலின் திருச்சுற்று மண்டபத்தின் கிழக்குப் பக்கச் சுவரில் உள்ள கல்வெட்டு, கி.பி. 12ஆம் நூற்றாண்டைச் சேர்ந்தது எனத் தொல்லியலார் கூறுகின்றனர். இக் கல்வெட்டு மிகவும் சிதைந்தது. இதுவும் நிபந்தக் கல் வெட்டுதான்.

3. கோவில் பலிபீடத்தில் உள்ள கல்வெட்டு கிரந்தத்திலும் வட்டெழுத்திலும் அமைந்தது. இது கி.பி. 14ஆம் நூற்றாண் டைச் சேர்ந்தது. ஸ்ரீசுறுக்கி என்பவரின் மரபில் வந்த ஒருவர் தன் சொந்தச் செலவில் இப்பலிபீடத்தை அமைத் ததை இக்கல்வெட்டு கூறுகிறது.

அ.கா. பெருமாள்

பின்னிணைப்பு 21

சங்கர நாராயண மூர்த்தி

சங்கர நாராயண மூர்த்தி சிவ மூர்த்தங்களில் ஒன்று. இவரை அரிஹரன் என்றும் கூறலாம். அரியும் (விஷ்ணு) ஹரனும் (சிவன்) இணைந்த தெய்வம் சிவன் விஷ்ணு இணைப் பால் உருவானது. வலது புறம் அரனும் இடது புறம் அரியும் இருப்பதாகக் காட்டப்பட்ட வடிவம் இது. அர்த்தநாரீஸ்வரர் வடிவத்தில் தேவியின் பகுதியை விஷ்ணு எடுத்துக்கொள்ளும் அமைப்பிலானது.

சைவ மார்க்கத்தையும் வைணவ மார்க்கத்தையும் இணைப் பதற்கு நடந்த சமரச முயற்சியின் அடையாளமாக இந்த வடிவத்தைக் கொள்கின்றனர். இந்த வடிவத்தின் இடப் பாக விஷ்ணுவின் இரண்டு கைகளில் ஒன்றில் சங்கு சக்கரம், கதை ஆகியவற்றில் ஏதோ ஒன்று இருக்கும். இன்னொரு கை தொடையருகே கடக முத்திரை காட்டியபடி இருக்கும். தலையின் இடப்பாகம் கிரீடமும் காதில் மகர குண்டலமும் விளங்கும்.

இந்தச் சிற்பத்தின் வலது முன்காலில் தண்டை அணியாக நாகம் இருக்கும். இடது காலில் ரத்தினக் கற்களால் ஆன தண்டை ஆபரணம் விளங்கும். இடுப்பிலிருந்து கணுக்கால் வரை பட்டாடை துலங்கும். இதில் சிவன் பகுதியில் வெள்ளை நிறத்துடனும் விஷ்ணு பகுதியில் பச்சை நிறமாகவும் இருக்கும். இந்தச் சிற்பத்தின் இரண்டு பக்கக் கால்களும் வளைவில் லாமல் நேராக இருக்கும். சிவனின் பாதிவடிவத் தலையில் நெற்றிக்கண் காட்டப்பட்டிருக்கும். விஷ்ணுவின் பாதி தலை வடிவின் பின்புறம் ஒளிவட்டம் திகழும்.

இந்தச் சிற்பத்தின் இடது புறம் கருடனும் வலது புறம் நந்தியும் அமைக்கப்பட்டிருக்கலாம். வலது புறம் பார்வதியும் இடது புறம் லட்சுமியும் காட்டப்படுவதுண்டு. சில சிற்பங்களில் வலது புறம் கோமுகனம் (நந்தி) இடது புறம் கருட புருஷனும் சிறிய அளவில் இருப்பதுண்டு. வானத்தில் தேவர்கள் இருப்பது போலவும் காட்டப்படுவதுண்டு.

அ.கா. பெருமாள்

பின்னிணைப்பு 22

சண்டேஸ்வர மூர்த்தி

சண்டேஸ்வரருக்கு அருள்பாலிக்கும் சிவ மூர்த்தி வடிவம். உமா சகித மூர்த்தி வடிவத்தைப் போலவே சிவன் பார்வதியுடன் வீற்றிருப்பதான சிற்பம் இது. சிவனின் தலை சுற்று வலப்புறமாகச் சரிந்திருக்கும். வலதுகை வரத முத்திரை காட்டும். இடதுகை சண்டேஸ்வரரின் தலைமேல் ஆசிர்வதிப்பது போல் தொட்டிருக்கும். சண்டேஸ்வரர் பத்மாசனத்துடன் அமர்ந்தகோலமாகவோ நின்றகோலமாகவோ அஞ்சலிஹஸ்தமாய் இருப்பார்.

இந்த அனுக்கிரக மூர்த்தியின் மாறுபட்ட வடிவங்கள் கிடைத்துள்ளன. இவரது பின்புறக் கைகளில் மானும் மழுவும் இருக்கும். முன்புறக் கைகளில் ஒன்று சண்டேஸ்வரரின் தலையைச் சுற்றி இருக்கும். இன்னொரு கை மலர் மாலையின் தும்பைத் தொட்டிருக்கும்.

நின்றகோலத்தில் வலது கால் ஊன்றி நிற்க இடது கால் உயர்ந்து இருக்கையில் இருக்கும். சண்டேஸ்வரரின் தோளில் மழுவும் அருகே அவரால் கொல்லப்பட்ட தந்தையின் உடலும் இருக்கும். இவரது ஒரு கை விஸ்மயா முத்திரை காட்டும்.

நட்டாலம் கோவில் நிர்மால்ய மூர்த்தியின் சிற்பம் இவற்றில் வேறுபட்டது.

பின்னிணைப்பு 23

நட்டாலம் கோவில் கல்வெட்டுகள்

1. நட்டாலம் ஊர் அம்பலம் அருகே ஒரு தங்கு மடத்தில் தமிழ் வட்டெழுத்து கல்வெட்டு காணப்படுகிறது (T.A.S. Vol. VII p. 16). இதன் காலம் கி.பி. 1665.

   நட்டாலம் ஊரைச் சேர்ந்த திருவிக்கிரமன் ரவி என்பவன் தன் ஊரின் வழிப்பாதையில் பயணிகள் தங்குவதற்கு சாவடி கட்டினான். இது 1665இல் கட்டப்பட்டது. இதற்கு நிபந்தமும் அளித்துள்ளான். இந்த சாவடியை நிர்வகிக்க நிலமும் விட்டுக்கொடுத்துள்ளான். இந்த வழிச்செல்லும் பயணிகளுக்குத் தண்ணீர், உப்பு, ஊறுகாய் கொடுக்க ஏற்பாடு செய்திருக்கிறான். இதனால் நட்டாலம் ஊர் பயணிகள் செல்லும் பொதுவழியாக இருந்திருக்கிறது என்று தெரிகிறது.

2. நட்டாலம் சங்கரநாராயணன் கோவிலின் வெளியே, சாலையில் உள்ள ஒரு கல்வெட்டு (T.A.S. Vol. VII p. 17) கி.பி. 16ஆம் நூற்றாண்டினது. தமிழ் வட்டெழுத்தில் அமைந்த இக்கல்வெட்டு சிதைந்துள்ளது. கண்ணன் என்பவன் இக்கோவிலில் உறைந்த ஆழ்வாருக்குக் கோத நல்லூர் என்ற ஊரில் நிபந்தமாக நிலம் விட்டுக்கொடுத்த செய்தி இதில் உள்ளது.

   இக்கோவிலில் ஸ்ரீபலி நடத்தவும் மகாபாரதப் பாராயணம் செய்யவும் நிபந்தம் அளித்த கண்ணன் என வருகிறது. இங்கு நட்டாலம் கோவிலை ஆழ்வார் கோவில் என்றே (ஆழ்வார் விஷ்ணு) கல்வெட்டு குறிப்பிடுகிறது.

அ.கா. பெருமாள்

பின்னிணைப்பு 24

பன்னிரு ஜோதிலிங்கங்கள்

1. ஸ்ரீதிரியம்பகேஸ்வரர் – மகாராஷ்டிர மாநிலம் நாசிக்கில் கோதாவரி நதிக்கரையில் அமைந்திருக்கும் கற்கோவில். பிரம்மா விஷ்ணு ருத்திரன் மூவரும் ஒன்றாக லிங்கத்தைப் பிரதிஷ்டை செய்தனர். அதனால் திரியம்பகேஸ்வரர் ஆயிற்று.

2. ஸ்ரீலிங்கேஸ்வரர் – உத்திரப்பிரதேசம் மாநிலம் வாரணாசியில் இருக்கிறது. கங்கை நதிக்கரையில் கங்கை, யமுனை, சரஸ்வதி, ரண, தூதபாலா என்னும் 5 நதிகள் சங்கமமாகும் பஞ்ச சங்கை அருகே உள்ளது. கங்காளநாதர் கபாலத்தைவிட்டுப் புண்ணியம் பெற்ற இடம்.

3. ஸ்ரீசோமேஸ்வரர் – குஜராத் மாநிலம் சோமநாத்தில் – கடற்கரை வீராவலி என்ற ஊரில் சரஸ்வதி கடலில் சங்கமம் ஆகும் இடம். இந்தக் கோவில் முகமதியர்களால் அழிக்கப்பட்டுப் புதுப்பிக்கப்பட்டது.

4. ஸ்ரீமகா காளேஸ்வரர் – மத்தியப்பிரதேசம், உஜ்ஜெய்னி சிப்ரா நதிக்கரையில் இருப்பது. ஐயடிகள் காடவர்கோன் என்ற பல்லவ மன்னன் இத்தலத்தைத் தரிசனம் செய்து வெண்பா பாடியுள்ளான். இத்தலத்தின் மேல் கி.பி. 13ஆம் நூற்றாண்டில் தில்லி சுல்தான் படையெடுத்து அழித்தார். பின் சிந்தியா என்ற மன்னன் புதுப்பித்தான். இங்கு 12 ஜோதிலிங்க சந்நிதி உண்டு.

5. ஸ்ரீஓங்காரேஸ்வரர் – மத்தியப்பிரதேசம் நர்மதை நதி செல்லும் பகுதியில் இந்தூர் அருகே உள்ள தலம். இது குன்றின் மேலுள்ள கோவில்.

6. ஸ்ரீ கேதாரேஸ்வரர் – உத்திராஞ்சல் கேதார்நாத் அருகே அமைந்துள்ள மலைக்கோவில். சுயம்புவானது. உமாதேவி வழிபடும் மூர்த்தி. இமய மலையில் பனி படர்ந்த இடம்.

7. ஸ்ரீ கிராணேஸ்வரர் – மகாராஷ்டிரம் எல்லோரா (ஔரங்கபாத்)வில் உள்ள கோவில். பராசக்தி வழிபடுவது. பெரிய விமானம். இங்கு நந்தியை அடுத்து ஆமை உருவம் உள்ளது.

8. ஸ்ரீமல்லிகார்ஜுனர் – ஆந்திரா – ஸ்ரீசைலம் மலைக் கோவில் – வழிபடுபவர் மகாலட்சுமி ஸ்ரீசைலநாதர். கிருஷ்ணா நதி பாய்கின்ற இடம். தேவாரப் பாடல் பெற்ற தலம். கருவறையில் செல்லலாம்.

9. ஸ்ரீநாகேஸ்வரர் – மகாராஷ்டிரம் – ஔண்டா காட்டுத் தலம் – நாகதெய்வம் வழிபடுவது. இக்கோவில் இடம் ஔண்டா. நாகநாகம் எனப்படும். திருபாற்கடல் கடைந்த கதையுடன் தொடர்புடையது.

10. ஸ்ரீவைஜயநாதர் – மகாராஷ்டிரம் பரலி – மூன்று பேரும் வழிபடும் இடம் அர்ஜுனன் (விஜயன்) சிவபூஜை செய்த இடம் வைஜயநாதர்.

11. ஸ்ரீபீமசங்கரர் – மகாராஷ்டிரம் பூனா (சாகினி) மலைக் கோவில் – கும்பகர்ணனின் மகன் பீமன் பிரதிஷ்டை செய்து வழிபட்டது. இந்த பீமன் தொடர்பான கதைகள் இக்கோவிலுடன் சார்த்திக் கூறப்படும். இது சிறிய கோவில். மலைப் பின்னணி.

12. ஸ்ரீராமேஸ்வரம் – தமிழ்நாடு – ராமநாதபுரம் கடற்கரை – இராமர் வழிபட்ட தலம். இராமன் பாவம் தீர வழிபட் டது. 12 தலங்களிலும் இராமன், சீதை, லட்சுமணன், அனுமன், விபீஷணன் என எல்லோராலும் வழிபடப் பட்ட இடம்.